AF747317

ഒരിക്കലെന്റെ ഗ്രാമം

orikkalente gramam
novel
•
gangadharan puthukkudi
•
first edition
february 2012
•
typesetting & published
chintha publishers, thiruvananthapuram
•
printed

•
cover
sudheesh p y

വിതരണം
ദേശാഭിമാനി ബുക്ക് ഹൗസ്
H O തിരുവനന്തപുരം-695 035
www.chinthapublishers.com
chinthapublishers@gmail.com

ബ്രാഞ്ചുകൾ
ഹെഡ്ഡാഫീസ് കുന്നുകുഴി • ഓവർബ്രിഡ്ജ് തിരുവനന്തപുരം • കെ എസ് ആർ ടി സി ബസ് സ്റ്റേഷൻ ആലപ്പുഴ • കെ എസ് ആർ ടി സി ബസ് സ്റ്റേഷൻ എറണാകുളം • മച്ചിങ്ങൽ ലെയ്ൻ തൃശൂർ • ഐ ജി റോഡ് കോഴിക്കോട് • കെ എസ് ആർ ടി സി ബസ് സ്റ്റേഷൻ കോഴിക്കോട് • എൻ ജി ഒ യൂണിയൻ ബിൽഡിങ് കണ്ണൂർ • സെൻട്രൽ ബസ് ടെർമിനൽ കോംപ്ലക്സ് താവക്കര കണ്ണൂർ

CO - 1696 / 2846

ഒരിക്കലെന്റെ ഗ്രാമം

(നോവൽ)

ഗംഗാധരൻ പുതുക്കുടി

ചിന്ത പബ്ലിഷേഴ്സ്
തിരുവനന്തപുരം-695 035

ഗംഗാധരൻ പുതുക്കുടി

1937 ൽ കോഴിക്കോട് ജില്ലയിലെ കക്കോടി പടിഞ്ഞാറ്റുംമുറിയിൽ ജനിച്ചു. അച്ഛൻ: എം ഗോപാലൻ നമ്പ്യാർ. അമ്മ: പി എൻ നാരായണി അമ്മ. പത്താം ക്ലാസ് പാസായിട്ടുണ്ട്. വിവിധ ജോലികളും ചെയ്തു ജീവിച്ചു. വിവാഹിതനാണ്. ഭാര്യയും രണ്ടുകുട്ടികളുമുണ്ട്.

ജോലി, അനാഥൻ, ചെക്കുണ്ണി, ഓളങ്ങൾ, ആലൂക്ക്, രോഗവും ചികിത്സയും, സങ്കൽപ്പങ്ങൾ, സ്നേഹവട്ടം-കുട്ടികൾക്കൊരു നോവൽ, മരം മരീചിക തുടങ്ങിയ നോവലുകൾ പ്രസിദ്ധീകരിച്ചിട്ടുണ്ട്.

കക്കോടി ഗ്രാമപഞ്ചായത്തിന്റെ ഒരു പ്രാദേശിക ഗ്രാമചരിത്രം എഴുതിയിട്ടുണ്ട്. *ചെക്കുണ്ണി* നോവലിന്റെ കയ്യെഴുത്ത് പ്രതിക്ക് 1992 ലെ അബുദാബി ശക്തി അവാർഡ് ലഭിച്ചു.

വിലാസം : 'ജി' നിവാസ്

തെക്കെ ചാത്തങ്ങാട്ട് പറമ്പ്
കിഴക്കുംമുറി (പി ഒ)
കക്കോടി (വഴി)
കോഴിക്കോട് 673411

ഫോൺ : 0495 2266018

അവതാരിക

വിപത്കാലത്തിൽ പിടിവള്ളിയാകുന്ന ചരിത്രം

ഡോ. അനിൽ ചേലേമ്പ്ര

മുതലാളിത്ത വികസനം മനുഷ്യന്റെ ആവാസവ്യവസ്ഥയെ നഗരം/ഗ്രാമം എന്ന് വേർതിരിച്ചു. മുതലാളിത്തത്തിന് മുമ്പുണ്ടായിരുന്ന നഗരങ്ങൾ അധിവാസ കേന്ദ്രങ്ങളായിരുന്നില്ല. കച്ചവടത്തിനുള്ള ഒരിടം എന്ന നിലയ്ക്ക് മാത്രമായിരുന്നു അവയുടെ പ്രസക്തി. ഗ്രാമങ്ങളിൽനിന്നു വന്ന് നഗരങ്ങളിൽ കച്ചവടം ചെയ്ത് ഗ്രാമങ്ങളിലേക്ക് തന്നെ തിരിച്ചുപോവുന്ന സമ്പ്രദായമാണ് അന്നുണ്ടായിരുന്നത്. എന്നാൽ മുതലാളിത്തവ്യവസ്ഥയിൽ 'നഗരം' വിതരണകേന്ദ്രമായി ഒതുങ്ങിനിൽക്കാതെ ഉൽപ്പാദന കേന്ദ്രം എന്ന നിലയിൽ വികസിച്ചു. അതോടെ നഗരങ്ങളിലേക്ക് ആളുകൾ കുടിയേറിപ്പാർക്കാനും ഒരു ജീവിതവ്യവസ്ഥ സൃഷ്ടിച്ചെടുക്കാനും തുടങ്ങി. നഗരസംസ്കാരം/ഗ്രാമീണ സംസ്കാരം എന്ന ദ്വന്ദ്വത്തിനകത്ത് നഗരസംസ്കാരം മേൽക്കൈ നേടി. വ്യാവസായിക ഉൽപ്പന്നങ്ങൾ മാത്രമല്ല സാംസ്കാരിക ഉൽപ്പന്നങ്ങളും നഗരങ്ങളിൽനിന്ന് ഗ്രാമങ്ങളിലേക്ക് കയറ്റുമതി ചെയ്യപ്പെട്ടു. നഗരസംസ്കാരം 'മാന്യവും' ഗ്രാമീണത 'അമാന്യവും' ആണെന്ന് വന്നുചേർന്നു. ഇത് മനുഷ്യാസ്തിത്വത്തിൽ സൃഷ്ടിച്ച സംഘർഷങ്ങളെയാണ് ആധുനിക കലയും സംസ്കാരവും പലപാട് ആവിഷ്കരിച്ചത്. ഇക്കൂട്ടത്തിൽ പരിഗണിക്കേണ്ട മുഖ്യമായ ഒരാഖ്യാനരൂപമാണ് നോവൽ. ഗംഗാധരൻ പുതുക്കുടി രചിച്ച *ഒരിക്കലെന്റെ ഗ്രാമം* എന്ന നോവലും ആധുനികതയുടെ ഈ പൊതുപശ്ചാത്തലത്തിൽ വേണം പരിഗണിക്കാൻ.

നോവലിന്റെ സാമാന്യചരിത്രം ദേശീയതയുടെ ചരിത്രമാണ്. കോളനിവൽക്കരിക്കപ്പെട്ട രാജ്യങ്ങളുടെ കാര്യത്തിൽ ഇത് ഏറെ പ്രസക്തമാണ്. പ്രദേശത്തിന്റെ പരിമിതികളെ ഉല്ലംഘിച്ചുകൊണ്ടും പരസ്പരം സംഘർഷത്തിലിരിക്കുന്ന അവയുടെ പാരമ്പര്യങ്ങളെ അതിവർത്തിച്ചു

കൊണ്ടും സൃഷ്ടിക്കുന്ന ഒരു ബൃഹദ് ആഖ്യാനമാണ് ദേശീയത. അതായത് ചലനാത്മകമായ ചരിത്രമാണ് നോവലിന്റെ ജൈവശരീരം. ഈ ചലനത്തെ അടയാളപ്പെടുത്താൻ ഏറ്റവും പ്രാപ്തമായ കലാരൂപമാണ് നോവൽ. അതുകൊണ്ടാണ് നോവലിനെ റിയലിസ്റ്റിക് കലയായി ഒരു കാലത്ത് നാം മനസിലാക്കിയത്. സ്ഥലം, കാലം, കഥാപാത്രങ്ങൾ എന്നിവയിലെല്ലാം നിരന്തരം നടന്നുകൊണ്ടിരിക്കുന്ന പരിണാമത്തിന്റെ – ചലനത്തിന്റെ–ഗാഥയാണ് നോവൽ. എല്ലാം നഷ്ടപ്പെട്ടുപോകുന്നുവെന്ന വേവലാതിയല്ല നോവലിന്റെ പ്രമേയം. പ്രദേശത്തെ അതിവർത്തിച്ച് ദേശരാഷ്ട്രനിർമിതിയിലേക്ക് കാലെടുത്തുവെക്കുമ്പോൾ പ്രാദേശികതയ്ക്കും അവിടെയുള്ള സമൂഹത്തിനും സംസ്കാരത്തിനും സംഭവിക്കുന്ന ചലനങ്ങളെ ഭാഷയിൽനിന്ന്/അനുഭൂതിയിൽനിന്ന് കണ്ടെടുക്കുകയാണ് നോവലിസ്റ്റ് ചെയ്യുന്നത്. ഗംഗാധരൻ പുതുക്കുടിയുടെ നോവലും ഇതിൽ നിന്ന് മാറിനിൽക്കുന്നതല്ല. വലിയേടത്ത് തറവാട്ടിൽ നടക്കുന്ന ഭാഗം, കരിങ്കൽ ക്വാറി നൽകുന്ന പുതിയ തൊഴിലവസരങ്ങൾ, വളർന്നുവരുന്ന വായനശാല, 'തറവാട്ടു മഹിമ'യെ പുൽകിയുറങ്ങാൻ തയാറല്ലാത്തവർ പുതിയ അധ്വാന വിഭാഗങ്ങളിലേക്ക് പ്രവേശിക്കുന്നത്–എന്നിങ്ങനെ ചലനാത്മകമാകുന്ന ഒരു ഗ്രാമത്തിന്റെ സാംസ്കാരിക ജീവിതത്തെ കലാപരമായി ആവിഷ്കരിക്കുകയാണ് നോവലിസ്റ്റ് ചെയ്യുന്നത്. അതോടൊപ്പം ആ ഗ്രാമത്തിലെ പാരമ്പര്യജീവിതത്തിന് സംഭവിക്കുന്ന വേഷപ്പകർച്ചകൾ കഥാകൃത്തിന്റെ ശ്രദ്ധയിൽ വരാതെ പോകുന്നില്ല. ഉൽസവങ്ങൾ, നേർച്ചകൾ, കാർഷിക സമ്പ്രദായങ്ങൾ എന്നിവയിലെല്ലാമുണ്ട് സംക്രമണത്തിന്റെ മുദ്രകൾ.

'പുരകെട്ടാൻ വരണോർക്ക് കഞ്ഞീം പുഴുക്കും കൊടുത്തിട്ട് പരാതിയാണെന്നും അക്കാലം കഴിഞ്ഞുവെന്നും ഇപ്പോ ചോറും കറീം വേണമെന്നും' ഒരിടത്ത് നോവലിസ്റ്റ് സൂചിപ്പിക്കുന്നുണ്ട്. കാലത്തെ നമുക്ക് പലതരത്തിൽ വിഭജിക്കാം. ചരിത്രകാരന്മാർ കാലത്തെ ക്രിസ്തുവിന് മുമ്പ്/പിമ്പ് എന്ന് തിരിക്കുമ്പോൾ പ്രദേശത്തിന്റെ ചരിത്രം 'ഭക്ഷിക്കുന്ന' നോവലിലെ കഥാപാത്രങ്ങൾ കാലത്തെ കഞ്ഞീം പുഴുക്കിനും മുമ്പും പിമ്പും എന്ന് തിരിക്കുന്നു. കാലത്തിന്റെ ആത്മനിഷ്ഠവും വസ്തുനിഷ്ഠവുമായ പരിചരണമെന്ന് ഒരുകാലത്തു നാം ഇതിനെ ദ്വന്ദ്വാത്മകമായി മനസിലാക്കിയിരുന്നു. എന്നാൽ ഈ ദ്വന്ദ്വാത്മകത അതേവിധം ഇപ്പോൾ നിലനിൽക്കുന്നില്ല. കഞ്ഞീം പുഴുക്കും മാറി ചോറും കറീം വരുന്നത് ഒരു പുത്തൻ സംസ്കാരത്തിന്റെ വരവിനെയാണ് അടയാളപ്പെടുത്തുന്നത്. അത് ഒരേസമയം മരുമക്കത്തായത്തിന്റെ അടിത്തറയിളക്കുന്നതും തൊഴിലാളിയുടെ അവകാശബോധത്തെ സൂചിപ്പിക്കുന്നതുമാണ് (പുറം 59 കാണുക).

ഗ്രാമത്തെ ഒരു കലാകാരന് (എഴുത്തുകാരന്) പലമട്ടിൽ ആവിഷ്കരിക്കാം. ഗ്രാമത്തിന്റെ പ്രകൃതിഭംഗിയെ വർണിച്ചും അവിടത്തെ മനുഷ്യരുടെ ശുദ്ധതയെ വാഴ്ത്തിയും ഒരുതരം ചരക്കുകാമനയുടെ

(Fetishism) സ്വഭാവത്തോടെ ഗ്രാമത്തെ ചിത്രീകരിക്കുന്നവരുണ്ട്. എന്നാൽ നഗരവൽക്കരണത്തിന്റെ 'അതിവേഗ' സംസ്കാരത്തിന് കീഴ്പ്പെട്ട് പോകുന്ന ഗ്രാമജീവിതത്തിന്റെ അതിജീവന ശ്രമങ്ങളെ സൂക്ഷ്മമായി അടയാളപ്പെടുത്തുമ്പോഴാണ് അത് നോവലിന്റെ ആഖ്യാന സാധ്യതകളെ പ്രയോജനപ്പെടുത്തുന്ന ഒന്നായിത്തീരുന്നത്. "കച്ചവടം എങ്ങിനെണ്ട്?" "മോശം, നാടൻമോരിന് തീരെ ചെലവില്ല. കുറച്ചുമോരേ കൊണ്ടോവാറുള്ളൂ. അത് തന്നെ തീർക്കാൻ അങ്ങാടി നിരങ്ങാ. പലരും ഈറോടിൽ നിന്നെത്തുന്ന കട്ടിത്തൈര് വാങ്ങി മോരാക്കി വിൽക്കുകയാണ്. ചിലർ കച്ചവടം നിർത്തി."

നാടൻമോരിൽനിന്ന് കട്ടിത്തൈരിലേക്കുള്ള സംക്രമണം ചരിത്രത്തിന്റെ ചലനാത്മകമായ ഒരു സന്ദർഭത്തിന് അടിവരയിടുന്നുണ്ട്. (പുറം 67) മാളുവമ്മ പുതിയ തൊഴിൽരൂപത്തിലേക്ക് പ്രവേശിക്കുന്നതോടെ അവരുടെ വസ്ത്രധാരണരീതിയിലും മാറ്റം വരുന്നു. "അതോടെ കണ്ടാലറച്ചിരുന്ന ചെറുമസ്ത്രീകളിലുണ്ടായ മാറ്റം അവരുടെ ഭാവത്തെയും സൗന്ദര്യത്തെയും തന്നെ മാറ്റിമറിച്ചു. പലരും അവരെ കൗതുകത്തോടെ നോക്കിനിന്നു." (പുറം 80) ചില മാറ്റങ്ങൾ മറ്റുള്ളവയുടെ അനുബന്ധം പോലെ കടന്നുവരുന്നതാണ്. ചിലതാകട്ടെ ബോധപൂർവം വരുത്തുന്നതാണ്. ചെറുമക്കളുടെ വിവാഹത്തിന് തമ്പ്രാനോട് സമ്മതം വാങ്ങണമെന്ന മാമൂലിനെ വായനശാലയിലെ ചെറുപ്പക്കാർ ഇടപെട്ട് ബോധപൂർവം പൊളിക്കുന്നുണ്ട് (പുറം 81, 82).

"നഗരത്തിൽ നിന്ന് കൂടുതൽ പറയകുടുംബങ്ങൾ അവിടെ താമസക്കാരായെത്തി" (പുറം 110) എന്ന് ഒരിടത്ത് പറയുന്നു. ഉൽപ്പാദന പ്രക്രിയയിൽ വരുത്തുന്ന വ്യത്യാസം മൗലികമായി സംസ്കാരത്തെ തന്നെയാണ് പൊളിച്ചെഴുതുന്നത്. ഇത് ആശയപ്രപഞ്ചത്തെയും ലോകവീക്ഷണത്തെയും മാറ്റിത്തീർക്കുന്നു. ജാതിക്കും തറവാടിനും ബദലായി അത് രാഷ്ട്രീയ-തൊഴിലാളി സംഘടനകൾക്ക് രൂപംനൽകുന്നു. ഈ സംഘടനാരൂപങ്ങൾ പ്രകൃതിയും വ്യവസ്ഥയും സൃഷ്ടിക്കുന്ന വെല്ലുവിളികളെ ഏറ്റെടുക്കുന്നു (ഗ്രാമത്തിൽ ചുഴലി നാശം വിതയ്ക്കുമ്പോൾ, ഓടിയെത്തുന്നതും വായനശാലാ പ്രവർത്തകരാണ്).

> ചരിത്രത്തിലെ ആകസ്മികമെന്ന് തോന്നുന്ന സംഭവപരമ്പരകളെ നിയന്ത്രിക്കുന്ന അതേ വൈരുധ്യാത്മക ചലനനിയമങ്ങൾ തന്നെയാണ് പ്രകൃതിയിൽ സംഭവിക്കുന്ന എണ്ണമറ്റ മാറ്റങ്ങളുടെ സംഘാതങ്ങൾക്ക് ആധാരമായി വർത്തിക്കുന്നത്. മാനവചിന്തയുടെ വികാസചരിത്രത്തിലുടനീളം ഒരൊറ്റ ഇഴയായി പടർന്നുകിടക്കുന്നതും ക്രമത്തിൽ മാനവ മനസിന്റെ ബോധമായി ഉയർന്നുവന്നതും അതേ നിയമങ്ങൾ തന്നെയാണ്.

ആന്റി ദൂറിങ്ങിൽ എംഗൽസ് നടത്തുന്ന ഈ നിരീക്ഷണത്തെ ശരിവെക്കുന്നതാണ് ആധുനിക റിയലിസ്റ്റിക് നോവലുകൾ. കരിങ്കൽ

ക്കാറിയെ തനിക്കനുകൂലമായി മാറ്റിത്തീർക്കാനാവുമെന്ന് കണ്ടെത്തുന്ന മനുഷ്യർ തന്നെയാണ് ഗംഗാധരൻ പുതുക്കുടിയുടെ നോവലിൽ, കുടിയിറക്കിനെ പ്രതിരോധിക്കാൻ കഴിയുമെന്ന് തെളിയിക്കുന്നതും. തന്നെയും തനിക്ക് ചുറ്റുമുള്ള പ്രകൃതിയെയും താനുൾപ്പെടുന്ന സമൂഹത്തെയും പരസ്പര ബന്ധിയായി മനസിലാക്കുമ്പോൾത്തന്നെ, അവയെ ഓരോന്നിനെയും വേറിട്ട് മനസിലാക്കാനും മനുഷ്യന് കഴിയും. മനുഷ്യബോധത്തിന്റെ ഈ സവിശേഷതയിലാണ് ചരിത്രപരവും വൈരുധ്യാത്മകവുമായ ഭൗതികവാദം ഊന്നുന്നത്. ഇതിനെ സാധൂകരിക്കുന്ന ആഖ്യാനമാണ് *ഒരിക്കലെന്റെ ഗ്രാമം* എന്ന നോവലിൽ നിർവഹിക്കപ്പെടുന്നത്. ബാഹ്യസംഘർഷങ്ങളിലൂടെയാണ് ഈ നോവലിലെ സംഭവങ്ങൾ അനാവരണം ചെയ്യപ്പെടുന്നത്. മികച്ച റിയലിസ്റ്റിക് നോവലുകൾ കഥാപാത്രങ്ങളുടെ ആന്തരിക സംഘർഷത്തിലൂടെ സ്ഥല-കാല പരിണാമത്തെ വരച്ചു കാട്ടുന്ന രീതിയാണ് പിൻപറ്റാറുള്ളത്. അതുകൊണ്ടു തന്നെ ഉന്നതമായ ആഖ്യാന പാടവം ഈ നോവലിനെ അനന്യമാക്കുന്നതായി അവകാശപ്പെടാനാവില്ല.

നിശ്ചിതമായ ഒരുദ്ദേശ്യത്തിന് കീഴൊതുങ്ങി, തന്റെ ഇച്ഛയെ പ്രവർത്തിപ്പിക്കാനും അതിന് തക്ക നിയമത്തെ സൃഷ്ടിച്ചെടുക്കാനും മനുഷ്യനുമാത്രമേ കഴിയൂ. ഈ ഉദ്ദേശ്യമെന്താണെന്നും അതിലേക്കെത്താനുള്ള നിയമങ്ങളെന്താണെന്നും നോവലിസ്റ്റ് ചില സൂചനകളിലൂടെ അവതരിപ്പിക്കുന്നുണ്ട്. അവയെ പൂർണമായ അർഥത്തിൽ വികസിപ്പിക്കാൻ സാധിച്ചിട്ടില്ല. അതേസമയം മനുഷ്യരുടെ ഇച്ഛാശക്തിയുടെ കൊടിപ്പടം അദ്ദേഹം ഉയരത്തിൽ പറപ്പിക്കുന്നുണ്ട്. ഒരുപക്ഷേ ഈ നോവൽ ശ്രദ്ധേയമാകുന്നതങ്ങനെയാണ്.

ഗംഗാധരൻ പുതുക്കുടിയുടെ ആദ്യത്തെ സംരംഭമല്ല ഈ രചന. *ഓളങ്ങൾ, സങ്കൽപ്പങ്ങൾ, ജോലി, അനാഥർ, ചെക്കുണ്ണി* തുടങ്ങിയ നിരവധി നോവലുകൾ അദ്ദേഹത്തിന്റേതായി പ്രസിദ്ധീകരിക്കപ്പെട്ടിട്ടുണ്ട്. തൊഴിലാളിവർഗ സംസ്കാരത്തിന്റെ രൂപീകരണം അത് നേരിടുന്ന വെല്ലുവിളികൾ എന്നിവയാണ് പ്രധാനമായും ശ്രീ. ഗംഗാധരന്റെ രചനകളിലെ പ്രമേയങ്ങൾ. നമ്മുടെ ഭാവുകത്വ പരിസരത്തിൽനിന്ന് ആട്ടിയോടിപ്പിക്കപ്പെട്ട ചില പ്രയോഗങ്ങളുണ്ട്. പ്രതിബദ്ധകല, വിപ്ലവകല എന്നിങ്ങനെ ചിലതെല്ലാം. അവയെയെല്ലാം ഓർമിച്ചെടുക്കാൻ നമ്മെ പ്രേരിപ്പിക്കുന്നതാണ് ശ്രീ. ഗംഗാധരന്റെ നോവൽ. ആപത്തിന്റെ സന്ദർഭത്തിൽ, ഓർമയിൽനിന്നും നാം കയ്യെത്തിപ്പിടിക്കാൻ ശ്രമിക്കുന്നതെന്തോ, അതാണല്ലോ ചരിത്രം. മാർക്സിന്റെ ഒരുദ്ധരണിയോടെ ഈ പ്രകരണം അവസാനിപ്പിക്കാം:

> വിപ്ലവകലയും സാഹിത്യവും യഥാർഥ ജീവിതത്തിൽ നിന്ന് നിരവധി വ്യത്യസ്ത കഥാപാത്രങ്ങളെ സൃഷ്ടിക്കുകയും ചരിത്രത്തെ മുന്നോട്ടു നയിക്കാൻ ജനങ്ങളെ സഹായിക്കുകയും ചെയ്യണം.

ഉദാഹരണമായി നമുക്ക് ചുറ്റും പട്ടിണികൊണ്ടും ശൈത്യം കൊണ്ടും മർദനംകൊണ്ടും കഷ്ടപ്പെടുന്നവരുണ്ട്. അതുപോലെ മനുഷ്യൻ മനുഷ്യനുമേൽ നടത്തുന്ന ചൂഷണവും മർദനവുമുണ്ട്. ഇതെല്ലാം എല്ലായിടത്തും നിലനിൽക്കുന്ന വസ്തുതകളാണ്. ജനങ്ങൾ ഇതെല്ലാം സർവസാധാരണമെന്ന മട്ടിലാണ് വീക്ഷിക്കുന്നത്. കലാകാരന്മാരും സാഹിത്യകാരന്മാരുമാകട്ടെ, ഇത്തരം പ്രതിഭാസങ്ങളിൽ ശ്രദ്ധകേന്ദ്രീകരിക്കുകയും അവയ്ക്കകത്തുള്ള വൈരുധ്യങ്ങളും സംഘട്ടനങ്ങളും വേർതിരിച്ചെടുക്കുകയും ചെയ്ത് ജനങ്ങളെ ഉയിർത്തെഴുന്നേൽപ്പിക്കാനും ആവേശഭരിതരാക്കാനും ഐക്യത്തോടെ പ്രസ്തുത സാഹചര്യങ്ങളെ മാറ്റി മറിക്കാനുള്ള സമരങ്ങളിൽ മുഴുകാനും പ്രേരിപ്പിക്കുന്ന കലാസൃഷ്ടികൾക്ക് രൂപംനൽകുന്നു.

'ജീവിതമൊക്കെയൊരാരാധന'യാക്കി മാറ്റിയ പഴയ തലമുറക്കാരനാണ് ശ്രീ. ഗംഗാധരൻ പുതുക്കുടി. ആ തലമുറയുടെ സ്വപ്നങ്ങളും സങ്കൽപ്പങ്ങളുമാണ് അദ്ദേഹത്തിന്റെ രചനയ്ക്കാസ്പദം. അവ ഒരിക്കലും പാഴായി പോവില്ലെന്ന ഉത്തമവിശ്വാസമാണ് നമ്മെയൊക്കെ ജീവിക്കാൻ പ്രേരിപ്പിക്കുന്നത്. എങ്ങും ഇരുട്ടുവന്നു കൂടുന്ന ഈ വിപത്കാലത്തിൽ ഇങ്ങനെയൊക്കെ എഴുതാനാവുന്നതുതന്നെ അത്ഭുതമല്ലേ?

ഒന്ന്

ധനുമാസം തുടക്കദിവസങ്ങളിലൊന്ന്. അർധരാത്രിയോടടുക്കുന്ന സമയം. നേരിയ മഞ്ഞിൽ മൂടിപ്പുതച്ചുകിടക്കുന്ന പ്രകൃതി. കോച്ചിവലിക്കുന്ന തണുപ്പ്. സരോജിനിയമ്മ അപ്പോഴും രാവിലെ പണിക്ക് പോയ ഭർത്താവിനെ കാത്തിരിക്കുകയായിരുന്നു. ഉമ്മറത്ത് കമ്പിയിൽ തൂക്കിയിട്ട റാന്തൽ കത്തിക്കൊണ്ടിരുന്നു. അവരുടെ തൊട്ടടുത്ത് നിലത്തൊരു പായിൽ ജ്യേഷ്ഠൻ മൂടിപ്പുതച്ചു കൂർക്കം വലിച്ചുറങ്ങുകയായിരുന്നു. 'ഈ ചുറ്റുവട്ടത്തിനിയുറങ്ങാനാരുംണ്ടാവില്ല ഞാനല്ലാതെ' കുറേയിരുന്ന് മടുത്തപ്പോൾ അവർ ദീർഘശ്വാസം ചെയ്തു.

ഉറക്കംതൂങ്ങി വീഴുമെന്നായപ്പോൾ അവർ എഴുന്നേറ്റു, റാന്തലിലെ തിരിയൽപ്പം താഴ്ത്തി പുറംവാതിലടച്ച് അകത്തുപോയി കിടന്നെങ്കിലും ഉറങ്ങാനായില്ല. രാവിലെ പോകുന്ന ഭർത്താവ് തിരിച്ചെത്താൻ ആയിടെയായി രാത്രി വളരെ വൈകുന്നതും, കൂടിക്കൂടി വരുന്ന അയാളുടെ മദ്യപാനവും, നിത്യേന ഉറക്കൊഴിച്ചു കാത്തിരിക്കേണ്ടിവരുന്നതും മറ്റും അവരുടെ മനസിനെയിട്ടലട്ടി.

ഗ്രാമത്തിന്റെ ഏതാണ്ട് മധ്യത്തിലുള്ള ആ അമ്പലത്തിന്റെ വടക്ക് അൽപ്പം വിട്ടായിരുന്നു ആ വീട്. ഇടിഞ്ഞുപൊളിയാറായ അമ്പലത്തിന്റെ തൊട്ടുമുന്നിൽ ഒരാലും അൽപ്പം വിട്ടുള്ള പാറമേൽ ഒരു കുങ്കുമവുമുണ്ടായിരുന്നു. രണ്ടിനും ചുറ്റും പൊളിഞ്ഞുതുടങ്ങിയ തറയുമുണ്ടായിരുന്നു. അമ്പലക്കുളത്തിലെ വറ്റിത്തുടങ്ങിയ വെള്ളം പച്ചനിറത്തിലായിരുന്നു. പടിഞ്ഞാറുഭാഗം കുളക്കരയിൽ വൃദ്ധനായ ഒരാലും അതിനു ചുറ്റും കല്ലുകളിളകിയ ഒരാൽത്തറയും ഉണ്ടായിരുന്നു.

"കുടിച്ചു... മതിമത്തനായീ..." ചിരപരിചിതമായ ആ ശബ്ദത്തിന്റെ അലയൊലി അവിടെയുമെത്തി. അവർ പിടഞ്ഞെണീറ്റ് പുറത്തുവന്നു.

വിളക്കിലെ തിരിയൽപ്പം നീട്ടിയിട്ട് വിളിച്ചു. "അപ്പേട്ടാ, അപ്പേട്ടാ...?" പല പ്രാവശ്യം അതാവർത്തിച്ചെങ്കിലും ഫലമുണ്ടായില്ല. അവസാനം അയാളെ തൊട്ടുണർത്തീട്ട് പറഞ്ഞു: "ആ പാറേമ്മ്ന്ന്ണ്ടൊരു പാട്ട്, അത് വ്ടുത്തെ ആളേതാ!"

അത് കേൾക്കാത്ത മട്ടിൽ എഴുന്നേറ്റിരുന്ന് അയാൾ കണ്ണ് ചിമ്മി. "അപ്പേട്ടാ...?"

"എന്നും നട്ടപ്പാതിരയ്ക്ക് പോയിങ്ങിനൊരാളെ കൂട്ടിക്കൊണ്ടോരാ നാവ്വോ?"

"ഇന്നുംകൂടിയപ്പേട്ടാ." ആ യാചനയ്ക്ക് മുന്നിൽ അയാളുടെ മനസ്സ് പതറി.

ആ കൂരാക്കൂരിരുട്ടിൽ അമ്പലച്ചുറ്റുപാടിലെ ആലിലും കുങ്കുമത്തിലും മറ്റും ആയിരക്കണക്കിൽ മിന്നാമിനുങ്ങുകൾ കെട്ടുമിന്നി. അമ്പലമുറ്റത്തെ കരിങ്കൽ വിളക്കിൽ ഒരു നത്തിരുന്നു ചിലച്ചു. അമ്പലപ്പാറയുടെ ചുറ്റിലുമുള്ള വീടുകളിലെ നായ്ക്കൾ ഓരിയിട്ടു ബഹളം വെച്ചു. കുങ്കുമച്ചോട്ടിൽ മലർന്നുകിടന്നു വായിൽ തോന്നിയത് പാടി, അയാളും അതിന് താളം പിടിച്ചു. എല്ലാം ഒത്തുചേർന്ന് ഒരു മുഴക്കമായി ആ ചുറ്റുപാടിനെ ഭീതിയിലാഴ്ത്തി.

റാന്തലുമായി അടുത്തെത്തും തോറും അളിയനോടുള്ള വെറുപ്പ് അയാളുടെ മനസിനെ തളർത്തി. ഇന്നും കുടുങ്ങിയതു തന്നെ! ഇമ്മാതിരി പുലിവാലിന് ഇനിയാവില്ലെന്ന് വിചാരിക്കാറുള്ളതാ, എന്നാൽ അനുജത്തിയുടെ ദയനീയതയിൽ അറിയാതെ മനസലിഞ്ഞുപോകുന്നു. അയാൾ പരിതപിച്ചു.

പാറകയറി അയാൾ കുങ്കുമച്ചുവട്ടിലെത്തി. എന്നാൽ അങ്ങനെയൊരാൾ വന്നെത്തിയതായി ഭാവിക്കാതെ നാരായണൻ നായർ പാടിക്കൊണ്ടേയിരുന്നു. ഒരു കടവാതിൽ അവർക്ക് മീതെ വട്ടമിട്ടു. നിമിഷങ്ങൾ നീങ്ങി.

"നിർത്തെടോ നിന്റൊരു പാട്ട്" അയാൾക്ക് സഹികെട്ടു. അതോടെ പാട്ട് മറ്റൊരീണത്തിലായി. "നിയ്യെണീക്ക്, ബ്ബ് പോവ്വാ." അതിന് മറുപടിയുണ്ടായില്ല. അതോടെ വിളക്കരികെവെച്ച് ഇരുന്നിട്ട് അയാൾ തല താഴ്ത്തി.

രണ്ട്

അമ്പലപ്പാറയുടെ തെക്ക് ഭാഗം ചെരിവിലായിരുന്നു അയാളുടെ ജ്യേഷ്ഠൻ കണാരുനായരുടെ താമസം. അവിടെയെങ്ങും അലയടിച്ച ആ മുഴക്കം അയാളെയുമുണർത്തി. പാട്ടിന്റെ ഈണം അയാൾ തിരിച്ചറിഞ്ഞു. അതോടെ അയാളും അസ്വസ്ഥനായി. മനസിലേക്ക് ഉഴറിവന്ന ദേഷ്യം അമർത്തി അയാളെഴുന്നേറ്റ് റാന്തലെടുത്ത് കത്തിച്ചു. ഉമ്മറത്തെ

അയലിൽനിന്ന് തോർത്തെടുത്ത് തലയിൽകെട്ടി. ഇറയിൽ തിരുകിയ കാഞ്ഞിരവടിയും വിളക്കുമായി അയാൾ അമ്പലപ്പാറയിലേക്ക് ധൃതിയിൽ നടന്നു. മുമ്പ് പലപ്പോഴും അയാൾക്കങ്ങനെ ചെയ്യേണ്ടിവന്നിട്ടുണ്ട്. ഏറ്റവും ഇളയ അനുജനോടുള്ള അയാളുടെ സ്നേഹത്തിന്റെ ദൗർബല്യമായിരുന്നു അത്. എങ്കിലും ദേവന്റെ മുമ്പിൽ വെച്ചാണല്ലോ ആ കാട്ടിക്കൂട്ടലെന്നത് അയാളിലെ ദേഷ്യം ഇരട്ടിപ്പിച്ചു.

"ഈ അസമയത്ത് എന്ത് തോന്നിവാസമാ നീ കാണിക്കുന്നത്? അതും ഈ സ്ഥലത്ത് വെച്ച്, ഇതൊന്നും നല്ലതിനല്ലെടാ." അയാൾ കൈയിലെ വടി അനുജന്റെ തലയ്ക്ക് മീതെയുയർത്തി ഒച്ചവെച്ചു. "നിന്ന്യാക്കെ പെരുച്ചാഴീനെ തല്ലുംപോലെ തല്ലണം, തന്തയും തറവാടുമില്ലാത്ത സ്വഭാവം, ഊം എണീക്ക്." വിളക്ക് താഴെ വെച്ച് അയാൾ അനുജന്റെ കൈ ശക്തിയിൽ പിടിച്ചുവലിച്ചു. "നീ എന്റെ കൂടെ വരുന്നോ, അല്ല അപ്പുനായരുടെ കൂടെ പോകുന്നോ?"

"ഞാനാരുടേം കൂടെല്ല." അയാളെഴുന്നേറ്റു.

"ഞാനതിന്ന് സമ്മതിക്കില്ല."

"അപ്പുനായർ വിളക്കുമായി മുന്നിൽ നടക്കിൻ, ഞാനും വരാം."

"ആരും വരണ്ട."

"എന്നാൽ എവിടേയും തങ്ങാതെ ഉടൻ അങ്ങെത്തണം." അവർ നടന്നു. പാറയെ വയലുമായി ബന്ധിപ്പിക്കുന്ന ഇടവഴി കഴിയുന്നതുവരെ അയാൾ നോക്കിനിന്നു. "പോറ്റീ... പരദേവതേ..." പിന്നീട് അമ്പലത്തിന്റെ ശ്രീകോവിലിന് നേരെ തിരിഞ്ഞ് അയാൾ കൈ കൂപ്പി.

മുന്നിൽ വിളക്കുമായി അപ്പുനായർ പടികയറി. പിന്നാലെ അയാളും. "എല്ലാരുംറങ്ങ്യോ?" അയാൾ കോലായിലേക്ക് കയറി.

"ഉറങ്ങാനൊന്നും ആയിട്ടില്ല, നേരപ്പം നാലഞ്ചുനാഴികരുട്ടീട്ടേള്ളു." സരോജിനിയമ്മയ്ക്ക് ശുണ്ഠികയറി.

"നിന്നോടാരും ചോദിച്ചില്ല കൂരാച്ച്യേ..."

"എന്നാൽ ഞാനൊട്ട് പറഞ്ഞിട്ടുംല്ല."

"പിന്നെ നീയാരോടാടീ പറഞ്ഞത്. മോര് കെട്ടി തന്തേനോടോ?"

"തന്തേനീം മറ്റും പറഞ്ഞാലുണ്ടല്ലോ...?"

നിശ്ശബ്ദനായി ഒരിടത്തിരുന്ന അപ്പുനായർ ചൊടിച്ചു.

"ഞാനിനീം പറയും, എന്താ പറഞ്ഞാൽ?"

"ങളെന്തിനാണേ തന്തേനീം തറവാടിനേം പറയുന്നു, വേറ്യൊന്നും പറയാനില്ലെങ്ങക്ക്?" അവർക്കിടയിൽ സരോജിനിയമ്മ ഇടപെട്ടു.

"പോടീ...നിന്റെ തന്ത മോര് കെട്ടി, ഓന്റെ തന്തേനീം ഞാൻ കണ്ട്ക്കുന്നു...." അയാളുടെ ശബ്ദമലച്ചു.

"അതിന് ഞങ്ങളൊന്നും പറഞ്ഞില്ലല്ലോ."

"പറഞ്ഞിട്ടല്ലെ, ഒരാങ്ങളീം പെങ്ങളും പഠിപ്പിക്കുന്നു."

"പഠിപ്പിച്ചാൽ പഠിക്കുന്നൊരാളും, ങള് കുളിച്ച് ചോറുണ്ടുറങ്ങുന്നുണ്ടോ?"

"നിക്ക് നിന്റെ ചോറും കറീം ഒന്നും വേണ്ട."

"വേണ്ടെങ്കിൽ വേണ്ട, കുളിച്ചുറങ്ങുന്നുണ്ടോ?"

"ഉം"

"എന്നാലെണീക്കിൻ." അവർ തോർത്തും വിളക്കുമെടുത്ത് അയാളുടെ കയ്യും പിടിച്ച് കിണറ്റിനടുത്തേക്ക് നടന്നു.

"എന്നുംങ്ങന്യായാലോ?"

"ന്ന്ങ്ങിന്യായിപ്പോയതാ."

"ഇന്നല്ല എന്നും." അയാൾ ചോറുണ്ട് കൈ കഴുകി. അവർ ഉമ്മറത്തെ വാതിലടച്ചു വിളക്കൂതി. "അമ്മേ, അച്ഛൻ വന്നോ?" പകുതിയുറക്കത്തിൽ ഇളയമകൻ ഹേമൻ എഴുന്നേറ്റിരുന്നു. "വന്നു, മോനുറങ്ങിക്കോ." അപ്പോഴും അൽപ്പം ദൂരെയുള്ള ആ കൂരയിൽനിന്ന് ഭ്രാന്തത്തി കല്യാണി പാടുകയായിരുന്നു, "ആറ്റും മണമ്മേലെ ഉണ്ണിയാർച്ച"യുടെ പാട്ട്.

മൂന്ന്

പിറ്റേന്നുകാലത്ത് പ്രഭാതസൂര്യന്റെ ഇളംരശ്മികൾ പായിലെത്തിയിട്ടേ അപ്പുനായർ ഉണർന്നുള്ളൂ. വളരെ നേരത്തെയുണർന്നു ജോലിയിൽ മുഴുകുന്ന കൂട്ടത്തിലായിരുന്നു അയാൾ. "അപ്പേട്ടൻന്ന് പോയില്ലേ?" മുറ്റമടിക്കുന്നതിനിടയിൽ കോട്ടുവായിട്ട് പായിലിരുന്ന അയാളെ കണ്ടയുടനെ അവർ അടുത്തുചെന്നു. "നേരം വൈകിപ്പോയീ."

"ഞാനും വിളിക്കാൻ മറന്നു." ഒരു കുറ്റബോധം അവരിലുണ്ടായി.

മാളുവമ്മ അന്നതിരാവിലെയുണർന്നു തൈർകലക്കി പാകത്തിൽ വെള്ളം ചേർത്ത് അയാളേയും കാത്തിരുന്നു. റേഷനും പിണ്ണാക്കും വാങ്ങാൻ മോരിന്റെ കാശ് കിട്ടേണ്ടിയിരുന്നു അവർക്ക്. കാത്തിരുന്ന് മുഷിഞ്ഞപ്പോൾ അവർക്ക് ആധിയായി. ഒരുപിടിയരിയോ അഞ്ചുകാശോ കയ്യിലില്ലല്ലോ, ഇത്തിരി കഴിഞ്ഞാൽ കുട്ടികൾ കരയാൻ തുടങ്ങും ഇനിയെന്താ ചെയ്യ? അടുത്ത പുരയിൽനിന്ന് ഉരിയരി കടംവാങ്ങി കഞ്ഞിവെക്കാമെന്ന് വിചാരിച്ചാൽ മുമ്പ് ഒന്നുരണ്ടു പ്രാവശ്യം വാങ്ങിയതവിടെ കൊടുക്കാൻ ബാക്കിയാ... അങ്ങനെ ആലോചനയുടെ അവസാനം അവർ അയാളേയും നോക്കി പുറപ്പെട്ടു.

"അപ്പാര്ണ്ടോവിടെ?" അവർ പടിക്കൽ നിന്നു.

"ആരാ?" സരോജിനിയമ്മ പുറത്തെത്തി.

"ഞാനാ, അപ്പാര്ന്ന് പോയില്ലേ?" അവർ പടികയറി മുറ്റത്തുനിന്നു.

"ഇല്ല."

"എന്തേ?"

"എണീക്കാൻ വൈകിപ്പോയീ." പിന്നീട് തലേന്നത്തെ വിവരങ്ങൾ അവർ പറഞ്ഞുകേൾപ്പിച്ചു.

"ഇനിയെന്ത് ചെയ്യും? ന്റെ മക്കളിന്ന് പട്ടിണിയാ, എവിടെ പോയ താന്നറിയ്യോ."

"ഇപ്പം താഴോട്ടിറങ്ങീട്ടേള്ളൂ."

"വന്നാല് ഞാനിവിടെ വന്ന വിവരം പറയണം. നാളേയ്ക്കാണെങ്കി മോര് പുളിച്ച് നേർത്ത് പോകും." അവർ തിരിഞ്ഞു നടന്നു. പാലുകാരൻ ചാപ്പൻ നായരേയും ചായക്കടക്കാരൻ കുമാരൻ നായരേയും നടത്ത ത്തിൽ അവർ മനസിൽ കണ്ടു. രണ്ടുപേരിൽ നിന്നും പാല് കൊടുത്തവക യിൽ ബാക്കി കിട്ടാനുള്ളത് ചോദിച്ചു ചോദിച്ചു മടുത്തപ്പാ. മോരാക്കാൻ തുടങ്ങിയത് അതിന്റെ സ്ഥിതിങ്ങിനേം. ഇനി?

നാല്

ആയിരത്തിത്തൊള്ളായിരത്തി അമ്പത്തിരണ്ട് അവസാന ദിവസ ങ്ങളിലൊന്നായിരുന്നു അത്. അങ്ങാടിക്ക് പോകാത്ത ദിവസങ്ങളിൽ അപ്പു നായരുടെ താവളം ആ കൊച്ചു ബജാറിലെ പൂട്ടിയിട്ട പീടികക്കോലാ യിൽ തപസിരിക്കുന്ന ശങ്കരൻനായരുടെ അടുത്തായിരുന്നു. അന്നും അയാൾ അവിടെയെത്തി. ശങ്കരൻനായർ നിരയും ചാരി വെട്ടിക്കൂട്ടിയ മൺറോഡിന്നഭിമുഖമായി ഇരിക്കയായിരുന്നു. കണ്ണിന്റെ കാഴ്ച തീരെ നഷ്ടപ്പെട്ട് പുറത്തെങ്ങും പോകാനാവാതെ കുറച്ചുകാലമായി അവിടെ ചടഞ്ഞുകൂടുകയായിരുന്നു അയാൾ. വൃത്തികെട്ടൊരു വേഷം. കുളിച്ചിട്ടും കാലം കുറച്ചായിരുന്നു. അയാളെ ശ്രദ്ധിക്കാനോ അയാളെപ്പറ്റി ചിന്തി ക്കാനോ ആരുമുണ്ടായിരുന്നില്ല. രാവിലെത്തന്നെ അപ്പുനായരെത്തിയ പ്പോൾ സമയം പോക്കിന് ഒരാളായെന്നതിൽ അയാൾക്ക് സന്തോഷമായി.

"ഇന്നെന്തേ പോയില്ല?"

"പോകാനായില്ല." അയാൾ തിണ്ണയിലിരുന്നു. പിന്നീട് കാരണങ്ങൾ വിശദീകരിച്ചു.

"ഓ അതാണ് ല്ലേ." അയാൾ അരയടിയോളം വളർന്ന താടിരോമ ങ്ങൾ തടവി.

"അപ്പുനായരേ, അങ്ങാടീൽ ആ കുട്ടിശങ്കരൻനായരുടെ ഹോട്ടൽ ഇപ്പോഴുംണ്ടോ?"

"ണ്ട്."

"കച്ചവടെങ്ങിനെ?"

"ഒന്നാന്തരം."

"ആരാ കച്ചവടത്തിന്?"

"കുട്ടിശങ്കരൻനായരുടെ മൂത്തമോൻ."

"ശെരിയാ, എന്റെ പ്രായക്കാരനാ. ഒരെൺപത് കഴിഞ്ഞിട്ടുണ്ടാവും."

"കുട്ടിശങ്കരൻനായരെപ്പറ്റി എപ്പോഴെങ്കിലും നിങ്ങളോട് പറഞ്ഞി ട്ടുണ്ടോ?"

"ഓർക്കുന്നില്ല, എന്താ അത് ചോദിക്കാൻ?"

"മറ്റൊന്നും അല്ല, കുട്ടിശങ്കരൻനായർ ഈ നാട്ടുകാരനാ. എന്റെ വല്യമ്മാവന്റെ കാലത്ത് അയാളുടെ വല്യമ്മാവൻ തറവാട്ടിലേക്കുള്ള പാട്ടക്കാരനായിനി. പാട്ടം ബാക്കിയായപ്പോൾ അമ്മാവൻ അവരെ കുടിയൊഴിപ്പിച്ചു. അന്നെനിക്ക് പന്ത്രണ്ടേ വയസുള്ളു."

"ഒരെഴുപത് കൊല്ലം മുമ്പത്തെ കഥ!"

"അതെ, അവർ അങ്ങാടീൽ ചെന്നു കര പറ്റി. കുടുംബടക്കം ഹോട്ടൽ പണിക്കാരായി, പിന്നീട് ഹോട്ടലുകാരുമായി. എന്തോ എനിക്കാ കുട്ടിശങ്കരൻനായരോട് മനസിൽ വല്ലാത്ത പകയാ. ആ കച്ചവടം പൊളിക്കാൻ ഞാൻ ചിലതൊക്കെ ചെയ്തു, ഏശിയില്ല."

"എന്തിനായിനീ പക?"

"അതെനിക്കും അറിയില്ല"

"അസൂയായിരിക്കും." അയാൾ മറുപടി പറഞ്ഞില്ല.

"ആ പോയതാരാ?" റോഡിലൂടെ ഒരാൾ കടന്നുപോയ കാലടിയൊച്ച അയാൾ ശ്രദ്ധിച്ചു.

"മാട്ടുമ്മൽ ഗോപാലൻ."

"ഓ, മാട്ടുമ്മൽ കണാരുനായരുടെ മൂത്തപുത്രൻ?"

"അതെ."

"മാട്ടുമ്മൽ കണാരുനായർ ആരായിരുന്നെന്നറിയോ?"

"ഇല്ല."

"അയാളെന്റെ കുടിയാനായിനി. വലിയമ്മാവന്റെ താവഴി വീണ്ടും താവഴി പിരിഞ്ഞു. ഞാനൊരു താവഴി കാരണവരായി. എണ്ണം പറഞ്ഞ അഞ്ചാറു പറമ്പുകളും പത്തുപറ വിത്തിന്റെ നിലവും കൈവശം ജന്മം. പുറമെ പണമായും നെല്ലായും ധാരാളം പാട്ടം കിട്ടാനും. എന്റെ കണ്ണിനും നല്ല കാഴ്ച. കുടുംബത്തിലാണെങ്കിൽ അംഗങ്ങൾ കുറവ്. ഞാനാണെങ്കിൽ മധ്യവയസ്കനും. അതിന്റെ തകർച്ചയും അക്കാലത്താ തുടങ്ങിയത്. അത് നാമാവശേഷമായതും എന്റെ കാലത്തുതന്നെ. എങ്ങനെയെന്നറിയ്യോ? അറിയണ്ടാവില്ല, അതും പറയാം.

കണാരുനായർ അന്ന് ചെറിയൊരു കച്ചവടക്കാരനാ. ഞാൻ തറവാട്ടിലേക്ക് തികയാതെ വരുന്ന സാധനങ്ങൾ പറ്റുവാങ്ങാറ് അവിടുന്നായിനി. ആ വകയിൽ ഒരു മുപ്പതുറുപ്പിക കൊടുക്കാൻ ബാക്കിയായി. എന്നാൽ ഒരുദിവസം വൈകുന്നേരം പലരും കേൾക്കേ അയാൾ എന്നോടത് ചോദിച്ചു. അക്കാലത്തൊരു കുടിയാൻ ജന്മിയുടെ മുഖത്തുനോക്കി അങ്ങനെ ചോദിക്കാൻ ധൈര്യപ്പെടുമായിരുന്നില്ല. ഞാൻ കോപംകൊണ്ട് വിറച്ചു, പരിസരബോധം മറന്നുപോയി. അപ്പോൾ അവിടെ ഉണ്ടായിരുന്നവർ എന്നെ സമാധാനിപ്പിച്ചു. എന്നാൽ എനിക്ക് അടങ്ങി നിൽക്കാനായില്ല. "കണാരുനായർ ഒന്നു മനസിലാക്കണം നിങ്ങളെന്റെ സ്ഥലത്താ പീടികവെച്ചു കച്ചവടം ചെയ്യുന്നത്." ഞാനയാളോട് പറഞ്ഞു. അയാളത്

കേട്ടതായി ഭാവിച്ചില്ല. ആ ഭാവം എന്നെ വല്ലാതെ വിഷമിപ്പിച്ചു. സമയം രാത്രിയായി. ഞാൻ കാത്തിരുന്നു. അന്ന് നട്ടപ്പാതിരയ്ക്ക് അയാളുടെ പീടിക ഞാൻ തീയ്യിട്ടു. അപ്പോഴേ എനിക്ക് സമാധാനമായുള്ളൂ. എന്നാൽ അതിന്റെ അനന്തരഫലം വല്ലാതെ കടുത്തതായിപ്പോയി.

എന്റെ പേരിൽ അയാൾ കേസ് കൊടുത്തു. പൊലീസ് വന്നന്വേഷിച്ചു. അങ്ങനെ കേസും കൂട്ടവുമായി രണ്ടുമൂന്നു കൊല്ലം കഴിഞ്ഞുപോയി. വേണ്ടത്ര തെളിവില്ലാത്തതു കാരണം കേസ് വിട്ടുപോയി. എങ്കിലും അതെന്റെ തറവാടിനെ തകർത്തുകളഞ്ഞു. കൈവശമുണ്ടായിരുന്ന രണ്ടുമൂന്നു പറമ്പുകൾ കൈമോശം വന്നുപോയി.

ഇപ്പോഴത്തെ ആ പണക്കാരൻ രാമൻ മാസ്റ്റർക്കന്ന് അൽപ്പം കോടതിക്കാര്യവും ഉണ്ടായിരുന്നു. ഇന്ന് പ്രഭുവാണെങ്കിലും അന്നൊരിടവെട്ടുകാരൻ. കേസ് കഴിഞ്ഞാൽ പണം തീർത്തുകൊടുക്കാമെന്ന കരാറിൽ അയാളായിനി കേസ് നടത്തിയത്. അതിന് ഒന്നു രണ്ട് പറമ്പ് പണയം കൊടുത്തു. കേസ് തീരുമ്പോഴേക്കും വലിയൊരു സംഖ്യ അയാൾക്ക് കൊടുക്കാൻ ബാക്കിയായി. അങ്ങനെയാണ് പണയം കൊടുത്ത പറമ്പുകൾ അയാൾ സ്വന്തമാക്കിയത്. കൂടാതെ പാട്ടം കിട്ടിക്കൊണ്ടിരുന്ന കുറെ വയലും."

പിന്നേയും കഥ പറയാനുള്ള തയാറെടുപ്പിലായിരുന്നു അയാൾ. അപ്പോഴേക്കും ഗ്രാമത്തിന്റെ കിഴക്കതിർത്തിയിലെ പ്രൈമറി സ്കൂൾ ഉച്ചയ്ക്കത്തെ ഒഴിവിന് വിട്ടു. കുട്ടികൾ അതിലെയെത്തി. അപ്പോഴേ അപ്പുനായർ സമയത്തെപ്പറ്റി ബോധവാനായുള്ളൂ. "ഞാൻ പോണു." അയാൾ എഴുന്നേറ്റു.

"ഇനിയെന്നു കാണും."

"ഇതുപോലെ എപ്പോഴെങ്കിലും."

അഞ്ച്

വൈകുന്നേരം മാളുവമ്മ വാഴക്കിഴങ്ങ് കൊത്തിയരിയുമ്പോഴായിരുന്നു അയാൾ പാനിയുമായെത്തിയത്. കുട്ടികൾ അവരുടെ മുന്നിലായിരുന്നു. അയാളെ കണ്ടപാടേ അവർ മുഖം വീർപ്പിച്ചു.

"ഞാനെന്താക്കാനാ മാള്വോ, ഇന്ന് പോകാനായില്ല."

"അത്വോണ്ടിന്റെ കുട്ട്യള് പട്ടിണിയായി." അവരെഴുന്നേറ്റ് അയാൾക്ക് മോരളന്ന് കൊടുത്തു.

"നാളെയൊന്ന് നേരത്തെ വരണം." അയാൾ സമ്മതിച്ചു. കൊത്തിയരിഞ്ഞ വാഴക്കിഴങ്ങ് അവർ വേവിച്ചുവെച്ചു. പിന്നീട് മടിച്ചുമടിച്ച് അടുത്ത പുരയിലേക്ക് ഉരിയരി കടം വാങ്ങാൻ പായി. വെറും കൈയോടെ തിരിച്ചുപോന്നു.

അവരുടെ ഭർത്താവ് മരിച്ചിട്ട് ഒരുകൊല്ലം തികഞ്ഞിരുന്നില്ല. താമസിക്കുന്ന പുരയ്ക്ക് വാടക വേണ്ടിയിരുന്നില്ല. പുര സ്ഥിതിചെയ്യുന്ന ആ വലിയ പറമ്പ് രാമൻ മാസ്റ്ററുടെ കൈവശമായിരുന്നു. കുറേമുമ്പ് ശങ്കരൻനായരുടെ തറവാട് വക സ്വത്തുക്കളിൽ പെട്ടതായിരുന്നു അത്. അവർ അയാളുടെ പെങ്ങളുടെ മകളുമായിരുന്നു.

കുട്ടികൾക്കന്ന് അന്നത്തിന്റെ വെള്ളം കൊടുത്തിരുന്നില്ല. അവർ വിശന്നു കരയാൻ തുടങ്ങി. അവർ വരുന്നതുവരട്ടെ എന്ന ഭാവത്തിൽ മുളവടികൾ ഏച്ചുകെട്ടി ഒരറ്റത്ത് തൊള്ളുണ്ടാക്കി മുറ്റത്തെ ഉയരം കുറഞ്ഞ തൈത്തെങ്ങിൽ നിന്ന് ഒരു തേങ്ങ കുടുക്കി വലിച്ചു. അപ്പോഴേക്കും രാത്രി ഇരുട്ടിയിരുന്നു.

കുറച്ചകലെയുള്ള ആ കൊച്ചുബജാറിൽ പോയി അത് വിൽക്കാനൊന്നും അവർ ധൈര്യപ്പെട്ടില്ല. അങ്ങനെ ചെയ്താൽ മറ്റു പലതിനും അത് കാരണമായേക്കുമെന്ന് അവർ ഭയന്നു. അത് പൊളിച്ചുടച്ച് തേങ്ങാപ്പൂളും വേവിച്ച വാഴക്കിഴങ്ങും മധുരമില്ലാത്ത ചായയുമാക്കി അവർ രാത്രി ഭക്ഷണത്തിന്. പിറ്റേന്ന് മോരിന്റെ കാശ് കിട്ടാനുണ്ടെന്നത് ഒരാശ്വാസമായിരുന്നു. എങ്കിലും തേങ്ങയ്ക്ക് ചോദ്യമുണ്ടാകുമെന്നത് അവരുടെ മനസിനെയലട്ടി.

ഒറ്റക്കുറുക്കൻ അതൃമാൻ മാപ്പിള അപ്പോൾ എത്തുന്നേ ഉണ്ടായിരുന്നുള്ളൂ. "കൂ....യ് പെട പെട മീ...ൻ" വയലിന്റെ മധ്യത്തിൽവെച്ച് അയാളൊന്നു കൂവി.

"അവിടെ നിക്കി മാപ്പിളോ...." ഒന്നിലധികം പേർ ചൂട്ടും കത്തിച്ച് ഓടി. നേരത്തെ ഉറക്കത്തിലാവുന്ന ഗ്രാമത്തെ ഒട്ടൊന്ന് തട്ടിയുണർത്താറ് അയാളായിരുന്നു. ആ വരവ് കഴിഞ്ഞാൽ പിന്നെ ഗ്രാമം തികച്ചും നിശ്ശബ്ദതയിലാകും. നാരായണൻ നായരും കൂട്ടരും ചിലപ്പോൾ ആ നിശ്ശബ്ദതയെ ഭംഗപ്പെടുത്തുമെങ്കിൽ കൂടി!

ആറ്

അതിരാവിലെയുണർന്ന് അപ്പുനായർ ജോലി തുടങ്ങി. തലേന്നു കൊണ്ടുവന്നുവെച്ച മോരിൽ ഒരളവിൽ വെള്ളമൊഴിച്ച് അയാൾ നല്ലതുപോലെ ഒന്നിളക്കി. അളന്നുകൊടുക്കാനുള്ള പാട്ടകൊണ്ട് പാനിയുടെ വായടച്ചു. പിന്നീട് പനയോല പുതപ്പെടുത്ത് അത് മൂടി. കിഴക്കോട്ടു തിരിഞ്ഞ് പുലരിയെ നോക്കി അയാളൊന്ന് പുഞ്ചിരിച്ചു. അപ്പോഴേക്കും പെങ്ങളെഴുന്നേറ്റു വന്നു.

"നല്ല ചായപ്പൊടീം ശർക്കരീം പൂളക്കിഴങ്ങും വേണപ്പോട്ടാ."

"പിന്നെ?" ഒരു പുഞ്ചിരിയല്ലാതെ അതിന് മറുപടിയുണ്ടായില്ല.

"ഞാനിറങ്ങുന്നു" പാനി തലയിലേറ്റി സാവധാനം നടന്ന് അയാൾ പടിയിറങ്ങി.

അയാളുടെ രീതിയങ്ങനെയായിരുന്നു. യാത്ര പറഞ്ഞു മൗനമായ ഒരൊറ്റ നടത്തം. ഗ്രാമത്തിന്റെ അതിർത്തി അവസാനിക്കുന്നിടത്ത് മുനിസിപ്പൽ അതിർത്തി തുടങ്ങുന്നിടത്തെ കോരന്റെ ചായപ്പീടികയ്ക്ക് മുന്നിലേ പിന്നീട് അയാൾ നിൽക്കൂ.

ഗ്രാമത്തെ സംബന്ധിച്ചിടത്തോളം ആ തണുപ്പു കാലത്തെ ഉണർച്ച വളരെ മന്ദഗതിയിലായിരുന്നു. ധൃതി പിടിച്ചെഴുന്നേറ്റിട്ട് അധികം പേർക്കും എങ്ങും പോകാനുണ്ടായിരുന്നില്ല. പലരും സൂര്യനുദിക്കുന്നതുവരെ പായിൽ ചുരുണ്ടുകിടന്നു. മറ്റു ചിലരെഴുന്നേറ്റു. ചപ്പുംചവറും അടിച്ചു കൂട്ടി തീയിട്ടു ചുറ്റുമിരുന്നു തീ കാഞ്ഞു.

പുഴയ്ക്കരികിലെ കുമാരൻനായരുടെ ചായപ്പീടികയിൽ അതിരാവിലെ തിരക്കായിരിക്കും. അവിടെ 'അര ചായയ്ക്കും ഒരു കഷ്ണം പുട്ടിനും മധുരംല്ലാത്ത ഒരു മുഴുവൻ ചായയ്ക്കും രണ്ടുമുക്കാലിനവിലി' നും വേണ്ടി പലരും കാത്തിരിക്കും. മുതലാളിയായിട്ടും തൊഴിലാളിയായിട്ടും അയാൾ ഒരാളേയുണ്ടായിരുന്നുള്ളൂ. എല്ലാ പണികളും ചെയ്യുന്നതിനിടയ്ക്ക് ചായ കുടിച്ചുപോകുന്നവരേയും അയാൾക്ക് ശ്രദ്ധിക്കേണ്ടിയിരുന്നു. പൈസയുടെ കാര്യത്തിൽ പലരോടും പലപ്പോഴായി ശണ്ഠ കൂടാറുണ്ടെങ്കിലും അയാളുമായിട്ടുള്ള ബന്ധം എല്ലാവരും നിലനിർത്തി. പച്ചക്കറി കച്ചവടക്കാരൻ ഉണിച്ചാത്തൻനായർ, പാലു കച്ചവടക്കാരൻ ചാപ്പൻനായർ, മീൻകച്ചവടക്കാരൻ അതൃമാൻമാപ്പിള, കോഴിമുട്ട കച്ചവടക്കാരൻ വീരാൻകോയ തുടങ്ങിയവർ അയാളുടെ സ്ഥിരം പതിവുകാരായിരുന്നു. അതിരാവിലെ പറമ്പുകളും വയലും നോക്കാനിറങ്ങുന്ന രാമൻ മാസ്റ്റർക്കും പതിവായി അയാളുടെ ചായ വേണമായിരുന്നു.

അന്നും പതിവുസമയത്ത് മാസ്റ്ററെത്തി, ഇരുന്നിടത്ത് ആരെയോ അന്വേഷിക്കുന്നമട്ടിൽ ഉള്ളാകെ നിരീക്ഷിച്ചു. "ആ ചെറുമൻ രാമൻ ചായ കുടിച്ചു പോയോ?"

"കണ്ടില്ല." കുമാരൻ നായർ പ്രതികരിച്ചു.

"പണിക്ക് വരാൻ പറഞ്ഞിട്ട് ന്നലെ വന്നില്ല. ഇവരുടെയൊക്കെ വിചാരെന്താ?"

"ന്നലെ പുഴക്കക്കരെയായിനി ഓന് പണി." ബെഞ്ചിൽ അടുത്തിരുന്ന ആൾ പറഞ്ഞു.

"ആളെ പറ്റിക്കയാ, കാണിച്ചുകൊടുക്കാം." അയാൾ പല്ലു ഞെരിച്ചു.

കുമാരൻ നായർ അരക്കുപ്പി കൊള്ളുന്ന ഗ്ലാസ് നിറയെ ചായ അയാൾക്ക് കൊണ്ടുവന്നു കൊടുത്തു.

"പാല് പോരല്ലോ" അയാൾ അതൊരിറക്ക് കുടിച്ചു. ഒരു കരണ്ടി പാൽ കൂടി കുമാരൻ നായർ അതിലൊഴിച്ചുകൊടുത്തു. ചായ കുടിച്ചു ഇടംവലം നോക്കാതെ അയാൾ ഇറങ്ങി നടന്നു. ഒന്നുരണ്ട് പറമ്പുകളിൽ കൂടി അയാൾക്ക് കയറിയിറങ്ങാനുണ്ടായിരുന്നു.

ഏഴ്

മാളുവമ്മ താമസിക്കുന്ന പറമ്പിലേക്ക് നടക്കുമ്പോഴായിരുന്നു അയാൾ പച്ചക്കറിക്കച്ചവടക്കാരൻ ഉണിച്ചാത്തൻ നായരെ കണ്ടുമുട്ടിയത്. "നല്ല കയ്പക്കയുണ്ടോ?"

"ഇല്ലല്ലോ."

"പിന്നെ കൊട്ടയിലെന്താ?"

"കുറച്ചുവരക്കയുണ്ട്, രണ്ടു പൊളിച്ചതേങ്ങേം."

"നമ്മുടെ ആയിടപാട് തീരെ മറന്നുപോയോ?"

"ഇല്ല, ഒരു നിവൃത്തീംല്ലാഞ്ഞിട്ടാ."

"പതിവു പല്ലവി" അയാൾ നടന്നു.

പറമ്പിലൂടെ ഒരോട്ട പ്രദക്ഷിണം നടത്തി. പതിവുപോലെ അയാൾ വീടിന്റെ മുമ്പിലെത്തി. മുറ്റത്തെ തൈത്തെങ്ങിൽ നിന്ന് ഒന്നുരണ്ടു മഞ്ഞുതുള്ളികൾ ഇറ്റുവീണു. അയാൾ മേൽപ്പോട്ടു നോക്കി. തലേന്നു രാത്രി മാളുവമ്മ തൊള്ളിട്ടുവലിച്ച തേങ്ങാക്കുല അൽപ്പം താണിരിക്കുന്നത് അയാൾ സൂക്ഷിച്ചുനോക്കി. എണ്ണിവെച്ചതിൽ കുലയിൽ ഒന്ന് കുറവ്!

"മാളോ..." ശബ്ദം മുഴങ്ങി. തെറ്റു ചെയ്തെന്ന ഭാവത്തിൽ അവർ പുറത്തേക്കെത്തി. "ആ കുലയിൽ നിന്നൊരെണ്ണം നീ വലിച്ചോ, കാണുന്നില്ല?" നിശ്ശബ്ദത.

"ചോദിച്ചത് കേട്ടില്ലേ, നീ തേങ്ങ വലിച്ചോ?"

"വലിച്ചു."

"ആരോട് ചോദിച്ചു വലിച്ചെടീ...?"

"ആരോടും ചോദിച്ചില്ല."

"ഇത് നിന്റച്ഛൻ തന്നതാഷ്ടംപോലെ വലിക്കാൻ?"

"അച്ഛൻ തന്നതല്ലെങ്കിലും കാരണവന്മാർ ഉണ്ടാക്കിയതാ" അവർക്ക് വിറച്ചു.

"അത് കഴിഞ്ഞുപോയെടീ, ഇതിപ്പോൾ എന്റേതാ."

"മാസ്റ്റർ മുക്കാൽ പുത്തനിത് തട്ടിയെടുത്തതാ."

"നീയെന്നെ പഠിപ്പിക്കയാണല്ലെ?"

"ഞാൻ പറഞ്ഞെന്നേയുള്ളൂ."

"നിന്നെ ഞാൻ പഠിപ്പിക്കും, നിന്റെ ഹുങ്ക് ഞാൻ കുറയ്ക്കും, അല്ലെങ്കിൽ ഞാൻ രാമനല്ല."

"ഈ മകരക്കൊയ്ത്തിനത് കണ്ടു." അയാൾ നിശ്ശബ്ദനായിപ്പോയി.

അയാളുടെ മനസിൽ ചിലത് മിന്നിമറഞ്ഞു. കഴിഞ്ഞ ഓണക്കാലത്ത് മകളുടെ പ്രായമാകാൻ പോന്ന, സൗന്ദര്യവും ആരോഗ്യവുമുള്ള അവരുമായി ലൈംഗികവേഴ്ചയ്ക്കുള്ള ശ്രമം പൊലിഞ്ഞുപോയതിലുള്ള നിരാശ! അന്ന് അവരുടെ കയ്യിലുള്ള കൊടുവാൾ കണ്ടു ഭയന്നുപോയി. അതൊരു പകയായി. "ആ മാളുവത്ര നല്ലവളല്ല, പണിക്കൊന്നും വിളിക്കണ്ട" അന്ന് ഭാര്യയോട് അയാൾ പറഞ്ഞു.

"പറയെടീ നീയാരോട് ചോദിച്ചു വലിച്ചു?" ആ പക പുറത്തുചാടി. അവർ പ്രതികരിച്ചില്ല. "പറയെടീ..., പറയെടീ...," ശബ്ദം ഉച്ചത്തിലായി. അപമാനിതയായി അവർ താഴോട്ടു നോക്കി നിന്നതേയുള്ളൂ. "നിന്റെ നാവിറങ്ങിപ്പോയോ?" അതിനും മറുപടിയുണ്ടായില്ല. "ഇത് നിന്റെ സൂത്രാ" അയാൾ വിറച്ചുകൊണ്ട് തിരിച്ചുപോയി.

എട്ട്

അമ്പലപ്പാറയുടെ തെക്കുഭാഗം ചെരിവിൽ ഒടിയൊടിയായി കിളച്ച പറമ്പിന്റെ ഏതാണ്ട് മധ്യത്തിലായിരുന്നു സാമാന്യം വലിയ ആ ഓലപ്പുര. ഒരു വൈകുന്നേരം എൺപത് കഴിഞ്ഞ ചീരുവമ്മ തനിച്ചേ അവിടെയുണ്ടായിരുന്നുള്ളൂ. മറ്റുള്ളവർ കുഞ്ഞുകുട്ടികളോടൊപ്പം അൽപ്പമകലെയുള്ള പുഴയിലേക്ക് കുളിക്കാൻ പോയതായിരുന്നു. നിശ്ശബ്ദതയിലാണ്ട ആ പരിസരത്തെ ഒരിളംകാറ്റ് തഴുകി. മുറ്റത്തെ നിറയെ പൂത്ത നാട്ടുമാവിൽ നിന്നു പഴുത്ത ഇലകളും മാമ്പൂക്കളും വീണുകൊണ്ടിരുന്നു. ആ പരിസരമാകെ മാമ്പൂവിന്റെ ഗന്ധം നിറഞ്ഞുനിന്നു.

പൂമുഖത്ത് ഒരോലപ്പായിൽ പിന്നിട്ട ജീവിതത്തെപ്പറ്റിയുള്ള ഓർമകളിലായിരുന്നു അവർ. പടർന്നുപന്തലിച്ച മാവിന്റെ ചില്ലകൾക്കിടയിലൂടെ സൂര്യരശ്മികൾ അവിടേക്കെത്തിനോക്കി. ഒരാത്മനിർവൃതിയിലെന്നോണം അവരുടെ ചുണ്ടുകൾ വ്യക്തമല്ലാത്തതെന്തോ മന്ത്രിച്ചു. സൂര്യൻ മാവിന്റെ മറവിൽ താണുതാണു പടിഞ്ഞാറുള്ള ആ കുന്നിന്റെ ഉച്ചിയിലെത്തി.

"ചീരോ്വാ...?" താഴത്തേലെ ഇക്കാവമ്മയെത്തി മുന്നിൽനിന്നു. "ചീരോ്വാ...?" കേൾക്കാതിരുന്നപ്പോൾ രണ്ടു കൈകൊണ്ടും അവർ ഒന്നു കുലുക്കി. ഉറക്കത്തിലെന്നോണം അവർ കണ്ണു തുറന്നു. "യ്യുറങ്ങായിനോ?"

"അല്ല."

"പിന്നെ?" അതിന് മറുപടിയുണ്ടായില്ല. "നല്ല പൊകേലണ്ടെങ്കിൽ മ്പളൊരിക്കത്തിന്നാ?"

"പൊകേലേന്റെ കാര്യൊന്നും പറയണ്ടക്കാവ്വോ." അവർ എഴുന്നേറ്റ് അകത്തുപോയി മുറുക്കാൻ പാത്രം കൊണ്ടുവന്നു. രണ്ടുപേരും വിസ്തരിച്ചൊന്നുമുറുക്കി, മുറ്റത്തേക്ക് നീട്ടിത്തുപ്പി അവർ പലതും പറഞ്ഞു. കള്ളിച്ചെടികളും വെള്ളാരംകല്ലും നിറഞ്ഞ ചെറിയൊര് മേട് കൊത്തിനിരത്തി ഒടിയൊടിയാക്കി മാറ്റിയ ജ്യേഷ്ഠന്മാരെപ്പറ്റി ചീരുവമ്മ പറഞ്ഞു. "ഒക്കെ നിക്കറിയ്യ ചീരോ്വാ, ആ എഴുത്ത് പള്ളിണ്ടായിന സ്ഥലം എങ്ങിനായിനീന്ന്."

"വലിയേട്ടനെ കണ്ടതോർമണ്ടോ?"

"പിന്നില്ലാതാ."

"മുത്താച്ച്യേ..., മുത്താച്ച്യേ...?", ആ ശബ്ദമവിടെയലച്ചു.

"ഇതാ വരുന്നു..." അവർ എഴുന്നേറ്റു.

"ആരാണ്ക്കാവ്വോ?"

"കുട്ടിമാളൂന്റെ മോളെ മോളാ, ഓള് തനിച്ചേള്ളു, എന്നാ ഞാനിറങ്ങട്ടെ." അവർ വീണ്ടും തനിച്ചായി. താനൊറ്റയാണെന്ന ചിന്ത പൊടുന്നനവെ അവരുടെ മനസിലുണ്ടായി. എന്നാൽ തനിക്കെല്ലാരുംണ്ടല്ലോ. അവർ ചിന്തിക്കാതേയുമിരുന്നില്ല. എങ്കിലും ആ ഏകാന്തത അവരിൽ വ്യർഥതാ ബോധമുളവാക്കി.

സൂര്യൻ പടിഞ്ഞാറുള്ള ആ കുന്നിൻചരിവിൽ മറഞ്ഞു. എന്നിട്ടും കുളിക്കാൻ പോയവരെത്തിയില്ല. "അമ്മ തനിച്ചേള്ളൂ?" മൂത്തമകൻ കണാരുനായരെത്തി.

"ഇവിടൊള്ളോരൊക്കെ കുളിക്കാൻ പോയിട്ടിച്ചിരിനേരായി കാണുന്നില്ല."

"നേരത്തെ കുളിച്ചുവരണംന്ന് അവരോട് അമ്മയ്ക്കൊന്ന് പറഞ്ഞൂടെ?"

"പറയാഞ്ഞിട്ടല്ല കണാരോ."

"മക്കളെ അങ്ങനെ പഠിപ്പിച്ചുണ്ടാക്കീക്കുന്നു... ന്നെക്കൊണ്ടധികം പറയിപ്പിക്കണ്ട." "മുത്താച്ച്യേ..., മുത്താച്ച്യേ... ത്തീര ഭസ്മം." രവി ഓടിക്കൊണ്ടെത്തി. അവർ ഒരുനുള്ള് ഭസ്മമെടുത്ത് അവന്റെ നെറ്റിയിൽ വരച്ചു.

"എവിടെടാ നിന്റെമ്മ?"

"ഓലൊക്കെ വരുന്നുണ്ട്."

"ഞാനിറങ്ങട്ടമ്മേ?"

"നിക്ക്. വിളക്ക് കണ്ടിട്ട് പോയ്ക്കോ."

"ഞാൻ കുളിച്ചിട്ടൊന്നുംല്ല" അപ്പോഴേക്കും കുളിക്കാൻ പോയവർ പടി കയറി. അവരെ ശകാരിച്ചുകൊണ്ട് അയാൾ പടിയിറങ്ങി.

ഒമ്പത്

ഏതാനും മാസങ്ങൾക്ക് മുമ്പായിരുന്നു ഗ്രാമത്തിന്റെ പടിഞ്ഞാറതിർത്തിയിലുള്ള ആ ടാറിടാത്ത പ്രധാന റോഡിൽനിന്ന് ആ കൊച്ചുബജാറിലൂടെ ഗ്രാമത്തിന്റെ കിഴക്കോട്ടൊരു മൺറോഡ് വെട്ടിക്കൂട്ടിയത്. തട്ടിയും മുട്ടിയും ഗ്രാമത്തിന്റെ കിഴക്കതിർത്തിയിൽ തലയുയർത്തി നിൽക്കുന്ന ആ വലിയ കരിങ്കൽക്കുന്ന് വരെ ചെറിയ വാഹനങ്ങൾക്ക് കടന്നുപോകാൻ പറ്റുന്ന വിധത്തിലായിരുന്നു അത്. തൊട്ടയൽഗ്രാമങ്ങളിൽ നിന്നുള്ളവർ നഗരത്തിലേക്ക് പോയിക്കൊണ്ടിരുന്ന നടവരമ്പ് അങ്ങനെ റോഡായി മാറുകയായിരുന്നു. 'പുതിയ നിരത്ത്' എന്ന് അതിന്നൊരു പേരുമുണ്ടായി. കാൽനടക്കാരും ചുമട്ടുകാരും വിരലിലെണ്ണാവുന്ന ട്രാളിക്കാരും കുറഞ്ഞ സൈക്കിൾകാരും അതിലൂടെ ദിവസവും യാത്ര ചെയ്തു. ഗ്രാമത്തിന്റെ രക്ഷാധികാരത്വം ചമഞ്ഞ് യുഗങ്ങളായി ഒരജയ്യ

നെപ്പോലെ തലയുയർത്തി നിന്ന ആ പാറക്കുന്ന് ഒരിക്കൽ ഐശ്വര്യം കെട്ട ആ അമ്പലസ്വത്തുക്കളിൽ പെട്ടതായിരുന്നു. ചിലപ്പോൾ പ്രായ മുള്ള വിശ്വാസികൾ അതിന്റെ മുന്നിലും കൈകൂപ്പുക പതിവായിരുന്നു. മുമ്പേ താവഴി പിരിഞ്ഞു പിരിഞ്ഞു തളർന്നുപോയ ഒരു നായർ തറവാ ട്ടുകാരുടെ കൈവശമായിരുന്നു അത്.

അന്ന് അതിരാവിലെ അതിലൂടെ ചെങ്കുത്തായി കിടക്കുന്ന പാറക്കു ന്നിലേക്ക് ഒരു ജീപ്പ് വന്നെത്തി. അടുത്തിടെ കരാർ രംഗത്തേക്ക് കടന്ന മുതലാളി അതിൽ നിന്നിറങ്ങി. ഡ്രൈവർ ജീപ്പ് പടിഞ്ഞാറോട്ട് തിരിച്ചു നിർത്തി. മുതലാളി നിന്നിടത്ത് ആ കരിമ്പാറക്കുന്നിനെ സൂക്ഷിച്ചുനോക്കി. കട്ടിക്കരിമ്പാറ!

പിന്നീട് അതിന് ചുറ്റും സാവധാനം നടന്നു. 'ഇവൻ കേമനാണ്, കടുപ്പക്കാരനാണ്' അയാളുടെ മനസ്സ് മന്ത്രിച്ചു. അതിന്റെ അടിഭാഗത്ത് എഴുതിവെച്ച 'ആർ, പി, കെ' തുടങ്ങിയ ഇംഗ്ലീഷ് അക്ഷരങ്ങളും 'കവി' 'നാനാക്ക്' 'മരം' തുടങ്ങിയ വാക്കുകളും അവയ്ക്കിടയിൽ കുറെ മനു ഷ്യചിത്രങ്ങളും വരച്ചുവെച്ചത് അയാൾ കണ്ടു. മറുവശമുള്ള പ്രൈമറി സ്കൂളിൽ പഠിക്കുന്ന കുട്ടികളുടെ വകയാണതെന്ന് അയാൾക്ക് മനസി ലായി. “ആ തനിയൻ കുട്ടിയോട് വരാൻ പറഞ്ഞിരുന്നില്ലെ?” പെട്ടെ ന്നെന്തോ ഓർത്തിട്ടെന്നോണം അയാൾ ഡ്രൈവറുടെ നേരെ തിരിഞ്ഞു.
“പറഞ്ഞിരുന്നു”

“കാണുന്നില്ലല്ലോ.” അയാൾ പടിഞ്ഞാറോട്ട് നോക്കി. അപ്പോൾ കണ്ണെത്താവുന്നിടത്ത് ഒരാൾ ധൃതിയിൽ നടന്നുവരുന്നത് അയാൾ കണ്ടു. അത് തനിയൻ കുട്ടിയായിരുന്നു. ബജാറിൽ നിന്ന് ചായ കുടിച്ച് അവിടേ ക്കെത്താൻ ധൃതിപ്പെടുകയായിരുന്നു അയാൾ.

വാർധക്യത്തിലേക്ക് കടന്നു ശേഷിപ്പുള്ള ജീവിതം മറ്റൊരു രംഗത്ത് പരീക്ഷിക്കാനുള്ള തയാറെടുപ്പോടെയായിരുന്നു അയാൾ നടന്നു നീങ്ങി യത്. ഒരിക്കലും പിഴുതെറിയാൻ പറ്റാത്ത വിധത്തിൽ ജീവിതത്തോട് അള്ളിപ്പിടിച്ച വയലേലകൾ കൈവെടിയേണ്ടിവരുമെന്ന് അയാളൊരി ക്കലും വിചാരിച്ചിരുന്നില്ല. എന്നാൽ പലവട്ടം അവിടെനിന്നും പിഴുതെറി ഞ്ഞവനാണ് താനെന്ന് അയാൾ ഓർക്കാതെയുമിരുന്നില്ല. അതോടെ മാസ്റ്റർ, അധികാരി തുടങ്ങിയവർ അയാളുടെ മനസിലൂടെ കടന്നുപോയി. അവരുടെ പിടിയിൽനിന്ന് കുതറിമാറാനുള്ള മോഹത്തിന് അതിരില്ലായി രുന്നു! അയാൾ ദീർഘശ്വാസം ചെയ്തു.

കരാറുകാരൻ പുഞ്ചിരിയോടെ അയാളെ സ്വാഗതം ചെയ്തു. അയാൾക്ക് ആ പാറ പൊട്ടിച്ചു പലതരത്തിലുള്ളതാക്കി കിട്ടേണ്ടിയിരുന്നു. നഗരത്തിൽ കരിങ്കല്ലിൽ പണിയേണ്ട കേന്ദ്രഗവൺമെന്റാപ്പീസും റിപ്പയറും ടാറിംഗും വേണ്ട ദേശീയപാതയും മറ്റും അയാളുടെ മനസിലൂടെ കട ന്നുപോയി.

“എങ്ങിനെണ്ടിത്?”

"കടുപ്പക്കാരനാ"

"അതാണാവശ്യം." നിമിഷനേരത്തേക്ക് നിശ്ശബ്ദത അവിടെ തങ്ങി നിന്നു. ഡ്രൈവർ കോട്ടുവായിട്ടു.

"എന്തൊക്കെ വേണംന്ന് തനിയൻകുട്ടിക്കറിയാമോ?"

"ഇല്ല."

"എന്നാൽ കേട്ടോളൂ. ചുമര് കെട്ടാൻ പാകത്തിലുള്ളവ, റോഡിന് വേണ്ടവ." അപ്പോഴേക്കും ഒന്നുരണ്ട് പേർ അവിടെയെത്തി.

"പണി തുടങ്ങുന്നതിന് എന്തൊക്കെയാ വേണ്ടത്?"

"കട്ടപ്പാര, പിക്കാസ്, ഹാമ്മർ, പടന്ന ഒക്കെ വേണം. കൂടാതെ വെടി മരുന്നും."

"ഒട്ടും താമസിയാതെ പണിയുടനെ തുടങ്ങണം. മെറ്റലിനും ബോള റിനും അത്ര തിടുക്കംണ്ട്. പണിയായുധങ്ങൾ ഇന്നു തന്നെ വാങ്ങണം."

"വെടിമരുന്നോ?"

"അതിനുള്ള ഏർപ്പാടും ചെയ്യണം. ഞാൻ മേസ്തിരിയെ ഇങ്ങോട്ട യക്കാം, വേണ്ട പണിക്കാരേയും ഏൽപ്പിക്കണം." അയാൾ പോക്കറ്റിൽ നിന്ന് അഞ്ചു പത്ത് രൂപ നോട്ടുകളെടുത്ത് നീട്ടിയിട്ട് വാച്ചിലേക്ക് നോക്കി പോകാൻ ഭാവിച്ചു.

"ഈ പാറയെടുത്തത് നിങ്ങളാണോ?" അപ്പോഴേക്കും അവിടെയെ ത്തിയവരിൽ വൃദ്ധൻ അയാളെ നോക്കി.

"അതെ."

"നിങ്ങളിത് കണ്ടവരെക്കൊണ്ട് പൊട്ടിച്ചു കഷ്ണം കഷ്ണാ ക്കുംല്ലെ?"

"അതിന്ന് വേണ്ടിയാണിതെടുത്തത്."

"ഇത് പരദേവതയുടേതാ, പണ്ടും മുന്നീം താണ ജാതിക്കാർ വന്നി തശുദ്ധാക്കീട്ടില്ല, നിങ്ങളത് ചെയ്യാൻ പോകുന്നു, ഈ പൊന്നിനെ നിങ്ങ ളില്ലാതാക്കാൻ പോകുന്നു, ഈ നാട് മുടിയാൻ പോകുന്നു.... എന്റെ നാട്" അയാൾ മേൽപ്പോട്ട് നോക്കി കണ്ണടച്ചു.

"എന്നാൽ പറഞ്ഞതുപോലെ ചെയ്യൂ." അയാൾ തനിയൻകുട്ടിയെ നോക്കി. അപ്പോഴേക്കും ഡ്രൈവർ ജീപ്പ് അയാളുടെ മുന്നിൽ കൊണ്ടു വന്നു നിർത്തി. നിമിഷങ്ങൾക്കകം അത് നഗരത്തെ ലക്ഷ്യംവെച്ചു നീങ്ങി.

പത്ത്

അന്ന് വെള്ളിയാഴ്ച. വീരാൻ കോയയുടെ സ്വന്തം ഗ്രാമത്തിലൂടെ യുള്ള കച്ചവടദിവസം. ഉച്ചവരെ കച്ചവടവും പിന്നീട് പള്ളിയിൽ പോക്കും. വെള്ളിയാഴ്ചകളിലെ അയാളുടെ പതിവങ്ങനെയായിരുന്നു. മറ്റു ദിവസ ങ്ങളിൽ തൊട്ട അയൽഗ്രാമങ്ങളിലൂടെയായിരുന്നു അയാളുടെ കച്ചവടം. ഒരു കയ്യിൽ ചരക്ക് നിറച്ച കയറിന്റെ കാതുള്ള കുട്ടയും മറ്റേ കയ്യിൽ

വളഞ്ഞ കാലുള്ള ഒരു മുഴുവൻ മാൻമാർക്ക് ശീലക്കുടയും പിടിച്ചായിരുന്നു ആവാസകേന്ദ്രങ്ങളിലൂടെയുള്ള അയാളുടെ യാത്ര.

"കല്ല്യാണ്യേ കോഴിമുട്ട എടുത്തുവെച്ചേ, വീരാൻ വരുന്നതും പോകുന്നതും കാണില്ലേ." അന്ന് രാവിലെ ചീരുവമ്മ മകളെ ഓർമിപ്പിച്ചു. "നിയ്യ് വീരാൻ മാപ്പിള വരുന്നുണ്ടോന്ന് നോക്കണേ രവ്യേ." കല്യാണിയമ്മ പേരക്കിടാവിന്റെ നേരെ തിരിഞ്ഞു.

"ഒരു പന്ത് വാങ്ങിത്തരോ?" അവൻ പടിക്കൽ കാവൽ നിന്നു.

"മോനിപ്പൊഴേവ്ട നിക്കണ്ട, അയാള് വരാനായിട്ടില്ല, ന്ന് സ്കൂളിൽ പോകാനില്ലേ?" ചീരുവമ്മ അവിടേക്ക് ചെന്നു.

"പോകാന്ണ്ട്, ന്നാലും ഞാന്വിട നിക്കാ."

"യ്യ് ന്ന് സ്ലെയ്റ്റിൽ നോക്കിയെഴുതിയോ?"

"ണ്ട്" അവർ തിരിച്ചുപോയി.

അപ്പോഴേക്കും ഒരു ചെറിയ കൈക്കുട്ട നിറയെ കോഴിമുട്ടയുമായി കല്ല്യാണിയമ്മ അവിടെയെത്തി. ചുറ്റുവട്ടത്തുള്ള പെണ്ണുങ്ങളും കോഴിമുട്ടയുമായെത്തി. "ഒന്ന് വേഗം നടക്കിൻ." അടുത്തെത്തിയ അയാളെ അവർ കൂട്ടത്തോടെ വരവേറ്റു.

"ഞമ്മളെ ഒന്ന് ബെക്കത്തിൽ കയ്ച്ചിലാക്കണേ" അയാൾ അവരുടെ മുന്നിലെത്തി. "കോഴിമുട്ടക്കന്ത്ണ്ട് വില"? കൂട്ട ശബ്ദം.

"പത്ത് കാശ്."

"റബ്ബർ പന്തുണ്ടോ? ചാന്ത്ണ്ടോ? കുപ്പിവളണ്ടോ? പൂച്ചാപ്പ സോപ്പുണ്ടോ? ലിംഡ സോപ്പുണ്ടോ? കോമന്നാരുടെ പാട്ട് പുസ്തകംണ്ടോ?"

"ണ്ട്, ണ്ട്, ണ്ട്," കുറഞ്ഞ സമയംകൊണ്ട് ധാരാളം വാങ്ങൽ കൊടുക്കലുകൾ നടന്നു. സ്ത്രീകൾ ഓരോരുത്തരായി സ്ഥലം വിട്ടു.

"നിക്ക് പന്ത്?" അവസാനം രവി അമ്മമ്മയെ നോക്കി.

"ഓനൊര് പന്ത് കൊടുത്തേക്കിൻ." കയ്യിൽ കിട്ടിയ പന്ത് തട്ടിക്കൊണ്ട് അവൻ ഓടി.

"കോയിമുട്ടണ്ടോ....?" അടുത്ത താവളത്തിലേക്കുള്ള ഒരു മുന്നറിയിപ്പുമായി അയാൾ പുറപ്പെട്ടു.

പതിനൊന്ന്

പൂതിക്ക് പുത്തരിയുണ്ണാൻ ചീരുവമ്മയ്ക്ക് രണ്ടു കണ്ടം വയലേയുണ്ടായിരുന്നുള്ളൂ. അതിൽ കന്നിയും മകരവും കൃഷിയുണ്ടാക്കിപ്പോന്നു. മൂത്തമകൻ കണാരുനായർ അതിന്റെ ചുമതലകൾ നിവൃത്തിച്ചു. എന്നാൽ അവർക്ക് തറവാട്ടുവക കാരണവന്മാർ ഉണ്ടാക്കിയതും ഭർത്താവിനാൽ കിട്ടിയതുമായ ആറേഴ് പറമ്പുകളുണ്ടായിരുന്നു. എട്ടൊമ്പതേക്ര ഭൂമി വരുമായിരുന്നു അത്. എല്ലാം ജന്മവുമായിരുന്നു. അവിടങ്ങളിൽ നല്ല കായ്ഫലമുള്ള ഇടത്തരം തെങ്ങുകൾ നിറഞ്ഞുനിന്നു. അവരുടെ

മൂന്നാൺമക്കളും രണ്ട് പെൺമക്കളും കട്ടയും കല്ലും ചേർത്തുണ്ടാക്കിയ അവിടങ്ങളിലെ പുരകളിൽ താമസിച്ചുപോന്നു. എല്ലാം മൂത്ത മകൻ കണാരുനായർ കൈകാര്യം ചെയ്തുപോന്നു. അയാൾ അംശം കോൽക്കാരനുമായിരുന്നു.

ചീരുവമ്മ ഇളയ മകളോടൊപ്പം തറവാട്ടിലായിരുന്നു അപ്പോൾ താമസം. മൂന്നും നാലും കൊല്ലങ്ങൾ കൂടുമ്പോൾ കാരണവർ കണാരുനായർ ശീട്ട് കശക്കുന്നതുപോലെ ആ കുടുംബങ്ങളെ ആകെയൊന്ന് കശക്കുക പതിവായിരുന്നു. ആ കശക്കലിൽ അയാളടക്കം എല്ലാവരുടേയും വീടുകൾ മാറിമറയും. ഇളയ മകൾ എവിടെയാണോ അവിടെയായിരിക്കും ചീരുവമ്മ. അവസാനമായി അവർ വീടുകൾ മാറിയിട്ട് നാലു കൊല്ലത്തോളമായിരുന്നു. വീണ്ടും ഒരു കശക്കലിനെപ്പറ്റിയുള്ള ആലോചനയിലായിരുന്നു കാരണവർ. മൂത്ത കുട്ടിയെ സ്കൂളിൽ ചേർക്കുമ്പോൾ താമസിച്ച വീട്ടിലായിരിക്കില്ല രണ്ടാമത്തെ കുട്ടിയെ ചേർക്കുമ്പോൾ താമസിക്കുന്നുണ്ടാവുക. അങ്ങനെ വ്യത്യസ്ത വീട്ടുപേരുകൾകൊണ്ട് സ്വന്തം കുട്ടികൾ അന്യരെപ്പോലെ തോന്നിപ്പിക്കുന്നല്ലോ എന്ന വേവലാതിയിലായിരുന്നു മുൻ പട്ടാളക്കാരനായ അവരുടെ രണ്ടാമത്തെ മകൻ.

താമസിച്ചിരുന്ന പറമ്പിന് ചുറ്റും അന്ന് ഒരു ഊന്നുവടിയും കുത്തി അവർ സാവധാനം നടന്നു. ഇടയ്ക്കിടയ്ക്ക് അങ്ങനെ നടക്കുകയെന്നത് അവരുടെ ഒരു ശീലമായിരുന്നു. പറമ്പിന് ചുറ്റും കെട്ടിയ വേലി വല്ലവരും പൊളിച്ചിട്ടുണ്ടോ, വേലിക്കപ്പുറത്ത് അമ്പലം വക കല്ലും മേടുമുള്ള ആ ഒഴിഞ്ഞ സ്ഥലത്ത് വേലിക്കെത്തത്തക്ക വിധത്തിൽ പലരും കൊണ്ടുവന്നു കെട്ടാറുള്ള നാൽക്കാലികൾ വേലി കുത്തിപ്പൊളിച്ചിട്ടുണ്ടോ എന്നൊക്കെ അവർ പരിശോധിച്ചുപോന്നു. കൂട്ടത്തിൽ മരിച്ചുപോയ അച്ഛനെയും അമ്മയെയും ഏട്ടൻകാരണവന്മാരെയും മറ്റും മനസിൽ കാണുകയും പതിവായിരുന്നു. അവരുടെയെല്ലാം അധ്വാനമാണതെന്നും ഗ്രാമത്തിലെ ആഢ്യരായ ജന്മിമാരുടെയും പണക്കാരുടെയും മുന്നിൽ തല കുനിക്കാത്തവരായിരുന്നു അവരെന്നും അവർ അപ്പോഴൊക്കെ അഭിമാനം കൊള്ളാറുമുണ്ടായിരുന്നു.

എന്നാൽ ജ്യേഷ്ഠന്മാർക്ക് കൂടി അവകാശപ്പെട്ട സ്വത്തുക്കൾ അവരാരും തന്നെ ഭാര്യമാർക്കോ മക്കൾക്കോ ഒരിഞ്ചുപോലും കൊടുത്തിട്ടില്ലെന്നും തനിക്ക് ഭർത്താവിന്റെ വക കൂടി കിട്ടിയിട്ടുണ്ടെന്നും അവർ അപ്പോഴൊക്കെ ഓർക്കാതെയുമിരുന്നില്ല. കെട്ടിയിട്ട് ഒരു കൊല്ലമാകാറായ വേലി ചിതല് കേറി അവിടവിടെ പൊളിയാറായത് കണ്ടതോടെ അവരുടെ ചിന്ത മാറി. കൊയ്ത്ത് തുടങ്ങുമ്പോഴേക്കും കയറൂരി വിടുന്ന നാൽക്കാലികൾ ബാക്കിയുള്ളതുകൂടി പൊളിക്കുമല്ലോ, കണാരു വന്നാലതൊന്ന് പറയണം. അവർ കയ്യിലെ വടികൊണ്ട് ചിതല് തട്ടി. രാത്രി പണി കഴിഞ്ഞെത്തിയ ഗോപിയോട് അവർ അത് പറഞ്ഞു. "വേലി കെട്ടാൻ അമ്മോൻ വാളാഞ്ചിയെ ഏൽപ്പിച്ചിട്ടുണ്ട്."

"അതിന് കൊയ്ത്തിപ്പം തുടങ്ങില്ലേ?"
"അപ്പോഴേക്കും കെട്ടും വല്ല്യമ്മെ."

പന്ത്രണ്ട്

മാളുവമ്മയേയും മക്കളേയും എങ്ങനെ തളച്ചിടാമെന്ന ആലോചനയിലായി മാസ്റ്റർ. അങ്ങനെയാണ് അവർ താമസിക്കുന്ന പറമ്പിന് ചുറ്റുമുള്ള വേലിക്ക് പുറമെ ആ വീടിന് ചുറ്റും ഒരാളുയരത്തിലുള്ള വേലി കുടി വേണമെന്ന മോഹം അയാളിലുണ്ടായത്. അതിന് വേലികെട്ടുകാരായ തനിയൻകുട്ടിയെയും രാമനെയും കണ്ടിട്ട് അയാൾ പറഞ്ഞു

"ഇക്കൊല്ലം ഒരു പുതിയ പണികൂടിണ്ട്.

"പാറപ്പണീന്ന് തലയൂരാനാവില്ലല്ലോ തമ്പ്രാനേ, വേറ്യാരെങ്കിലും ഏൽപ്പിച്ചുതരാ."

"പോരാ അത് നിങ്ങൾ തന്നെ കെട്ടിയാലേ ഭംഗിയാവൂ."

"ആവില്ല തമ്പ്രാനേ..."

"പണിക്ക് വന്നേ പറ്റൂ." അതിന് മറുപടിയുണ്ടായില്ല.

"ധിക്കാരം, ഇതെപ്പോഴും ഓർമിച്ചോളണം." ആ ശബ്ദം വിറച്ചു.

ഉയർന്ന ഉറപ്പുള്ള ഒരു മുള്ളുവേലിയെ ഭേദിച്ചു മുന്നോട്ടു പോകാനുള്ള കരുത്ത് മാളുവമ്മയ്ക്കുണ്ടാവില്ലെന്ന് അയാൾ വിചാരിച്ചു. അവരെ സഹായിക്കാൻ പെട്ടെന്ന് നാട്ടുകാരും തയാറാവില്ലെന്ന് അയാൾ കരുതി. എങ്കിലും അത് കെട്ടിക്കൊടുക്കാനാവില്ലെന്ന് തീർത്തുപറഞ്ഞ തനിയൻകുട്ടിയോടും രാമനോടും അയാൾക്ക് തീർത്താൽ തീരാത്ത പകയും തോന്നി. പിന്നീട് അയാൾ വാളാഞ്ചിയെ അന്വേഷിച്ചു ചെന്നു. പുഴക്കയ്ക്കരെ പണിക്ക് പോയെന്ന് ചെറുമി പറഞ്ഞതുകേട്ടപ്പോൾ അയാൾ ഒച്ചവെച്ചു.

"ആരോട് ചോദിച്ച് പോയെടീ...?"

"അറീല തമ്പ്രാനേ."

"നാളെ എന്നെ കണ്ടിട്ടേ പണിക്ക് പോകാവൂന്ന് പറയണം." സമനില തെറ്റിയതോടെ അയാൾ പിന്നീടവിടെ നിന്നില്ല.

പതിമൂന്ന്

വെള്ളിയാഴ്ചകളിൽ അതൃമാനും കച്ചവടത്തിന് പോകാറില്ലായിരുന്നു. പള്ളിയിൽ പോകലും കെട്ടിയവളെയും മക്കളെയും പഠിപ്പിക്കലുമായിരുന്നു അന്നത്തെ അയാളുടെ തൊഴിൽ. അന്നൊരു വെള്ളിയാഴ്ച. "അബോക്കറിന്ന് പള്ളീപോണം, ഖുറാനോതണം." രാവിലത്തെ വാപ്പയുടെ കൽപ്പന അവൻ തല താഴ്ത്തിനിന്ന് കേട്ടതേയുള്ളൂ. എന്നാൽ അയാൾ പുറത്തേക്കിറങ്ങിയ തക്കം നോക്കി അവനും പടിയിറങ്ങിപ്പോയി. അയാൾ തിരിച്ചെത്തി അവനെ അന്വേഷിച്ചു. അറിയില്ലെന്ന ഭാര്യയുടെ

മറുപടി രണ്ടുപേരോടുമുള്ള അയാളുടെ ദേഷ്യം ഇരട്ടിപ്പിച്ചതേയുള്ളൂ. പള്ളിയിൽ പോകുന്നതുവരെ അയാൾ മുറുമുറുത്തുകൊണ്ട് സമയം പോക്കി. ജുമ നമസ്കാരം കഴിഞ്ഞ് പതിവുപോലെ അയാൾ തിരിച്ചെത്തിയില്ല. സന്ധ്യക്ക് കോപംകൊണ്ട് കലിതുള്ളി വിറച്ചുംകൊണ്ടാണയാളെത്തിയത്. ജലപാനമില്ലാതെ ബീപാത്തു കാത്തിരിക്കയായിരുന്നു. അബൂബക്കർ അപ്പോഴും എത്തിയിരുന്നില്ല. സ്കൂളില്ലാത്ത ദിവസങ്ങളിൽ അവന്റെ പതിവതായിരുന്നു. ആരെന്ത് പറഞ്ഞിട്ടും ഉപദേശിച്ചിട്ടും ആ സ്വഭാവത്തിലൊരു മാറ്റമുണ്ടായില്ല.

സന്ധ്യ മയങ്ങിയിട്ടും കൂട്ടിലാക്കാതെ തെങ്ങിൻമിരട്ട് കെട്ടിയിട്ട ആടും മക്കളും കരച്ചിൽകൂട്ടി. കോഴിയും മക്കളും കോലായത്തിണ്ണയിൽ സ്ഥാനംപിടിച്ചു. പിരിക്കാൻവേണ്ടി പാകപ്പെടുത്തിവെച്ച ചകിരിത്തുപ്പ് അതേപടി കിടന്നു. ഒന്നിലും ശ്രദ്ധയില്ലാതെ ബീപാത്തു ഒരു സ്വപ്ന ലോകത്തിലെന്നോണമിരുന്നു. മകൻ എത്തിയിട്ടില്ലെന്നറിഞ്ഞ് നരിക്ക് മുറിഞ്ഞമാതിരി അയാൾ പുരയ്ക്ക് ചുറ്റും നടന്നു.

അപ്പോഴായിരുന്നു അവൻ തലയും താഴ്ത്തിയെത്തിയത്. കണ്ട പാടെ അയാൾ ചാടിപ്പിടിച്ച് അവന്റെ മുഖത്ത് ആഞ്ഞൊരടി കൊടുത്തു.

"ന്റെമ്മോ..."

"ന്റെ മോനെ കൊന്നേ...."

"ന്റെക്കാക്കോ...." കൂട്ടനിലവിളിയുയർന്നു.

"എല്ലാറ്റിനേം കൊന്നിട്ട് ഞമ്മളും ചാവും." അയാൾ ഒച്ചവെച്ചു.

"അതൃമാനേ....?" ബഹളം കേട്ടു ചീരുവമ്മ സാവധാനം തിണ്ടത്തെത്തി. അത് കേട്ടില്ലെന്ന് ഭാവിക്കാൻ അയാൾക്കായില്ല. "ഇല്ലുമ്മാ ഞമ്മളൊന്നും കാട്ടിട്ടില്ല."

"ബീപാത്തോ, ആ ചിമ്മിനി വിളക്കൊന്ന് കത്തിച്ച് കോലായിൽ വെക്ക്, എന്തായിതൊക്കെ അതൃമാനേ?"

"അമ്മോ ങക്ക് കേക്കണോ ഇബ്‌റൊന്നും ഞമ്മള് പറയണത് കേക്ക്ണ്ല്ല."

"അങ്ങനേ്യാ?"

"അല്ലമ്മോ" ബീപാത്തു അവിടെയെത്തി.

"അതൃമാനെ യ്യൊന്ന് ക്ഷമിക്ക്."

"ഞമ്മളൊന്നിനും പോണ്ല്ല, അമ്മങ്ങോട്ട് പോയ്ക്കോളിൻ."

"ഞാൻ പോവ്വാണേ."

അവർ തിരിഞ്ഞുനടന്നു. സാവധാനം ആ കലഹം കെട്ടടങ്ങി.

പതിനാല്

തിരുവാതിരക്കാലത്തെ ഒരു രാത്രി. ഇളംനിലാവ്. എട്ടുമണി കഴിഞ്ഞപ്പോഴേക്കും ആ ബജാർ നിശ്ശബ്ദമായി. ഊട് റോഡിന്റെ വടക്ക് ഭാ

ഗത്തെ കുന്നിൻചെരിവിൽ ശീട്ടുകളിച്ചുകൊണ്ടിരുന്ന ചെറുപ്പക്കാർ കളി അവസാനിപ്പിച്ചവിടെയെത്തി, ചില അപസ്വരങ്ങളുണ്ടാക്കി പലവഴിക്ക് പിരിഞ്ഞു. കുന്നിൽനിന്ന് ഒരുകൂട്ടം കുറുക്കന്മാർ ഓരിയിട്ടു. സരോജിനിയമ്മ മങ്ങിക്കത്തിയ റാന്തൽ വെളിച്ചത്തിൽ അപ്പോഴും കാത്തിരിക്കയായിരുന്നു.

"ആവൂന്റമ്മേ...?" ശങ്കരൻനായരുടെ വേദനയുടെ വിങ്ങലുകൾ. കാലിലെ വ്യണം നാറുന്നത് കാരണം അയാളെ ആരും തിരിഞ്ഞു നോക്കാറില്ലായിരുന്നു.

"ആവൂന്റമ്മേ...?"

"ശങ്കരൻനായരേ?" അൽപ്പം തുക്കത്തിലെത്തിയ നാരായണൻ നായർ അടുത്തേക്ക് ചെന്നു.

"വിശക്കുന്നൂ..."

"ഇന്നൊന്നും കഴിച്ചില്ലേ?"

"ഇല്ല."

"എന്തേ?"

"കൊണ്ടുവന്നു തരാനാളില്ല." ഒരിളം തെന്നൽ അവരെ തലോടി.

"നാറുന്നല്ലോ."

"എന്ത് ചെയ്യാനാ?"

"ശെരി, ഞാനിപ്പം വരാ."

പുരയിൽ ചെന്ന് തന്റെ അത്താഴത്തിൽ പകുതി ഒരിലയിലാക്കി പൊതിഞ്ഞ് ബക്കറ്റിൽ വെള്ളവുമായി അയാളവിടെയെത്തി. "ഇത് കഴിച്ചോളൂ" കോടിക്കിടന്ന ശങ്കരൻനായരെ അയാൾ പിടിച്ചെഴുന്നേൽപ്പിച്ചു. ആർത്തിയോടെ അയാൾ അത് വാരിത്തിന്നു.

"വെള്ളംണ്ട് ബക്കറ്റിൽ."

"അതിന്ന് ന്റെ കയ്യൊന്ന് പിടിക്കിൻ." വെള്ളം കുടിച്ച്, അയാൾ കൈകഴുകി.

"ദൈവം ഇന്നിതാണ് വിധിച്ചത്."

"ദൈവം, ദൈവം" നാരായണൻ നായർ അതിരുവിട്ടു.

നിമിഷങ്ങൾ നീങ്ങി. "കാലിന്നെന്ത് പറ്റിയതാ?"

"അതൊന്നും പറയണ്ട, മുമ്പ് ഒരു ചെറിയ മുറിവ് പറ്റിയതായിനി. അന്നതത്ര കാര്യാക്കിയില്ല, ഒരു കഷ്ണം തുണിയെടുത്തത് കെട്ടി. പിറ്റേന്നേക്കത് പഴുത്ത് ചലിയിച്ചു. തേച്ചു കഴുകുകയൊന്നും ചെയ്തില്ല. ആദ്യം കെട്ടിയ തുണിയുടെ മീതെ വീണ്ടും കെട്ടി. ദിവസവും അതാവർത്തിച്ചു. ദിവസങ്ങൾ പിന്നിട്ടപ്പോഴേക്കും ആദ്യം കെട്ടിയ തുണി വ്യണത്തിന്റെ ഉള്ളിലായിപ്പോയി."

"നിങ്ങൾ കുളിക്കാറില്ലായിനോ?"

"അതുംണ്ടായിനി, കാലിനൊരു കെട്ട് ആവശ്യമാണെന്ന് തോന്നി."

"കണ്ണ് പൊട്ടിയത് പോരാഞ്ഞിട്ടോ?"

"അതെ."
"എന്നിട്ടെന്തായീ?"
"ഇതാ, ങ്ങിനെയൊക്കെ."
"ഇനിയെന്താ കണ്ടത്?"
"കാണാനൊന്നുംല്ല, ഇവിടുന്നെവിടേക്കെങ്കിലും പോവ്വാ."
"പോവാൻ പറ്റ്വോ?"
"പോവാതിരിക്കാൻ പറ്റില്ല."
"അതെന്താ?"
"കച്ചവടം നിർത്തേണ്ടി വരുമെന്നാ പീടികക്കാർ പറയുന്നത്."
"നിർത്തിക്കോട്ടേ, നിങ്ങൾക്കെന്താ?"
"എനിക്കൊന്നുംണ്ടായിട്ടല്ല, അവരെന്നെ പോക്കും."
"എവിടേക്കാ പോവ്വാ?"
"അതെനിക്കും അറിയില്ല."
"മനസിതുവരെ നേരെയായിട്ടില്ല?"
"അതിന്ന് ഞാൻ മരിക്കണം."
"ഞാനിപ്പോൾ പോകട്ടേ?"
"ആട്ടെ," അയാൾ നടന്നു.

പതിനഞ്ച്

കുന്നുകളും മേടുകളുമായിരുന്നു ഗ്രാമത്തിലവിടവിടെ. ആവാസ കേന്ദ്രങ്ങൾ അവയ്ക്ക് ചുറ്റുമായിരുന്നു. അവയ്ക്കിടയിൽ അറ്റമില്ലാത്ത പാടം നിറഞ്ഞുനിന്നു. നൂറ്റാണ്ടുകൾക്കുമുമ്പ് പലയിടങ്ങളിൽനിന്നും വന്നെത്തിയവരായിരുന്നു പൂർവികർ. നിലവിലുള്ള ഗ്രാമമാതൃക രൂപപ്പെടുത്തിയതവരായിരുന്നു. പിന്മുറക്കാർ വലിയൊരു പരിക്കേൽപ്പിക്കാതെ ആ ഭൂപ്രകൃതിയെ കാത്തുസൂക്ഷിച്ചുപോന്നു.

മൂടൽമഞ്ഞിനാൽ തടയപ്പെട്ടതുപോലൊരു പ്രഭാതമായിരുന്നു അന്ന്. മഞ്ഞുമൂടിയ ആ ചെറിയ കുന്ന് ഒരു തടിച്ച വെള്ളമേഘംപോലെ തോന്നിച്ചു. മഞ്ഞിനെ ഭേദിച്ചു വളരെ താമസിച്ചേ സൂര്യരശ്മികൾ ഉള്ളിൽ കടന്നുള്ളൂ. അത് കൊയ്തുകഴിഞ്ഞ നെല്ലിൻതണ്ടിൽ പറ്റിപ്പിടിച്ച മഞ്ഞുതുള്ളികളെ പ്രകാശിപ്പിച്ചു.

"പാ ലേ....യ് പാ....ല്......" അമ്പലപ്പാറയുടെ നെറുകയിലുള്ള നാലുംകൂടിയ ആ പെരുവഴിയിൽനിന്ന് ശബ്ദമുയർന്നു. ചുറ്റുമുള്ള നായർ വീടുകളിൽ ആ ശബ്ദം പ്രതികരണങ്ങളുണ്ടാക്കി. "പാ ലേ... യ് പാ... ല്..." ശബ്ദം വീണ്ടുമുയർന്നു. മഞ്ഞ് പാൽക്കാരികളെയും വൈകിച്ചിരുന്നു. അന്ന് പാലിൽ ആവശ്യത്തിന് വെള്ളം ചേർത്ത് അളന്നു കണക്കാക്കാൻ അവർക്ക് വേണ്ടത്ര സമയം കിട്ടിയില്ല. ഉള്ളത് കിണ്ടിയിലും കുപ്പിയിലും മൊന്തയിലുമാക്കി അവർ അവിടേക്ക് കുതിച്ചു.

പാലുകാരൻ അപ്പുനായർ അൽപ്പം ഗർവിലായിരുന്നു. വൈകിയെത്തിയത് കാരണം മുതലാളി ചാപ്പൻനായരുടെ ശകാരം കേട്ടുകൊണ്ടായിരുന്നു അയാൾ ചെമ്പുകുടവുമായി പുറപ്പെട്ടത്. തിരക്കിട്ടെത്തിയ അയാൾ ആ പെരുവഴിയിൽനിന്ന് പോകാൻ ധൃതികൂട്ടി. ഒന്നു രണ്ടാളുടെ പാൽ അയാൾ മടക്കി. ചിലരുടേത് കുപ്പിയിൽനിന്ന് ഓട്ടുഗ്ലാസിലൊഴിച്ചു പരിശോധിച്ചിട്ടു പറഞ്ഞു:

"മോശം. ഇങ്ങനാണെങ്കിൽ നാളെ പാല് വേണ്ട." പെണ്ണുങ്ങൾക്ക് ശുണ്ഠി കയറി.

"ഇതെന്താപ്പള്ങ്ങനെ, ഇയ്യ് പാലൊന്ന് നോക്ക്, വെള്ളം പാർന്നിട്ടല്ല. സ്വതേ നേർത്തതാ പാല്."

"പെണ്ണുങ്ങളെ വെള്ളം പാരുന്നതിനും ഒരു കണക്കൊക്കെണ്ട്." ശുണ്ഠിയിൽ അയാൾ കുടവുമായി നടന്നു.

"ഇയ്യങ്ങനങ്ങ് മണ്ടിക്കാളല്ലേ, പാലിന്റെ പൈസ്സ താ" കൂട്ടശബ്ദം.

"ഇന്നാർക്കും പൈസ്സല്ല."

"അപ്പഴ് ഞങ്ങൾക്കാർക്കും ഇന്നൊന്നും വാങ്ങണ്ടേ, മുഴുവനില്ലെങ്കിൽ ഉള്ളത് കൊണ്ടാ" മാധവിയമ്മ അയാളുടെ മുണ്ട് പിടിച്ചു.

"ങ്ക്കെത്ര തരാന്ണ്ടേ?" അയാൾക്ക് ശുണ്ഠി കയറി.

"ഒന്ന് കൂട്ട്യോക്ക്. അയാൾ നിന്നാലോചിച്ചു.

"നാല് ദിവസത്തേത്."

"അതെങ്ങിന്യാ, നെന്റെ ദിവസോം കൊറഞ്ഞ് പോവ്വാ?" അയാൾ മടിയിൽ തിരുകിയ നീണ്ട പേഴ്സെടുത്തു കാലും അരയും മുക്കാലുമായി (രൂപ) ചിലർക്കൊക്കെ കൊടുത്തു.

"ഇനിയൊക്കെ നാളെ."

"നെന്റെ നാളേയ്ക്ക് അവസാനംല്ല മോനേ...." പ്രായം കൂടിയ ഒരു സ്ത്രീ നെഞ്ഞത്ത് കൈ വെച്ചു. അത് കേട്ടില്ലെന്ന മട്ടിൽ അയാൾ നടന്നകന്നു. പിറുപിറുത്തുകൊണ്ട് പാൽക്കാരികളും പിരിഞ്ഞു.

പതിനാറ്

മൂടൽമഞ്ഞിനെ കൂസാതെ മാസ്റ്റർ ഒരു തലേക്കെട്ടുമായി കുമാരൻ നായരുടെ ചായപ്പീടികയിലേക്ക് തിരക്കിട്ട് നടന്നു. കെട്ടാനുദ്ദേശിച്ച വേലിയായിരുന്നു അയാളുടെ മനസ്സ് നിറയെ. അതിന് കഴിയില്ലെന്ന് പറഞ്ഞവരെല്ലാം തന്റെ നിയന്ത്രണത്തിൽനിന്ന് കുതറിമാറുകയാണെന്നത് അയാളെ വിഷമിപ്പിച്ചു.

കുമാരൻ നായരുടെ ചായപ്പീടികയിൽ തിരക്ക് തുടങ്ങിയിരുന്നില്ല. അയാളും അന്ന് വൈകിയിരുന്നു. പതിവുകാർ എത്തുന്നേയുണ്ടായിരുന്നുള്ളൂ. എന്നാൽ പതിവിലും നേരത്തെയെത്തിയ മാസ്റ്റർ ഘനഭാവത്തിലായിരുന്നു. പതിവുപോലെ കുമാരൻ നായർ ഒരു ചായ പ്രത്യേകം തയാ

റാക്കി അയാൾക്ക് കൊണ്ടുവന്നുകൊടുത്തു. എത്തിക്കൊണ്ടിരുന്നവർ സ്ഥാനക്രമമനുസരിച്ചിരുന്നു. തിരക്കിട്ടെത്തിയ രാമനെ കണ്ടപ്പോൾ മാസ്റ്റർ മുഖം കോട്ടി. രാമന്റെ സ്ഥാനം പീടികയുടെ മുറ്റത്തായിരുന്നു.

"രാമനിന്ന് പണിക്ക് വന്നൂടേ...?" അതിന് മറുപടിയുണ്ടായില്ല. ചോദ്യം വീണ്ടും ഉച്ചത്തിലുയർന്നു.

"ഇല്ലമ്പ്രാനെ."

"ആട്ടേ..." നിമിഷങ്ങൾക്കുശേഷം അയാൾ ആത്മഗതം ചെയ്തു.

കഴിഞ്ഞ മീനമാസത്തിലായിരുന്നു വടക്കതിർത്തിയിലെ ആ മലയിൽ നിന്ന് രാമനെ അവസാനമായി അയാൾ കുടിയൊഴിപ്പിച്ചത്. ബലം പ്രയോഗിച്ചായിരുന്നില്ലെങ്കിലും ഭീഷണിപ്പെടുത്തലും ബലപ്രയോഗവും മറ്റും സൗമ്യതയിൽ കലർന്ന ഭാഷയിൽ ഒതുങ്ങിയിരുന്നു. എതിർപ്പുണ്ടായിരുന്നെങ്കിലും അതനുസരിക്കാനേ അയാൾക്ക് നിവൃത്തിയുണ്ടായിരുന്നുള്ളു. എങ്കിലും പ്രതിഷേധം അയാൾ മനസിൽ കാത്തുസൂക്ഷിക്കുകയായിരുന്നു.

ഒഴിപ്പിക്കൽ അയാൾക്ക് പുത്തനായിരുന്നില്ല. അതിനുമുമ്പ് പലപ്പോഴും അയാളെ കുടിയൊഴിപ്പിച്ചിരുന്നു. നിരന്തരമായ കഠിനാധ്വാനം പതിയുമ്പോൾ പൊന്നായി മാറുന്ന മണ്ണ് കണ്ടടങ്ങിയിരിക്കാനാവാത്തവരായിരുന്നു ജന്മികൾ.

ചായ കുടിച്ച് അതിവേഗം മാസ്റ്റർ അവിടെ നിന്നിറങ്ങി. പീടികയിലുള്ളവർ തന്നെ നോക്കി പരിഹസിക്കുന്നതായി അയാൾക്ക് തോന്നി. അതോടെ നടത്തത്തിൽ അയാൾ ചില ഗോഷ്ഠികൾ കാണിച്ചു. എല്ലാവരേയും പാഠം പഠിപ്പിക്കണമെന്ന് അയാൾ വിചാരിച്ചു. പിന്നീട് അതിനുള്ള കുറുക്കുവഴികളെപ്പറ്റിയായി ആലോചന. കൊയ്ത്ത് കഴിഞ്ഞ് കട്ട പൊളിക്കാനിരിക്കുന്ന നേർത്ത പാടവരമ്പിലൂടെ നടക്കുന്നതിനിടയിൽ അറിയാതെ കാല് തെറ്റി അയാൾ വീണു. അതോടെ മഞ്ഞുവെള്ളത്തിൽ കുതിർന്ന ചളി അയാളുടെ മുണ്ടിലും ശരീരത്തിലും പാടുകളുണ്ടാക്കി. നാലുപാടും നോക്കി ആരും കണ്ടില്ലെന്ന ആശ്വാസത്തോടെ അയാൾ എഴുന്നേറ്റു ധൃതിയിൽ നടന്നു.

പതിനേഴ്

തെളിച്ചമില്ലാത്ത പകൽ. അന്നായിരുന്നു പാറപ്പണിയുടെ തുടക്കവും വലിയേടത്തുകാരുടെ കാര്യം പറച്ചിലിന്റെ അവസാനവും. കാര്യം പറച്ചിലുകാരിൽ പ്രധാനി മാസ്റ്ററായിരുന്നു. ഗ്രാമത്തിന്റെ മേധാവിത്വം തങ്ങളിലാണെന്ന് ഭാവിച്ചവരായിരുന്നു വലിയേടത്തുകാർ. എന്നാൽ തമ്മിൽത്തമ്മിൽ കശപിശയുള്ളവരായിരുന്നു അവർ. കാരണവരും അനന്തിരവന്മാരും തമ്മിലുള്ള സംഘർഷങ്ങൾ പൂർണതയിലെത്തിയതിന്റെ ഫലമായിരുന്നു ആ ഭാഗം പിരിയൽ. തറവാട് ക്ഷയിക്കുന്നു. കാരണവർ

ഭാര്യാമക്കൾക്ക് കൊടുക്കുന്നതുകൊണ്ടാണതെന്ന പരാതിയായിരുന്നു അനന്തിരവന്മാർക്ക്. കാരണവർ അത് നിഷേധിക്കാതെ സാധിക്കാവുന്നിടത്തോളം കാലം ആ സ്ഥാനത്ത് പിടിച്ചുനിന്നു. അപ്പോഴേക്കും തറവാടിന്റെ ആസ്തി വല്ലാതെ ചുരുങ്ങിപ്പോയിരുന്നു.

ഭാവിയിൽ കണ്ണുള്ള മാസ്റ്റർ ആ ഭാഗം പിരിയലിൽ ചില മോഹങ്ങൾ വെച്ചുപുലർത്തിയിരുന്നു. വലിയേടത്തു തറവാട്ടിലെ കാര്യശേഷി കുറഞ്ഞ ചിലരിലായിരുന്നു അയാളുടെ നോട്ടം. ജനിച്ചു യഥേഷ്ടം തിന്നു വളർന്ന അവർക്ക് തറവാടിന്റെ തകർച്ചയെ നേരിടാൻ കരുത്തില്ലെന്ന് അയാൾ മനസിലാക്കിയിരുന്നു. അങ്ങനെയുള്ളവരുടേത് കൈവശപ്പെടുത്താൻ കഴിയുമെന്ന് അയാൾ കണക്കുകൂട്ടി. അതിനുള്ള കരുക്കളെല്ലാം അയാൾ നീക്കിക്കൊണ്ടിരുന്നു.

തുടക്കമെന്നോണം ആ പാറക്കുന്നിന്റെ നെറുകെയിലൊരു ഭാഗത്ത് തനിയൻകുട്ടിയും കൂട്ടരും അന്നുരാവിലെ തൊട്ട് വിശ്രമമില്ലാതെ പണിയെടുത്തു. അതുവരെ വെച്ചു പുലർത്തിയ വിശ്വാസങ്ങളിലാണ് പാറയിലെന്നോണം കട്ടപ്പാരയിലും ചമ്മട്ടി ആഞ്ഞുവീഴുന്നതെന്ന ചിന്ത അവരേയും ഭീതിയിലാഴ്ത്തി. അൽപ്പം അകലെ കുടിക്കാനുള്ള വെള്ളം വെച്ച ആ പുത്തൻപാനി വൈകുന്നേരമാകുമ്പോഴേക്കും പലവട്ടം നിറഞ്ഞൊഴിഞ്ഞു. മേസ്തിരി വിടാതെ അവരെ ചുറ്റിപ്പറ്റി നിന്നു. "ഞങ്ങളൊന്നു നോക്കട്ടെ" അവർ പറഞ്ഞു. കാരണം ഒരിക്കൽ നാടുവിട്ടു മലബാറിൽ ഒരിടത്ത് കഴിയവെ അൽപ്പം പാറപ്പണി ചെയ്ത പരിചയമേ തനിയൻകുട്ടിക്ക് ഉണ്ടായിരുന്നുള്ളു.

ആഴത്തിൽ ഒന്നരയിഞ്ച് കട്ടപ്പാരയുടെ വൃത്തത്തിൽ മൂന്നു കുഴികൾ വൈകുന്നേരമായപ്പോഴേക്കും അവർ തയാറാക്കി. പിന്നീട് അതിൽ വെടിമരുന്ന് നിറച്ചമർത്തിയതിന് മീതെ വെടിമരുന്നിട്ട് തിരച്ച പനയോലത്തിരി താഴ്ത്തി ചെങ്കല്ലിൻ കഷ്ണങ്ങൾ നിറച്ചു ശക്തിയിൽ അടിച്ചുതാഴ്ത്തി. താഴുന്നതിനനുസരിച്ച് വീണ്ടും വീണ്ടും നിറച്ച് ശക്തിയിലടിച്ച് കുഴികൾ നിറച്ചു. പനയോലത്തിരി തൂർന്ന കുഴിക്ക് പുറമേയ്ക്കായി ഒരൊന്നരയടിയോളം നീണ്ടുകിടന്നു.

അങ്ങനെ കുഴികൾ തയാറാകുമ്പോഴേക്കും ക്രമേണ തെളിഞ്ഞ ആകാശത്ത് സൂര്യൻ അങ്ങ് പടിഞ്ഞാറെത്തി. തങ്ങളൊരുക്കിയ കുഴികൾ ഫലപ്രദമാകുമോ എന്നതിൽ അവരുടെ മനസ്സ് പിടച്ചു. വലിയേടത്തുകാരുടെ കാര്യം പറച്ചിൽ കഴിഞ്ഞെത്തിയ മാസ്റ്റർ ഉദ്ദേശിച്ച കാര്യങ്ങൾ നടന്നേക്കുമെന്ന കണക്കുകൂട്ടലിൽ പുതുതായി പണികഴിപ്പിച്ച വീട്ടിൽ ഉമ്മറത്തുള്ള ചാരുകസേരയിലിരുന്ന് വിശ്രമിച്ചു.

തനിയൻകുട്ടിയും കൂട്ടരും ആ പാറക്കുന്നിന്റെ നെറുകയിലിരുന്നു ക്ഷീണം തീർത്തു. ഇനി തുടങ്ങാമെന്ന് മേസ്തിരി പറഞ്ഞതോടെ അയാൾ ഉണങ്ങിയ ഓലക്കണ്ണികൾ കൂട്ടിക്കെട്ടി ഒരു ചൂട്ടുണ്ടാക്കി മേസ്തിരിയോട് തീപ്പെട്ടി വാങ്ങി അതു കത്തിച്ചു. മേൽപ്പോട്ട് നോക്കി

കണ്ണടച്ച് അയാൾ മലദൈവങ്ങളെ മനസിൽ ധ്യാനിച്ചു. 'ആള് പോ......, ആള് പോ......' അപ്പോഴേക്കും കിഴക്കും പടിഞ്ഞാറും നിന്ന സഹായികൾ വഴിപോക്കർക്ക് മുന്നറിയിപ്പ് കൊടുത്തു. അയാൾ പനയോലത്തിരികൾക്ക് തീ കൊടുത്തു താഴേക്ക് ഓടി. ഏതാനും മിനിട്ടുകൾക്കുള്ളിൽ അതിശക്തമായ മൂന്നുവെടി ആ ഗ്രാമാന്തരീക്ഷത്തിൽ മാറ്റൊലികൊണ്ടു. മേസ്തിരിയും തനിയൻകുട്ടിയും നിന്നിടത്ത് തലതാഴ്ത്തി.

പതിനെട്ട്

സന്ധ്യ. ചീരുവമ്മ തൂക്കുവിളക്കിന്റെ വെളിച്ചത്തിൽ പൂമുഖത്തിരുന്നു നാമം ജപിച്ചു. ഗോപിയെത്തിയപ്പോൾ അവർ ജപം നിർത്തി അടുത്തേക്ക് ചെന്നു.

"ആ കേട്ടത് നേരാണോ ഗോപ്യേ?" അയാൾക്ക് മനസിലായില്ല. അന്നു കേട്ട രണ്ട് സംഭവങ്ങളെപ്പറ്റിയും അവർ പറഞ്ഞു.

"രണ്ടുംഉള്ളതാ."

"കഷ്ടം, എങ്ങനെയുള്ളവരായിനി ആ വലിയേടത്തുകാർ, അവിടേയും അത് വന്നുപെട്ടില്ലേ?"

"കാലത്തിനനുസരിച്ച് കോലം കെട്ടണംന്ന് വല്ല്യമ്മ തന്ന്യല്ലേ പറയാറ്?"

"അത് ശെരി, എന്നാലത്ങ്ങിനെയാ?" അയാൾ ചിരിച്ചു.

"നെണക്ക് ചിരിക്കാം." അവർ നിശ്ശബ്ദയായി.

നിമിഷങ്ങൾ കടന്നുപോയി. "എന്തിനാണിതിലിത്രയൊക്കെ വെപ്രാളപ്പെടുന്നത്?"

"നെണക്കത് മനസിലാവില്ല, ആ വലിയേടത്തുകാർ ആരായിനീന്നാനെന്റെ വിചാരം? ആ പാറ എത്ര പവനായിനീ....?" എന്തോ ഒരു ഭീതി അവരുടെ മുഖത്ത് നിഴലിച്ചു. അവരുടെ കൈപിടിച്ച് അയാൾ പടികയിലിരുത്തി. അയാളും അടുത്തിരുന്നു. "നീ രാവിലെ പോയോനല്ലേ, പലരേയും തൊട്ട് തീണ്ടീട്ടല്ലെ വന്നത്?" അവർ അൽപ്പം നീങ്ങിയിരുന്നു.

"പലരേയും തൊട്ടിട്ടുണ്ട്, എന്നാൽ തീണ്ടീട്ടില്ല വല്ല്യമ്മേ."

"അപ്പം നെണക്ക് തീണ്ടലില്ലേ?"

അയാൾ ചിരിച്ചു.

"നെണക്ക് തീണ്ടലില്ലെ ഗോപ്യേ?" അവർ ക്ഷുഭിതയായി.

"എന്താണ് വല്ല്യമ്മേ തീണ്ടൽ."

"താണ ജാതിക്കാരെ തൊടുന്നതുതന്നെ."

"അവരും മനുഷ്യരല്ലേ, അവർ തൊടാത്തതെന്തെങ്കിലുംനള് തിന്നുന്നുണ്ടോ?" അവർ പ്രതികരിച്ചില്ല.

"ഈ നാട് മുടിയാൻ പോവ്വാ, അല്ലെങ്കിൽ ആ പാറ പൊട്ടിക്കാൻ ആർക്കെങ്കിലും തോന്ന്വോ?"

"റോഡിനും പാലത്തിനും കെട്ടിടങ്ങൾക്കും മറ്റും പാറവേണം വല്യമ്മേ."

"എന്ത്? റോഡും പാലോം കെട്ടിടോം വന്നിക്കുന്നു? ദൈവത്തിന്റെ തലയിലല്ലേ കോടാലിറക്കിയത്?"

പൊതുമരാമത്തിനെപ്പറ്റിയും കരാറിനെപ്പറ്റിയുമൊക്കെ പറഞ്ഞാൽ അവർക്ക് മനസിലാവില്ലെന്ന് അയാൾ വിചാരിച്ചു. എന്നാൽ നന്നെ കുട്ടിയായിരിക്കുമ്പോൾ അവരോട് ചോദിച്ചൊരു ചോദ്യം അയാൾ ഓർത്തുപോയി. വലിയമ്മാവന്റെ കശക്കലിൽ അന്ന് മറ്റൊരിടത്തായിരുന്നു താമസം. വീടിന്റെ പടിഞ്ഞാറ് ഭാഗം നോക്കെത്താദൂരത്തോളം പരന്നു കിടക്കുന്ന പുഞ്ചപ്പാടം. അതിന്റെ പടിഞ്ഞാറതിരുകാത്തുകൊണ്ട് ഒരു കുന്നും!

നാട്ടിക്ക് കണ്ടം ഉഴുതുമറിച്ച് ചവിട്ടി പാകമാക്കുന്ന സമയം. ഉച്ച കഴിഞ്ഞിട്ടും കന്നുപൂട്ടുകാരായിരുന്നു അവിടെ. ഒരുദിവസം അതുനോക്കി നിൽക്കെ അവരുടെ കൈ പിടിച്ചുകൊണ്ടുപോയി അത് ചൂണ്ടിയിട്ട് പറഞ്ഞു. "അത് അത് പൂച്ച....."

"അതെരുത് പൂട്ടുകയാ മോനേ." തന്നെയെടുത്ത് ഒക്കത്തു വെച്ചു വല്ല്യമ്മ പൊട്ടിച്ചിരിച്ചു. ആ വല്ല്യമ്മയാണ് മുന്നിൽ. അയാളുടെ തല താനേ താണുപോയി.

പത്തൊമ്പത്

എട്ടുകണ്ടം വയലും രണ്ടേക്ര പറമ്പും ജന്മമായി കൈവശമുള്ള ഗ്രാമത്തിലെ പ്രായം ചെന്ന കൃഷിക്കാരിലൊരാളായിരുന്നു ചെക്കൂട്ടി നായർ. നടപ്പുദീനത്തിൽ മരിച്ചുപോയ ഒരേയൊരു മകളുടെ മകൾ സരളയും ആ വൃദ്ധ ദമ്പതികളും ഒരുമിച്ചായിരുന്നു താമസം. അന്നു രാത്രി ചാരുകസേരയിലിരിക്കുമ്പോൾ വലിയേടത്തുതറവാട്ടിലെ ഓഹരിഭാഗവും പാറപ്പണിയും ബജാറിൽ ആയിടെ തുടങ്ങിയ വായനശാലയും മറ്റുമായിരുന്നു അയാളുടെ മനസിൽ.

ഓഹരിഭാഗം വലിയേടത്തുതറവാട്ടിൽ മാത്രം ഒതുങ്ങിനിൽക്കില്ലെന്നും അതൊരു തുടക്കം മാത്രമാണെന്നും വരാനിരിക്കുന്നത് പങ്കുവയ്ക്കലിന്റെ, അതുസംബന്ധിച്ച അകന്നുപോകലിന്റെ, കശപിശയുടെ നാളുകളായിരിക്കുമെന്ന ചിന്ത അയാളെ വിഷമിപ്പിച്ചു. എന്നാൽ പാറപ്പണിയോ? ആ കരിമ്പാറക്കുന്നിന് വന്നുപെട്ട ഒരവസ്ഥ അയാളെ അത്ഭുതപ്പെടുത്തി. അതും ഒരു തുടക്കമാണെന്ന് അയാൾക്ക് തോന്നി. ഗ്രാമത്തിന്റെ പടിഞ്ഞാറതിർത്തിയിൽ വാഹനങ്ങളും മറ്റും കടന്നുപോകുന്ന റോഡിൽ ഒന്നരയിഞ്ച് കരിങ്കൽ കഷ്ണങ്ങൾ നിരത്തി മീതെ മണ്ണിട്ട് വെള്ളം പാറ്റി കനമുള്ള വലിയൊരു കരിങ്കൽ ഉരുളിൽ കയറിട്ട് ഇരുഭാഗത്തുനിന്നും ആളുകൾ വലിക്കുന്നത് കണ്ടത് അയാൾ ഓർത്തുപോയി.

അതിവിപുലമായ മാനങ്ങളുള്ള ഒന്നാണതെന്ന് അയാൾക്കറിയില്ലായിരുന്നു. അതോടെ വായനശാലയും ആവശ്യമാണെന്ന് അയാൾ വിലയിരുത്തി. മുടങ്ങാതെ അവിടെ പോയി പത്രം വായിക്കുന്നവനാണല്ലോ താൻ. തന്നെപ്പോലെ മറ്റുചിലരും. ആ ചുറ്റുപാടിൽനിന്ന് ദിവസവും നഗരത്തിലെ നെയ്ത്തുകമ്പനികളിലും പ്രസ്സുകളിലും മരക്കമ്പനികളിലും പാണ്ടികശാലകളിലും മറ്റും പോയി പണിചെയ്തു തിരിച്ചെത്തുന്ന ചുരുക്കം ചില പരിചയക്കാർ അയാളുടെ മനസിൽ തെളിഞ്ഞു. അവരുമായിട്ടുള്ള അടുപ്പമാണ് തന്നെ പത്രം വായനക്കാരനാക്കിയത്, തൊഴിലാളി അനുഭാവമുള്ളവനാക്കിയത്. ഓർത്തതോടെ അയാൾ വിളിച്ചു:

"മോളേ....?"

"വല്ല്യച്ഛൻ വിളിച്ചോ?" സരള അടുത്തേക്ക് ചെന്നു. "ആ ഗോപിയെങ്ങാനുംതിലെ വന്നീനോ?"

"ഇല്ലല്ലോ."

"വരാൻ പറഞ്ഞീനി." പിന്നീട് ഗോപിയും കൂട്ടരും നടത്തിവരുന്ന വായനശാലയെപ്പറ്റിയും അത് നടത്തിക്കൊണ്ടുപോവാനുള്ള പ്രയാസത്തെപ്പറ്റിയുമൊക്കെ അയാൾ പറഞ്ഞപ്പോൾ ഗോപി തന്നോടും അതൊക്കെ പറഞ്ഞിട്ടുണ്ടല്ലോ എന്നവൾ ഓർത്തു. "അത് പൂട്ടിപ്പോവ്വോ വല്ല്യച്ഛാ?"

"അത് പൂട്ടിക്കൂടാ?" അവൾ പിന്നീടൊന്നും ചോദിച്ചില്ല.

ഇരുപത്

പാറയിൽനിന്നുള്ള വെടി ക്രമേണ ഗ്രാമത്തിന് പരിചയമായി. ഓരോ വെടിയും ആ കരിമ്പാറക്കുന്നിനെയെന്നപോലെ ചുറ്റുപാടുകളേയും പ്രമ്പനം കൊള്ളിച്ചു. ദിവസങ്ങൾ കഴിയും തോറും അവിടെ പണിയിലേർപ്പെട്ടവരുടെ എണ്ണം കൂടി വന്നു. അവരിലധികവും താണജാതിക്കാരായിരുന്നു. മുസ്ലിങ്ങൾ പേരിനേ ഉണ്ടായിരുന്നുള്ളൂ. നായന്മാർ തുടക്കത്തിൽ മിഴിച്ചു നിന്നു. "ഓ പാറപ്പണി, അതൊക്കെ താഴ്ന്നവരുടേത്!" അവർ പറഞ്ഞു.

വെടികൊണ്ട് പൊട്ടിക്കീറിയ വലിയ പാറക്കഷ്ണങ്ങൾ ഇളക്കിമറിച്ചു വീണ്ടും വീണ്ടും ചെറുതാക്കി കെട്ടിടങ്ങൾക്ക് പറ്റിയ വിധത്തിലാക്കി മാറ്റുന്നതിന് വിദഗ്ധരായ തമിഴ് പണിക്കാരെത്തി. തങ്ങളുടെ കരവിരുത് അവർ കരിങ്കൽ കഷ്ണങ്ങളിൽ വിരിയിച്ചു. ദിവസങ്ങൾ കഴിയും തോറും അത്തരത്തിൽ പണി തീർന്ന കഷ്ണങ്ങൾ കുടിക്കൂടിവന്നു. കരാറുകാരൻ ദിവസവും രാവിലെ ജീപ്പിലെത്തി പാറയുടെ കിടപ്പ് നോക്കിപ്പോയി.

അതിനിടയിലായിരുന്നു തിരുവാതിരയും പള്ളിക്കൽ നേർച്ചയും വന്നെത്തിയത്. വെള്ളം വറ്റിത്തുടങ്ങിയ അമ്പലക്കുളത്തിൽനിന്നും തിരുവാതിരപ്പാട്ടുകളും തുടിക്കലും പുലരികളിൽ ആ പരിസരമാകെ അലയ

ടിച്ചു. പള്ളിക്കൽ നേർച്ച ധനുമാസത്തിലെ മകീര്യം തിരുവാതിര ദിവസങ്ങളിലായിരുന്നു നടത്താറ്. ഗ്രാമത്തിന്റെ ഒരു പൊതുഉത്സവമായിരുന്നു അത്. ദിവസവും സന്ധ്യക്ക് തുക്കുവിളക്ക് കത്തിക്കാറുള്ള ഒരു പള്ളിയായിരുന്നു അത്.

"ഗോപി വന്നാൽ പള്ളിക്കൽ കോഴിമുട്ട കൊണ്ടക്കൊടുക്കാൻ പറയണം." മകീര്യത്തിന്റന്ന് രാവിലെ ചീരുവമ്മ പറഞ്ഞു.

"അതമ്മ തന്നെ പറഞ്ഞാൽ മതി."

"അതെന്താ?"

"കഴിഞ്ഞ കൊല്ലം പറഞ്ഞിട്ട് കൊണ്ടുപോയിട്ടില്ല."

"ശരി ഓൻ വന്നിട്ട് ഞാൻ പറയാം."

അതൃമാനും വീരാൻകോയയും അന്ന് കച്ചവടത്തിന് പോയില്ല. കുമാരൻനായരുടെ ചായപ്പീടികയിൽ രാവിലെതൊട്ടേ തിരക്കായിരുന്നു. ഒരു കുടം മോരുമായിട്ടായിരുന്നു അന്നതിരാവിലെ അപ്പുനായർ അങ്ങാടിക്ക് പുറപ്പെട്ടത്. "ഇന്ന് തിരുവാതിരയാ. ശർക്കരയും ചായപ്പൊടിയും കൂടുതൽ വേണം. പുളക്കിഴങ്ങ് മറക്കരുത്, ത്തീര നേരത്തെ വരീം വേണം", പുറപ്പെടുമ്പോൾ സരോജിനിയമ്മ ഓർമിപ്പിച്ചു. അന്ന് മോര് കൊടുത്തവരെല്ലാം പലതും വാങ്ങാൻ അയാളെ ഏൽപ്പിച്ചിരുന്നു. "മറന്നില്ലെങ്കിൽ" എല്ലാവരോടും അയാൾ പറഞ്ഞു. മറവി അയാളുടെ ഒരു കൂടപ്പിറപ്പായിരുന്നു.

പാലുകാരൻ ചാപ്പൻനായരും അന്ന് സഹായിയോടൊപ്പം കച്ചവടത്തിനിറങ്ങി. മർമം അറിയുന്ന കച്ചവടക്കാരനായതുകൊണ്ട് മുഴുവനില്ലെങ്കിലും കുടിശ്ശികയിലേക്ക് ഒന്നും ഒന്നരയുമൊക്കെ (ഉറുപ്പിക) കൊടുത്തു കുറ്റിക്കാരെ സന്തോഷിപ്പിക്കാൻ അയാൾ മറന്നില്ല."പെണ്ണുങ്ങളേന്ന് തിരുവാതിരയാ, പാലിന്റെ പുത്തൻ കിട്ടാഞ്ഞിട്ട് അതാഘോഷിച്ചില്ലെന്ന് വരര്ത്." അവർ ചിരിച്ചു. അയാളും അതിൽ പങ്ക് ചേർന്നു.

ചാത്തുക്കുട്ടിനായർ അവരക്കയും കൈപ്പക്കയും പറിച്ചുവെച്ച് ഉണിച്ചാത്തൻ നായരെ കാത്തിരുന്നു. മുടങ്ങാതെ പള്ളിക്കൽ ഉത്സവത്തിന് പോകുന്നവരായിരുന്നു അവരെല്ലാം. ഒരു റാത്തൽ വെള്ള ശർക്കരയും ഒരു സേർ ചെറുപയറും വാങ്ങാൻ അയാൾ ഉണിച്ചാത്തൻ നായരെ പ്രത്യേകം പറഞ്ഞേൽപ്പിച്ചു.

അവിടെ സരളയ്ക്കും അമ്മമ്മയ്ക്കും തിരുവാതിര നോമ്പുണ്ടായിരുന്നു. കൂടാതെ ഉറക്കൊഴിച്ചിലുമുണ്ടായിരുന്നു.

സന്ധ്യവരെ പള്ളിക്കൽ ചെലവഴിച്ച അതൃമാൻ പുരയിലെത്തി കെട്ടിയവളോടും കുട്ടികളോടും പുറപ്പെടാൻ ധൃതി കൂട്ടി. "ഇതൊന്നും ഒരു ബയിക്കാക്കീം മാണ്ടേ?" പാത്തുമ്മയ്ക്ക് ദേഷ്യം വന്നു, അയാൾ ചിരിച്ചു.

"ബാപ്പാ നിക്കൊരു പീപ്പീം പന്തും വേണം."

"നിക്ക് കറുത്ത ബളേം."

"എല്ലാരിക്കും മേങ്ങിച്ചു തരാ." അപ്പോഴേക്കും കുട്ടികൾ അയാളുടെ മടിയിലും കാലിലും കയറിയിരുന്നു.

“അച്ഛാ ഞാനൊന്ന് പള്ളിക്കൽ പോട്ടേ?” സന്ധ്യക്ക് ഇളയമകൻ മാസ്റ്ററുടെ അടുത്തേക്ക് ചെന്നു.

“എവിടേയ്ക്കാ?” അയാൾ ഒച്ചവെച്ചു.

“ഓനൊന്നു പോയ്ക്കോട്ടേ, വേറേം കുട്ടികളില്ലേ?”

“പോ മിണ്ടാണ്ടേ.... കണ്ട മാപ്പിളേം ചെറുമനും പോകുന്നേടത്തേക്കാ പറഞ്ഞയക്കേണ്ടത്?” ആ അമ്മയും മകനും പിന്നീടൊന്നും പറഞ്ഞില്ല.

ഇരുപത്തിയൊന്ന്

അന്ന് വൈകുന്നേരം വായനശാലയിൽ പ്രവർത്തകർ ഒത്തുകൂടി. ബാക്കിയായ നാലുമാസത്തെ വാടക എങ്ങനെയുണ്ടാക്കാമെന്ന ആലോചനയിലായിരുന്നു അവർ. പൊറാട്ട് നാടകം എന്ന ആശയം ഉരുത്തിരിഞ്ഞത് അങ്ങനെയാണ്. അതൊക്കെ ദിവസങ്ങൾക്ക് മുമ്പേ ആലോചിക്കേണ്ടതായിരുന്നുവെന്ന അഭിപ്രായവുമുണ്ടായി. എന്നാലും ഒന്ന് തട്ടിക്കൂട്ടാൻ തന്നെ അവർ തീരുമാനിച്ചു. വാടക ബാക്കിക്കുള്ള നിർബന്ധം അവരിൽ അത്രയ്ക്കുണ്ടായിരുന്നു. അഞ്ചാറുമിനുട്ടിലൊതുങ്ങുന്ന *കുടുക്കുകൾ* എന്ന പൊറാട്ടു നാടകത്തിന് അവർ രൂപംകൊടുത്തു. പണിക്കൊന്നും പോകാത്ത ഭക്തനായ ഒരു കലാകാരന്റെ കുടുംബജീവിതത്തെപ്പറ്റിയായിരുന്നു അത്. “പട്ടിണി കിടക്കുന്നതിലും ഭേദം പാറപ്പണിക്ക് പോകുന്നതല്ലേ” എന്ന അയാളുടെ ഭാര്യയുടെ ചോദ്യത്തിന് “തീർച്ചയായിട്ടും” എന്ന പൊതു പ്രവർത്തകന്റെ മറുപടി കേൾക്കുമ്പോൾ “എങ്കിൽ പാറയുടയ്ക്കുന്നതിന് ഒരു ചുറ്റിക തരൂ” എന്ന് അവൾ കൈ നീട്ടുന്നതോടെയായിരുന്നു അതിന്റെ അവസാനം. അതിനുള്ള ഇതിവൃത്തവും സംഭാഷണവും ഗോപിയുടേതായിരുന്നു. അവിടെ വെച്ചു തന്നെ രണ്ടു പ്രാവശ്യം അവരത് അഭിനയിച്ചു നോക്കി.

സന്ധ്യയോടെ പെട്രോൾമാക്സും വിരിയും മറ്റുമായി അവർ അവിടെയെത്തി അത് ഒന്നുകൂടി അഭിനയിച്ചു. ആരും തൃപ്തരായിരുന്നില്ലെങ്കിലും അങ്ങനെ മതിയെന്ന തീരുമാനത്തോടെ അവർ പുറപ്പെട്ടു. “തിരുവാതിര ആർപ്പോ....” സംഘത്തിലെ ചിലർ നീട്ടിവിളിച്ചു. അതിനിടയ്ക്ക് “അവരിലൊരാൾ ഒരു പഴയ പത്രത്താളിൽ *കുടുക്കുകൾ* എന്ന പൊറാട്ടു നാടകം വായനശാലയ്ക്ക് വേണ്ടി അവതരിപ്പിക്കുന്നു, നാട്ടുകാർ സഹായിക്കുക” എന്നെഴുതി കർട്ടനായി ഉപയോഗിക്കാൻ കരുതിയ വിരിയുടെ നടുക്കായി ഒട്ടിച്ചു. അതോടെ പൂനിലാവിൽ കുളിച്ചുനിൽക്കുന്ന ഗ്രാമത്തിന്റെ ഉള്ളിലേക്കവർ നീങ്ങി. പല വീടുകളിലും അവർ കയറിയിറങ്ങി. വായനശാലക്കാരാണെന്ന് അവിടങ്ങളിൽ നിന്നൊക്കെ കുട്ടികൾ പറയുന്നത് അവർ കേട്ടു. മുക്കാലും ഇരട്ടമുക്കാലും അണയും അരയ്ക്കാലുമായി കയറിയയിടങ്ങളിൽ നിന്നെല്ലാം കഴിവിനനുസരിച്ച് അവർക്ക് സഹായങ്ങൾ കിട്ടി.

“എര്ച്ചം ഒന്നിവിടുന്നും” ഇടവഴിയിലെത്തിയപ്പോൾ നല്ലമ്പരയുടെ ചെറുമി പിറുങ്ങാച്ചി അടുത്തേക്ക് ചെന്നു. അപ്പോഴേക്കും ഉറങ്ങാൻ കിടന്ന നല്ലമ്പരയും കുട്ടികളും ഉണർന്നു പുറത്തേക്ക് വന്നു. വെളിച്ചം കണ്ട പ്പോൾ ആലയിൽനിന്ന് മൂരികൾ മുക്രയിട്ടു. “നന്നായിട്ടുണ്ട്” പിറുങ്ങാച്ചി കോന്തലയിൽനിന്ന് ഒരണയെടുത്തു നീട്ടി.

ഉണിച്ചാത്തൻ നായരുടെ പുരയിലെത്തിയപ്പോഴേക്കും അവർ ക്ഷീ ണിച്ചിരുന്നു.

“കളിക്കണ്ട ഇവിടാരുംല്ല. ആണുങ്ങൾ പള്ളിക്കലേക്കും കുട്ടികൾ ഉറക്കൊഴിച്ചിലിനും പോയതാ.” പ്രായം ചെന്ന സ്ത്രീ പുറത്തേക്ക് വന്നു.

“കളിക്കുന്നില്ല, കുടിക്കാനിത്ര വെള്ളം.”

“ഈ തണുപ്പിലെങ്ങിനാ വെള്ളം കുടിക്ക്യാ.” ഉള്ളിലേക്ക് പോയ അവർ വരാൻ വൈകി. അവർ കാത്തുനിന്നു,

“ഇത് വെറും ചായപ്പൊടിയിട്ടതാ, മധുരത്തിന് ശർക്കര കടിച്ചുകൂട്ടി ക്കോളിൻ.” ഒരലൂമിനിയപാത്രത്തിൽ ചൂടുള്ള കരിംചായയും വറുത്ത മണിക്കടലയും ശർക്കരയും കോപ്പയുമായി അവർ മുന്നിലെത്തി. അത വർക്ക് ഉന്മേഷം നൽകി.

പിന്നീട് അവരെത്തിയത് അടുത്തായി വിളക്കു കണ്ട ചാത്തുക്കുട്ടി നായരുടെ പുരയിലായിരുന്നു. അവിടെ മുറ്റം നിറയെ ഉറക്കൊഴിച്ചിലു കാരായിരുന്നു. അവർ തുടങ്ങിയപ്പോഴേക്കും പള്ളിക്കൽനിന്ന് ചാത്തു ക്കുട്ടി നായരെത്തി. അയാൾ ഒരുറുപ്പിക അവർക്ക് കൊടുത്തു. അപ്പോൾ ആദ്യമായിട്ടായിരുന്നു ഒരുറുപ്പിക അവർക്ക് കിട്ടിയത്.

പിന്നീട് അവരെത്തിയത് മാസ്റ്ററുടെ വീട്ടുമുറ്റത്തായിരുന്നു. “നിൽ ക്കിൻ, അച്ഛൻ കുളികഴിഞ്ഞ് നാമജപത്തിലാ” ഇളയമകൻ പുറത്തേക്ക് വന്നു.

“ഇവിടെ കളിയും ചിരിയുമൊന്നും വേണ്ട.” ജപം കഴിഞ്ഞെത്തിയ മാസ്റ്റർ ഒച്ചവെച്ചു.

“ഓലൊന്നു കളിച്ചോട്ടേ” ഉള്ളിൽനിന്ന് ഒരു സ്ത്രീശബ്ദം പൊങ്ങി.

“അവരുടെ കളിവിട വേണ്ട, കുടിൽ പെട്ടിയിൽ വോട്ടുചെയ്യാൻ പറ ഞ്ഞുനടന്നവനാ ആ ഗോപി.”

അവർ പടിയിറങ്ങി.

മാസ്റ്ററിൽനിന്ന് അങ്ങനെ അവർ പ്രതീക്ഷിച്ചിരുന്നില്ല. കയറിയ മറ്റെല്ലായിടങ്ങളിൽനിന്നും നല്ല പ്രതികരണമായിരുന്നു അവർക്ക് കിട്ടി യിരുന്നത്. അതവരുടെ ഒരുമയെ വല്ലാതെ ഉലച്ചുകളഞ്ഞു. “ഞാൻ പല പ്പോഴും പറയാറുള്ളതാ മാസ്റ്ററേം അധികാരിയേം പോലുള്ളവരെ എതിർക്കരുത്, അവരുടെ കാലടിയിൽ ചവിട്ടാൻ പോലും നമ്മൾ അർഹ രല്ലെന്ന്. പറഞ്ഞിട്ടെന്താ...?” പ്രഭാകരൻ പിറുപിറുത്തു.

“എതിർക്കേണ്ടവരെ ഇനിയും എതിർക്കും.” ഗോപിക്ക് പറയാതിരി ക്കാനായില്ല.

"നിന്റെ എതിർപ്പും എതിർപ്പുകേടും നീ തന്നെയായിക്കോ ഞാനില്ല." അയാൾ നിന്നു.

"അങ്ങനെ പറയരുത് പ്രഭാകരേട്ടാ. വായനശാലയ്ക്ക് വേണ്ടിയല്ലേ, അത് നിലനിർത്തുകയാണല്ലോ നമ്മുടെ ലക്ഷ്യം." അബു ഇടപെട്ടു.

"ഏതായാലും ഇറങ്ങിപ്പോയി, ഇനിയിത് തീരുന്നതുവരെ വരാം."

രാത്രി രണ്ടുമണിയോടെ അവർ വായനശാലയിൽ തിരിച്ചെത്തി. അപ്പോഴേക്കും അവരുടെ ഉത്സാഹം തീരെ കെട്ടടങ്ങിപ്പോയിരുന്നു. അൽപ്പം വിശ്രമിച്ചശേഷം അവർ കിട്ടിയ സംഖ്യ എണ്ണി, കുടിശ്ശിക തീർത്തുകൊടുക്കാൻ അതുമതി എന്നതിൽ അവർ ആശ്വസിച്ചു. ഗോപി വീട്ടിലെത്തിയപ്പോൾ അവിടെയും ഉറക്കൊഴിച്ചിലായിരുന്നു.

"നിന്റെ പൊറാട്ട് കാണാൻ കാത്തിരിക്കായിനി, എന്തേ ഇവിടെ വന്നില്ല ഗോപ്യേ...?"

"ഇവിടെ ഉറക്കൊഴിച്ചിലുണ്ടാവില്ലെന്ന് വിചാരിച്ചു വല്ല്യമ്മേ."

"അപ്പംവ്ടുള്ളോരും പെണ്ണുങ്ങളല്ലേ ഗോപ്യേ...?" അവരുടെ മുന്നിൽ അയാൾ തല താഴ്ത്തി.

ഇരുപത്തിരണ്ട്

"**നാ**രായണനോട് ഒന്നിവിടത്തോളം വരാൻ പറയണം ഗോപ്യേ...?" രാവിലെ പുറപ്പെടുമ്പോൾ അവർ മുന്നിലെത്തി.

"കണ്ടെങ്കിൽ പറയാം." "അങ്ങനെ പറഞ്ഞാൽ പറ്റില്ല, പറയണം."

"പറയാം." ബസ് പിടിക്കാനുള്ള തിടുക്കത്തിൽ അയാൾ ഇറങ്ങി നടന്നു. പതിവായി പോകുന്ന ബസ് തെറ്റിയാൽ മണിക്കൂറുകൾ കഴിഞ്ഞേ ബസ് കിട്ടൂ. കമ്പനിയിൽ എത്താൻ പിന്നെ നടക്കുകയേ നിവൃത്തിയുള്ളൂ. അയാൾ നടത്തത്തിന് വേഗത കൂട്ടി.

വയലിന്റെ നടുവിലൂടെ കടന്നുപോകുന്ന തോടിന്റെ നേർത്ത വരമ്പിലെത്തിയപ്പോൾ ഒരു കൈതോലക്കെട്ടിനു മുന്നിൽ പിറുങ്ങാച്ചിയും മാസ്റ്ററും മുഖാമുഖം നിൽക്കുകയായിരുന്നു. ആ ചുറ്റുപാടിലാകെ കൈതപ്പൂവിന്റെ മണവുമായിരുന്നു.

"ഇപ്പോൾ ഈ പണിയൊന്നും വേണ്ട, പാറപ്പണിയുണ്ട്, ആ കെട്ടവിടെ നിന്നോട്ടെ." മാസ്റ്ററുടെ ശബ്ദം. അത് കേട്ടതല്ലാതെ തർക്കത്തിനൊന്നും ഗോപി നിന്നില്ല. ഒരു മറുപടിയെന്നോണം കെട്ട് അവളുടെ തലയിലേക്ക് പിടിച്ചുകൊടുത്തു. അവൾ അതുംകൊണ്ട് നടന്നു.

"കാണിച്ചു തരാം." കടുപ്പിച്ചുള്ള ശബ്ദം അയാളുടെ ചെവിയിലലച്ചു.

ദിവസങ്ങൾക്കുമുമ്പ് അധികാരിയില്ലാതെ അയാളുടെ അനുവാദമില്ലാതെ അമ്പലക്കുളത്തിലെ മീൻ ആരോ ചിലർ പിടിച്ച സംഭവം അയാളോർത്തുപോയി. അതോടെ വെള്ളം വറ്റാറാകുമ്പോൾ മീൻപിടുത്തത്തിന് നേതൃത്വം കൊടുത്ത് തന്റെ ഇരട്ടക്കുഴൽ തോക്കും പിടിച്ചു കുളക്കരയി

ലങ്ങനെ നിൽക്കാറുള്ള അധികാരിയുടെ രൂപം മനസിൽ തെളിഞ്ഞതോടെ അയാൾ ചിരിച്ചുപോയി.

അന്നു മുഴുവൻ ചീരുവമ്മ വേവലാതിയിലായിരുന്നു. ചില ദിവസങ്ങളിൽ അവർ അങ്ങനെയാണ്. വേറെ വേറെ താമസിക്കുന്ന മക്കളിലാരെയെങ്കിലും അവർക്ക് ഇടയ്ക്കിടയ്ക്ക് കാണണമായിരുന്നു. മൂത്തമകനെ തേങ്ങവലിയുള്ളപ്പോഴെ അവർ തികച്ചും കാണാറുണ്ടായിരുന്നുള്ളൂ. അല്ലാത്ത ദിവസങ്ങളിൽ അയാളുടെ നിഴൽകൊണ്ട് അവർ തൃപ്തിപ്പെടും. മൂത്തമകളും രണ്ടാമത്തെ മകനും കഷ്ടപ്പാടുകൾ പറയാൻ ഇടയ്ക്കിടയ്ക്ക് അവരെ വന്നു കാണാറുണ്ടായിരുന്നു. എന്നാൽ സിപായിപ്പണിയുള്ള ഇളയമകൻ വല്ലപ്പോഴും മാത്രമേ അവരെ കാണാനെത്തിയിരുന്നുള്ളൂ. അതും അഞ്ചും ആറും മാസങ്ങൾ കൂടുമ്പോൾ അയാൾക്ക് സൗകര്യപ്പെടുമ്പോൾ മാത്രം.

“നീ നാരായണനെ കണ്ടീനോ?” രാത്രി ഗോപിയെത്തിയപ്പോൾ അവർ അടുത്തേയ്ക്ക് ചെന്നു.

“ഞാൻ അമ്മോന്റവിട പോയിനീ.”

“ഓനവിടണ്ടായിനോ?”

“ഇല്ല.”

“ഓന്റെ സ്ഥിതിപ്പെന്താ?”

“സ്ഥിതിക്ക് കുറവൊന്നൂല്ല.”

“സരോജിനിയെന്തുപറഞ്ഞു?”

“വിശേഷിച്ചൊന്നും പറഞ്ഞില്ല.”

“അപ്പു അവിടെ ഇല്ലായിനോ?”

“എത്തീട്ടില്ലെന്നുപറഞ്ഞു.”

“നാരായണനെന്താവിടെ വരാത്തത്?”

“നേരം കിട്ടാഞ്ഞിട്ടായ്ക്കും വല്ല്യമ്മേ.”

“ഓന്റൊരു നേരം!” അവർ പിതുങ്ങി.

ഇരുപത്തിമൂന്ന്

ദിവസങ്ങൾ പിന്നിടുംതോറും കൂടുതലാളുകൾ പാറപ്പണിക്കെത്തിക്കൊണ്ടിരുന്നു. ഒരു ജേതാവിനെപ്പോലെ തലയുയർത്തി നിന്ന ആ അജയ്യൻ മനുഷ്യപ്രയത്നത്തിന് സാവധാനം തലകുനിച്ചു. എല്ലാ മതജാതികളിൽപ്പെട്ടവരും അവിടെ പണിക്കെത്തിയിരുന്നെങ്കിലും നായന്മാർ അവസാനമേ അവിടേക്കെത്തിയുള്ളൂ. അതെല്ലാം താഴ്ന്നവരുടെ പണിയല്ലേ എന്നായിരുന്നു അവരുടെയൊക്കെ മനസിലിരുപ്പ്.

ഊടുറോഡിലൂടെ രാപ്പകലില്ലാതെ ലോറികൾ ചീറിപ്പാഞ്ഞു. കുന്നുകുടിയ പാറക്കഷ്ണങ്ങൾ രാജ്യത്തിന്റെ പല ഭാഗങ്ങളിലുമെത്തി. എന്നാൽ പല പ്രതികരണങ്ങൾക്കും പാറപ്പണി കാരണമായി. പലരും മനസിൽ വെച്ചുപുലർത്തിയ വിശ്വാസങ്ങൾക്ക് നേരിയ മാറ്റംവന്നു.

പശുവിന്റെ കറവ തീർന്നതോടെ മാളുവമ്മയുടെ ജീവിക്കാനുള്ള വരുമാനമാർഗം തീരെ നിലച്ചുപോയി. ഒരു പണിയും തൊരവുമില്ലാതെ എങ്ങനെ കഴിഞ്ഞുകൂടുമെന്ന ആധിയിലായി അവർ. എന്തെങ്കിലും പണി ചെയ്യുന്നതിൽ അന്തസിന്റെ പ്രശ്നമില്ലെന്ന് അവർക്ക് തോന്നി. ആർക്കും വശംവദയാകുകയില്ലെന്ന് അവർ മുമ്പേ മനസിലുറപ്പിച്ചിരുന്നു. അങ്ങനെയാണ് ഒരു രജതരേഖയെന്നോണം പാറപ്പണി അവരുടെ മനസിൽ തെളിഞ്ഞത്. അതിന് പൊറാട്ട് നാടകം ഒരു കാരണമായി. "എന്തുകൊണ്ട് അവിടെ പണിക്ക് പോയ്ക്കൂടാ?" ദിവസങ്ങളോളം ആ ചോദ്യം അവരുടെ മനസിൽ കിടന്നുപുളഞ്ഞു. അവസാനം പാറപ്പണിക്ക് പോകാൻ തന്നെ അവർ തീരുമാനിച്ചു.

അതുവഴി പാറപ്പണിക്ക് പോയിക്കൊണ്ടിരുന്ന പിറുങ്ങാച്ചിയേയും മറ്റും അവർ ദിവസവും കാണാറുണ്ടായിരുന്നു. പിറുങ്ങാച്ചിയുമായി അവർ പരിചയത്തിലുമായിരുന്നു.

"നാളെ രാവിലെ പോകുമ്പോൾ പണിക്ക് ഞാനുംണ്ട്." അന്ന് സന്ധ്യക്ക് പണി കഴിഞ്ഞതിലെയെത്തിയ പിറുങ്ങാച്ചി അത് കേട്ടതോടെ നിമിഷങ്ങളോളം നിശ്ശബ്ദയായി നിന്നുപോയി.

"എന്താ ഒന്നും പറയാത്തത്, പട്ടിണി കിടക്കുന്നതിലും ഭേദമല്ലേ നിന്റെ കൂടെ പണിക്ക് വരുന്നത്?"

"ന്റെ കൂടെ വന്നാൽ?"

"വന്നാലൊന്നുല്ല, എല്ലാം ഞാനാലോചിച്ചിട്ടുണ്ട്. ഇനി നിണക്ക് വല്ലതും അതുകൊണ്ടുണ്ടായാൽ അത് ഞാനേറ്റു."

ഇരുവരും ആലോചനയിൽ നിന്നു. ഒരിളം കാറ്റിൽ അവർക്ക് മുകളിൽ ആകാശത്തിൽ പറവകൾ വട്ടമിട്ടു. പിറുങ്ങാച്ചിയുടെ മനസിലൂടെ പലതും കടന്നുപോയി. "രാവിലെമ്പക്ക് പോകാ..." അവസാനം അവളിലെ മനുഷ്യത്വം പുറത്തുചാടി.

മാളുവമ്മയെ സംബന്ധിച്ച് മനസിലാക്കിയ എല്ലാ കാര്യങ്ങളും അവൾ അന്ന് രാത്രി ചെറുമനോട് പറഞ്ഞു. എല്ലാം കേട്ടു കര്യാത്തൻ നിശ്ശബ്ദനായിരുന്നതേയുള്ളൂ. അയിത്തത്തിന്റെ പേരിൽ അനുഭവിച്ച മർദനങ്ങളെപ്പറ്റിയും കേൾക്കേണ്ടിവന്ന ശകാരങ്ങളെപ്പറ്റിയും അയാൾ ഓർത്തുപോയി. അവയ്ക്കൊക്കെ മാറ്റം വരുന്നു....! അയാളൊന്ന് ദീർഘശ്വാസം ചെയ്തു.

പിറ്റേന്നു കാലത്ത് പുറപ്പെടുമ്പോൾ ഒരു ചുറ്റിക കൂടി പിറുങ്ങാച്ചി കൈയിൽ വെച്ചു. അവളുടെ മുഖത്ത് സഹതാപം ഉൾക്കൊണ്ട സ്നേഹത്തിന്റെ ദിവ്യത്വഭാവമായിരുന്നു. മാളുവമ്മ പശുവിനെ അഴിച്ചുകെട്ടി കുട്ടികളെ സ്കൂളിലേക്കയച്ചു കാത്തിരിക്കയായിരുന്നു. അവർ മുന്നിലും പിന്നിലുമായി നടന്നു. മാളുവമ്മയുടെ തലയുയർത്തിക്കൊണ്ടുള്ള നടത്തം ചിലർ നോക്കിനിന്നു. പിറുങ്ങാച്ചി അവരെ മേസ്തിരിയുടെ അടുത്തേക്ക് കൂട്ടിക്കൊണ്ടുപോയി വിവരങ്ങൾ പറഞ്ഞു. അയാൾ സമ്മതിച്ചു. ആ പരി

സരമാകെ അപ്പോഴേക്കും മനുഷ്യപ്രയത്നത്തിന്റെ പിടിയിൽ അമർന്നിരുന്നു. മാളുവമ്മയും അതിൽ ലയിച്ചു.

ആ വാർത്ത അവിടെയെങ്ങും പരന്നു. കേട്ടവർ കേട്ടവർ അത് മറ്റുള്ളവരെ അറിയിക്കാൻ തിടുക്കപ്പെട്ടു.

"ആ പെണ്ണിന്റൊരു ധിക്കാരം" "നാണമില്ലേ ഇവൾക്ക്?"

"നാട് പറയിപ്പിക്കാൻ തീർന്നവൾ" "തച്ചെല്ലൊടിക്കാൻ ആണുങ്ങളില്ലേന്നാട്ടിൽ", "കുലം മുടിച്ചവൾ", "ചെറ്റ, കണ്ണി കണ്ടാൽ കുളിക്കണം." പ്രതികരണങ്ങൾ അങ്ങനെ നീണ്ടുപോയി.

ഇരുപത്തിനാല്

മാസ്റ്ററെ ആ വാർത്ത വല്ലാതെ ചൊടിപ്പിച്ചു. അതോടെ മാളുവമ്മയുടെ പുരയ്ക്ക് ചുറ്റും ഉടനെത്തന്നെ വളച്ചുകെട്ടണമെന്ന് അയാൾക്ക് വാശിയായി. അതിനുവേണ്ടി പലരേയും അയാൾ സമീപിച്ചു. ചെറുമക്കൾ ഒന്നടക്കം അതിനാവില്ലെന്ന് തീർത്തുപറഞ്ഞു. അവസാനം അതൊരു നായർപ്രശ്നമാക്കിയപ്പോഴേ അയാൾക്കതിന് ആളെ കിട്ടിയുള്ളു.

അതിനെ ചുറ്റിപ്പറ്റി ആ ബജാറിലും ചില ഒച്ചപ്പാടുകളുണ്ടായി. ഒരു രാത്രി സർക്കാർ ഉദ്യോഗസ്ഥനായ മാസ്റ്ററുടെ മകനും മറ്റു ചിലരും കണ്ടക്കുട്ടിയുടെ പീടികയിൽ വെച്ച് അത് സംബന്ധിച്ച ചർച്ചയ്ക്കിടയിലായിരുന്നു ഗോപി അതിലേയെത്തിയത്. ആകാശം അപ്പോൾ തന്നെ ഇടിഞ്ഞു പൊളിഞ്ഞു വീണേക്കുമെന്ന ഭാവത്തിൽ നിന്ന പീടികക്കാരനെ കണ്ടപ്പോൾ ഗോപിക്ക് ചിരി വന്നു. അയാൾ അതിലിടപെട്ടതോടെ അതൊരു വാദപ്രതിവാദമായി മാറി. "മാളുവമ്മ ഒരു സമുദായത്തെ മുഴുവൻ പറയിപ്പിച്ചു കളഞ്ഞു." മാസ്റ്ററുടെ മകൻ അൽപ്പം വികാരഭരിതനായി.

"അതെങ്ങനെ?"

കണ്ട ചെറുമിയുടെ കൂടെ പാറപ്പണിക്ക് പോകുന്നത് നായന്മാർക്ക് ചേർന്നതാണോ?"

"പണിയെടുക്കാനല്ലേ, അതും പച്ചപ്പകൽ" ഗോപിയുടെ ആ നിലപാട് ചർച്ചയെ ചൂടുപിടിപ്പിച്ചു. ചർച്ച നീണ്ടുപോയപ്പോൾ അവിടെ കൂടിയവരിൽ വ്യക്തമായ ചില മനംമാറ്റങ്ങളുണ്ടായി.

"പണിയെടുത്തു ജീവിക്കുന്നതുകൊണ്ട് മാനം മര്യാദ തകരുന്നില്ല, വർധിക്കുന്നേയുള്ളു." ഗോപിയുടെ ആ അഭിപ്രായത്തോട് ചിലർ യോജിച്ചു. അതോടെ മാളുവമ്മ പാറപ്പണിക്ക് പോകാനിടയായ സാഹചര്യം അയാൾ വിവരിച്ചു. അവസാനം മാസ്റ്ററുടെ മകൻ ഞാനൊന്നുമറിഞ്ഞില്ലേ എന്ന ഭാവത്തിലായി.

ഒരൊഴിവു ദിവസം വായനശാലയിലിരിക്കുമ്പോൾ പാറപ്പണിയൊന്ന് കാണണമെന്ന അബുവിന്റെ അഭിപ്രായത്തോട് ഗോപി യോജിച്ചു. അത് നേരിൽ കണ്ടപ്പോഴേ അവർക്കതിന്റെ ഗൗരവം മനസിലായുള്ളു.

"ആളുകൾ തിളയ്ക്കുന്നു" അബു പറഞ്ഞു.

"എല്ലാവരും പണി ചെയ്യുകയാ." ഗോപി പ്രതികരിച്ചു.

പിടിച്ചുനിൽക്കാൻ ഒരു കച്ചിത്തുരുമ്പെങ്കിൽ അത്, അയാൾക്ക് തോന്നി.

"എങ്ങനെയുണ്ട്?" കര്യാത്തൻ അവരുടെ അടുത്തെത്തി.

"വളരെ കേമം" ഗോപിയുടെ ആ മറുപടി കേട്ട് എല്ലാവരും ചിരിച്ചു.

"ഇവള് വല്ലാത്തൊരുത്തിയാ." അന്നു രാത്രി അടുത്തിരുന്നു പലതും പറയുന്നതിനിടയിൽ ചീരുവമ്മ പ്രശ്നമെടുത്തിട്ടു.

"ആര് വല്ല്യമ്മേ?"

"ആ മാളു, ഓള് കണ്ട ചെറുമീന്റേം തിയ്യത്തീന്റേം കൂടെ പാറപ്പണിക്ക് പോകുന്നത് നല്ലതാണോ?"

"ജീവിക്കാനല്ലേ വല്ല്യമ്മേ?"

"പറേപ്പിക്കാൻ പൊറപ്പെട്ടോൾ."

"അങ്ങനെ പറയരുത്, ജീവിക്കാൻ വേറെന്ത് മാർഗാ ആ മാളുവമ്മയ്ക്ക്?"

"അതും ശരിയാ."

"കേൾക്കുമ്പോൾ ആലോചിക്കാതെ പലരും പലതും പറയും."

"ഈയാളുകളൊക്കെ അങ്ങനാ വല്ല്യമ്മേ."

"അത് ശരിയല്ല."

"സമ്മതിച്ചു." നിമിഷനേരത്തക്ക് അവർ തല താഴ്ത്തി.

ഇരുപത്തിയഞ്ച്

വലിയേടത്തുകാരുടെ ഭാഗം പിരിയലിന്റെ റജിസ്ത്ര് കഴിഞ്ഞ അന്ന് രാത്രി പൂമുഖത്ത് ചാരുകസേരയിലിരുന്ന മാസ്റ്റർ ഭാര്യ തൊട്ടടുത്ത് ബഞ്ചിൽ വന്നിരുന്നതറിഞ്ഞില്ല. വലിയേടത്തുകാരുടെ വലിമയായിരുന്നു അയാളുടെ മനസിൽ. ആ എട്ടുകെട്ടിലുണ്ടായിരുന്നവർ പത്തുപന്ത്രണ്ട് താവഴി കുടുംബങ്ങളായി ഗ്രാമമാകെ ചിതറിപ്പോയത് അയാളെ അത്ഭുതപ്പെടുത്തി.

"എന്താ ഒന്നും പറയാത്തത്?"

"ആ വലിമ നിലച്ചുപോയീ....."

"ആരുടെ?" അയാളത് വിവരിച്ചു.

"റജിസ്ത്ര് കഴിഞ്ഞില്ലേ?" മൂത്തമകനെത്തി.

"കഴിഞ്ഞു. എന്താ അച്ഛനിത്ര ക്ഷീണം."

"എന്തോ അറിയില്ല."

"കിട്ടാനുള്ള പണത്തിന്നെന്തെങ്കിലും മാർഗമായോ?"

"ആ താവഴിക്കാരുടെ കൈവശത്തിലാ ആ മലയുടെ മുക്കാൽ ഭാഗവും വന്നുപെട്ടത്. അവരത് തരാമെന്ന് പറഞ്ഞിട്ടുണ്ട്."

"അതുകൊണ്ടെന്തെങ്കിലും കാര്യംണ്ടോ?"

"കുറേക്കൂടി പണമിറക്കിയാൽ ഒരു റബ്ബറെസ്റ്റെയ്റ്റാക്കാം."

"വേറെന്തെങ്കിലും കിട്ടാൻ പാകംണ്ടോ?"

"പലതും കാത്തിരിക്കയാ, കൈവശം വന്നുചേരുമെന്നു കരുതിയ സ്കൂൾ അധികാരിയുടെ നിയന്ത്രണത്തിലായിപ്പോയി." മകനും അതിൽ വിഷമം തോന്നി.

"മലയുടെ ബാക്കിയും കൂടി കിട്ട്വോ?"

"പ്രയാസാ, അത് കൈവശമായവർ മുമ്പേ നമ്മോട് അലോഹ്യത്തിലാ. ഭാഗത്തിൽ ഞാൻ ചിലരുടെ പക്ഷംപിടിച്ചെന്നാണവരിപ്പോൾ പറയുന്നത്."

അവൻ മാളുവമ്മയുടെ പ്രശ്നമെടുത്തിട്ടു. അതു സംബന്ധിച്ചു നടന്ന വാഗ്വാദങ്ങളും. അതോടെ മാസ്റ്ററുടെ മനസിലെ പക ഒന്നുകൂടി ഇരട്ടിച്ചു. പിറ്റേന്നു കാലത്ത് അയാൾ ബജാറിലെത്തി ചോയിക്കുട്ടിയുടെ പീടികയ്ക്ക് മുന്നിൽ കാത്തുനിന്നു.

"ഒരു കാര്യം പറയാനുണ്ട്." ചായ കുടിച്ചിറങ്ങിയ ഗോപാലൻ നായർ അതു കേട്ടുനിന്നു. ഏറ്റ പണിക്കെത്താനുള്ള തിരക്കായിരുന്നു അയാൾക്ക്. വേലിയുടെ കാര്യം പറഞ്ഞശേഷം അയാൾ അവസാനിപ്പിച്ചു. "ഇത് നായന്മാർക്ക് വന്നുപെട്ട ഒരപഖ്യാതിയാ." അടുത്ത പീടികക്കോലായിൽ കിടന്ന ശങ്കരൻനായർ അതെല്ലാം കേൾക്കുന്നുണ്ടായിരുന്നു.

ഒരു പകുതി സമ്മതമേ ഗോപാലൻനായരിൽ നിന്നുണ്ടായുള്ളു. തിരിച്ചുപോകുമ്പോൾ യാദൃച്ഛികമായി കണ്ടുമുട്ടിയ തനിയൻകുട്ടിയോടും അയാൾ അത് പറഞ്ഞു. അതിനാവില്ലെന്ന് അയാൾ തീർത്തുപറഞ്ഞു. അപ്പോഴാണ് കണാരുനായർ അയാളുടെ മുന്നിലെത്തിയത്.

"എവിടേക്കാ?"

"അംശക്കച്ചേരിയിലേക്കാ."

"ചിലത് പറയാനുണ്ട്, കാണണമെന്ന് വിചാരിച്ചീനീ."

"എന്താ?" ഗോപിയുടെ പ്രവർത്തനത്തെപ്പറ്റി വിശദീകരിച്ചശേഷം അയാൾ ചോദിച്ചു.

"ഈ പുരോഗമനം പ്രസംഗിക്കുന്നത് നല്ലതാണോ?"

"അതുകൊണ്ട് നിങ്ങൾക്ക് പ്രത്യേകിച്ചെന്തോണ്ടായോ?"

"എനിക്കൊന്നുംണ്ടായിട്ടില്ല, അത് നമ്മള് നായന്മാർക്ക് നല്ലതല്ല."

"അവൻ മറ്റു വല്ല ചീത്തത്തരോം ചെയ്തോ?"

"ഇതു തന്നെ ചീത്തയല്ലേ?"

അയാൾ ചിരിച്ചു.

ഇരുപത്തിയാറ്

ഗോപാലൻനായരും ചെട്ട്യാരും, വേലി കെട്ടാനുള്ള നാട്ടയും കമ്പും ഇല്ലിയുമെല്ലാം ഒരുക്കുന്നതിന് മാസ്റ്ററുടെ പറമ്പിലെ അതിരിലുള്ള ഒരു കുണ്ട കായലിൽ ദിവസങ്ങളോളം പണി ചെയ്തു. മാസ്റ്റർ നാട്ടിൽ സംഭ

വിച്ചുകൊണ്ടിരിക്കുന്ന ഹിതമല്ലാത്ത പലതിനെപ്പറ്റിയും സംസാരിച്ചു കൊണ്ട് അവരെ വിടാതെ ചുറഞ്ഞുകൂടി. പുരയ്ക്ക് ചുറ്റും കെട്ടാൻ പോകുന്ന വേലിയെപ്പറ്റി മാളുവമ്മ അറിഞ്ഞിരുന്നില്ല. വേലി കെട്ടാനുറപ്പിച്ച ദിവസവും പതിവുപോലെ അവർ പണിക്ക് പോയി. എന്നാൽ പുരയ്ക്ക് ചുറ്റും ഒരാളുയരത്തിലുള്ള നാട്ട അടിച്ചിറക്കുമ്പോഴേക്കും ആ വിവരം ബജാറിലെത്തി. അത് പാറയിലെത്താൻ പിന്നീടധികം നേരം വേണ്ടിവന്നില്ല.

അതറിഞ്ഞതോടെ തനിയൻകുട്ടിയും കര്യാത്തനും വേലായുധൻ നായരും മറ്റും കൂടിയിരുന്നാലോചിച്ചു. പുരയിലേക്ക് കടക്കാനൊരു വഴി വേണമെന്നതിൽ അവസാനം അവരൊരു തീരുമാനത്തിലെത്തി.

"അമ്മൻച്ചം പോയി പുരയിലേക്കൊരു വഴി വേണമെന്നു പറയണം." തനിയൻകുട്ടി അവരെ സമീപിച്ചു. അവർ പുറപ്പെട്ടു, കൂടെ മറ്റു സ്ത്രീകളും.

"എല്ലാവരും കൂടി പോണ്ട." കര്യാത്തൻ അവരെ വിലക്കി.

"ഞാമ്പോകും." പിറുങ്ങാച്ചി വാശിപിടിച്ചു.

കൈയിലെ ചുറ്റികയുമായി മാളുവമ്മ മുന്നിൽ നടന്നു. അവരെത്തുമ്പോഴേക്കും പുരയുടെ മുൻഭാഗം വേലി കെട്ടിക്കഴിഞ്ഞിരുന്നു. നൂറു തേച്ച മുൻഭാഗം ചുമര് ദൂരെ നിന്ന് കാണാനാവാതെ വേലിക്ക് മീതെ പൊന്തി നിന്ന മേൽക്കൂരമാത്രം കണ്ടപ്പോൾ അവർ കരഞ്ഞുപോയി. വേലിക്ക് മുന്നിലെത്തി ഉള്ളിലേക്ക് കടക്കാൻ വഴിയില്ലെന്ന് കണ്ടതോടെ അവർ തരിച്ചു നിന്നു. അപ്പോഴേക്കും കൈയിൽ നീളം കുറഞ്ഞൊരു കട്ടപ്പാരയുമായി തനിയൻകുട്ടിയും കര്യാത്തനും വേലായുധൻ നായരും മറ്റും അവിടെയെത്തി.

"നിക്ക് പുരേലേക്ക് കടക്കാനൊരു വഴി വേണം." അവർ ഒച്ചവെച്ചു.

പുരയുടെ പിൻഭാഗത്തായിരുന്ന മാസ്റ്റർ ശബ്ദം കേട്ടു മുന്നിലെത്തി.

"നിക്ക് പുരേലേക്ക് കടക്കാനൊരു വഴി വേണം." അവർ ആവർത്തിച്ചു.

"നിയ്യ്നി കടക്കണംന്നില്ല."

"അപ്പോൾ ഞാനെവിടെ പോകും?"

"എവിടെ പോയാലും തരക്കേടില്ല, ഇവിടുന്നിറക്കി വിടാൻ പോവ്വാ."

"എന്നേയോ?"

"നിന്നെത്തന്നെ, എന്താ പറ്റില്ലേ?"

"ഞാൻ ജനിച്ചുവളർന്നു ജീവിക്കുന്ന എന്റെ പുരയിൽ നിന്നോ?"

"അതെ, നീ കൂട്ടംതെറ്റിയവളാ, വേണമെങ്കിൽ വേറെ വല്ല ദിക്കും നോക്ക്."

"മാസ്റ്റെ, ദയവ് ചെയ്ത് നിക്കെന്റെ പുരേലേക്കൊരു വഴി വേണം."

"നിന്നെ ഇപ്പോൾ തന്നെ അടിച്ചിറക്കും." പറഞ്ഞുതീരും മുമ്പേ തനിയൻകുട്ടിയുടെ കൈയിലെ കട്ടപ്പാര അതിശക്തിയിൽ വേലിയിൽ വീണു.

അത് വീണിടത്ത് വേലി പൊളിഞ്ഞു. നോക്കിനിൽക്കാനേ മാസ്റ്റർക്ക് കഴിഞ്ഞുള്ളൂ. അങ്ങനെയൊരിക്കലും അയാൾ പ്രതീക്ഷിച്ചിരുന്നില്ല. കുറച്ചാളുകൾ പൊളിഞ്ഞ ഭാഗത്തുകൂടെ ഉള്ളിൽ കടന്നു. അവർ വേലി മുഴുവൻ പൊളിക്കാനൊരുങ്ങി. മാളുവമ്മ അവരെ തടഞ്ഞു.

"നിക്ക് കടക്കാനൊരു വഴിയേ വേണ്ടുള്ളൂ, ബാക്കി വേലി അങ്ങനെ നിന്നോട്ടേ"! മറ്റുള്ളവർ അത് ശരിവെച്ചു.

ഇരുപത്തിയേഴ്

ആ ബഹളത്തിനിടയ്ക്ക് മാസ്റ്ററും പണിക്കാരും പിൻവലിഞ്ഞു. ആ മുന്നേറ്റത്തെ തടുക്കാനാവില്ലെന്ന് അവർക്ക് മനസിലായി. ചികിത്സിച്ചാലും ചികിത്സിച്ചാലും ഭേദമാക്കാനാവാത്തൊരു വ്രണമാണത് മാസ്റ്ററുടെ മനസിലുണ്ടാക്കിയത്. അയാൾ നേരെ അധികാരിയുടെ പുരയിലേക്ക് വെച്ചടിച്ചു. അധികാരി അവിടെയുണ്ടായിരുന്നില്ല. അയാൾ കാത്തിരുന്നു. അധികാരിയെത്തിയപ്പോൾ അയാൾ നടന്ന സംഭവങ്ങൾ വിവരിച്ചു. എന്ത് വേണമെന്ന ആലോചനയിലായി പിന്നീട് അവർ. അവസാനം ഒരു പെറ്റീഷൻ കൊടുക്കാൻ അവർ പൊലീസ് സ്റ്റേഷനിലേക്ക് പുറപ്പെട്ടു.

പിറ്റേന്നേ പൊലീസ് എത്തിയുള്ളൂ. അവർ മാളുവമ്മയെയും തനിയൻകുട്ടിയെയും മറ്റും അധികാരിയുടെ പുരയിലേക്ക് വിളിപ്പിച്ചു.

"മാസ്റ്ററുടെ വേലി പൊളിച്ചോ?" ഹെഡ്കോൺസ്റ്റബിൾ മാളുവമ്മയെ നോക്കി.

"ഇല്ല"

"പിന്നെ?"

"പുരയിലേക്ക് കടക്കാനൊരു വഴി വേണമെന്ന് പറഞ്ഞു."

"എന്നിട്ട്?"

"തരില്ലെന്നും എന്നെ അവിടുന്നിറക്കിവിടുമെന്നും പറഞ്ഞു ഭീഷണിപ്പെടുത്തി." അയാൾ മാസ്റ്ററുടെ മുഖത്തേക്ക് നോക്കി.

"നീ വേലി പൊളിച്ചോ?" പിന്നീട് അയാൾ തനിയൻകുട്ടിയുടെ നേരെ തിരിഞ്ഞു.

"ഇല്ലമ്പ്രാനേ"

"പിന്നെ എന്താടാ ചെയ്തത്?"

"മാളുവമ്മൻച്ചന്റെ പൊരേലേക്കൊരു വഴി വെച്ചുകൊടുത്തു."

"അല്ലാതെ വേലി പൊളിച്ചില്ലേ?"

"ഇല്ല."

"ധിക്കാരമാണെങ്കിൽ തച്ചെല്ലൊടിക്കും മനസിലാക്കിക്കോ." തനിയൻകുട്ടി നിന്നിടത്ത് തല താഴ്ത്തി. "ഊം പോയ്ക്കോളിൻ." അവർ പിന്നീടവിടെ നിന്നില്ല.

"ഏത് പൊരേലേക്കും ഒരു വഴി ആവശ്യാ, അത് പാടില്ലെന്ന് പറ

യാൻ ഞങ്ങൾക്കധികാരമില്ല." അയാൾ മാസ്റ്ററേയും അധികാരിയേയും മാറിമാറി നോക്കി.

എല്ലാറ്റിന്റേയും അതിരുകൾ പൊളിയുന്നു, പൊലീസിന്റെ നടപടി പ്രതീക്ഷിച്ചപോലായില്ല. അവർ മനോവിഷമത്തിലായി. എങ്കിലും ഗ്രാമത്തിലെ ചെറുമക്കളെല്ലാം തങ്ങളുടെ സ്ഥലത്താണ് ചാളകെട്ടി താമസിക്കുന്നതെന്നത് അവർക്കൊരു പിടിവള്ളിയായി. അതുകൊണ്ടായില്ലല്ലോ എന്ന ചിന്ത അവരെ അലട്ടി.

"ആ മാളൂനെ ഇനിയൊന്നും ചെയ്യണ്ട" മാസ്റ്റർ പ്രതികരിച്ചില്ല.

"പൊളിച്ചതിന്റെ ബാക്കി വേലി?"

"അതങ്ങനെ നിൽക്കട്ടെ."

"അതും പൊളിച്ചു പോവ്വേള്ളൂ..."

ഇരുപത്തിയെട്ട്

"**ക**ല്ല്യാണ്യേ....?"

"അമ്മയെന്തിനാ വിളിച്ചത്?" മകൾ അടുക്കളയിൽ നിന്നെത്തി.

"അയ്യപ്പൻകാവിലെ തെയ്യാട്ടും ഉച്ചാലും ഇങ്ങെത്തിപ്പോയില്ലേ?"

"വരുന്നാഴ്ചയാ."

"അയ്യപ്പന് ഒരൊറ്റ കഴിപ്പിക്കണം. പിന്നെ വിത്ത് വെച്ച പൂമുഖത്തെ ചെരുവിലകം വരച്ചാമതി. ഒരിടങ്ങഴി നെല്ലിന്റെ ഒറ്റമതി. അതിന് വേണ്ടത് വാങ്ങാൻ ഗോപിയോട് പറയണം." അവർ സമ്മതിച്ചു. ഉച്ചയ്ക്കത്തെ കഞ്ഞി കാലാക്കാൻ അടുക്കളയിലേക്ക് പോയി. ഓർമ വെച്ചതു മുതൽ മുടങ്ങാതെ ചെയ്തുപോരുന്ന ചടങ്ങാണതെല്ലാമെന്ന് അവർ ഓർത്തു. അപ്പോഴേക്കും മൂത്തമകൾ ഇട്ടിച്ചിരാമ്മ വിയർത്തൊലിച്ച് കിതച്ചുകൊണ്ടെത്തി മുന്നിലങ്ങനെ നിന്നു. ആരും ഒന്നും പറഞ്ഞില്ല.

നിമിഷങ്ങൾ കഴിഞ്ഞുപോയി. "ഇട്ടിച്ചിരേ.....?" അതിന് പ്രതികരണമുണ്ടായില്ല. "എന്താണിട്ടിച്ചിരേയ്യൊന്നും മിണ്ടാത്ത്?" അവർ അമ്മയെ നോക്കി. "നിനക്കെന്താണൊരു വല്ലായ്മ?"

"ഞാനമ്മയോടൊരു കാര്യം പറയാനാ വന്നത്."

"ഈ വെയിലത്തോ, എന്താ കാര്യം?"

"അമ്മയൊന്നും വിചാരിക്കരുത്, ഏട്ടൻ ഈയാഴ്ച തോറും വാങ്ങിച്ചുതരുന്ന റേഷനരികൊണ്ടുമാത്രം നിക്കും രണ്ടുമൂന്നു പെങ്കുട്ട്യേക്കും ജീവിക്കാനാവില്ല. മറ്റുവരുമാനൊന്നും നിക്കില്ലാന്ന് അമ്മക്കറീം ചെയ്യ."

"അതിനോ ഇട്ടിച്ചിരേ?"

"ഞങ്ങക്കെന്താണ്ടാവ്വാന്ന് വെച്ചാൽ അത് ഭാഗിച്ചുതരാൻ ഏട്ടനോടൊന്നു പറയണം."

അടുക്കളയിൽ നിന്നെത്തിനോക്കിയ അനുജത്തിയും അതിനോട് യോജിച്ചു. "പ്പക്കുരാച്ച്യളേ...." പെട്ടെന്ന് അവർ പറഞ്ഞുപോയി. "ന്റെ

മരിച്ചുപോയ ഏട്ടൻ കാരണോന്മാരേ.....?" അവർ മേൽപ്പോട്ടു നോക്കി കണ്ണടച്ചു. ആ സഹോദരികൾ കണ്ണടച്ചിരിക്കുന്ന അമ്മയെ നോക്കിക്കൊണ്ട് നിന്നു. അവർ സാവധാനം കണ്ണു തുറന്ന് അവിടെ തങ്ങി നിന്ന നിശ്ശബ്ദത ഭഞ്ജിച്ചു. "ഞാനാലോചിക്കട്ടെ മക്കളേ...."

പിന്നെ അന്ന് ഒന്നിലും അവർക്കൊരു താൽപ്പര്യവും തോന്നിയില്ല. ഓഹരി ഭാഗം എന്ന ചിന്ത അവരെ പിടിച്ചുലച്ചുകളഞ്ഞു. ഭാഗം പിരിയൽ അവരുടെ മനസിലേ ഉണ്ടായിരുന്നില്ല. തന്റെ കാലത്തത് വേണ്ടിവരുമെന്നും അവർ ചിന്തിച്ചിരുന്നില്ല. മൂത്ത മകന്റെ കുടുംബ ഭരണത്തിലും അവർ സംതൃപ്തയായിരുന്നില്ല. എങ്കിലും വലിയ മുറുമുറുപ്പില്ലാതെ കാര്യങ്ങൾ അങ്ങനെ തുടർന്നു പോകുമെന്നാണ് അവർ കരുതിയിരുന്നത്. എന്നാൽ എല്ലാം പെട്ടെന്ന് അകമേൽ മറിഞ്ഞതായി അവർക്ക് തോന്നി. ഓരോരുത്തരുടേയും നിലനിൽപ്പിന്റെ പ്രശ്നമായി അത് അവർ വിലയിരുത്തി. മക്കൾ കുടുംബഭാരമുള്ളവരായിപ്പോയാൽ പിന്നെന്ത് ചെയ്യും? അവർ സ്വയം ചോദിച്ചുപോയി.

പതിവ് ദിനകൃത്യങ്ങളിലൊന്നും അന്നവർ ശ്രദ്ധിച്ചില്ല. ഉച്ചയ്ക്കുള്ള കഞ്ഞി പേരിനേ കുടിച്ചുള്ളൂ. സന്ധ്യക്ക് മേൽ കഴുകുകയോ നാമം ജപിക്കുകയോ ചെയ്തില്ല. ഓരോന്നും അതാത് സമയത്ത് മകൾ ഓർമിപ്പിച്ചെങ്കിലും "ത്തീര കഴിഞ്ഞോട്ടേ" എന്ന മറുപടിയിൽ എല്ലാം ഒതുങ്ങി നിന്നു. എങ്ങനെയാലോചിച്ചിട്ടും വ്യക്തമായൊരു തീരുമാനത്തിലെത്താൻ അവർക്കായില്ല.

രാത്രി ഗോപിയെത്തിയപ്പോഴും അവർ പൂമുഖത്തങ്ങനെയിരിക്കയായിരുന്നു. ഒരു ദുഃഖിതയുടെ ഭാവത്തിൽ തനിച്ചിരിക്കുന്ന അവരെ കണ്ടപ്പോൾ എന്തോ സംഭവിച്ചിട്ടുണ്ടെന്ന് അയാൾക്ക് തോന്നി.

"വല്ല്യമ്മേ?" അയാൾ അടുത്ത് ചെന്നു. "വല്ല്യമ്മക്കെന്തേയ്?" ഒന്നുമില്ലെന്ന ഭാവത്തിൽ അവർ കണ്ണുചിമ്മി.

അയാൾ അകത്തു പോയി വസ്ത്രം മാറി അമ്മയോട് കാര്യങ്ങൾ തിരക്കി. വ്യക്തമായ മറുപടി കിട്ടാതിരുന്നപ്പോൾ അയാൾ നേരെ ചെന്ന് അവരുടെ മുന്നിൽ നിലത്തിരുന്നു. "വല്ല്യമ്മക്കെന്തേയ്?"

"ഒന്നുംല്ല."

"എന്നാലും?"

"ഇവരൊക്കെ ഭാഗത്തെപ്പറ്റി പറയുന്നു ഗോപ്യേ."

"എന്നിട്ട് വല്ല്യമ്മയെന്ത് പറഞ്ഞു?"

"ആലോചിക്കട്ടേന്ന്, ന്നാലും ന്റെ കണ്ണടയ്യോളം ഇതൊന്നും ചെയ്യാതെ നിർത്തണം ന്നൊരാശണ്ടായിനി."

"അതിന് കഴിയ്യോ?" അവർ പ്രതികരിച്ചില്ല.

ഓഹരിഭാഗം നാട്ടിൽ സാധാരണമാണെന്നും പലരും ഭാഗിച്ചുകഴിഞ്ഞെന്നും ഇനിയും ചിലർ ഭാഗിക്കാനുള്ള തിരക്കിലാണെന്നും കശപിശയില്ലാതെ ഭാഗിക്കുന്നത് നല്ലതാണെന്നും അയാൾ അവരെ പറഞ്ഞു മനസിലാക്കിച്ചു.

"ഈ ഭാഗിക്കുന്നത് പിന്നീം പിന്നീം ഭാഗിക്കേണ്ടി വരില്ലെ ഗോപ്യേ?"

"വേണ്ടിവരും"

"ഭാഗിച്ചു ഭാഗിച്ചു കയ്യിലൊതുങ്ങുന്ന മണ്ണുപോലും ഭാഗിക്കേണ്ടി വരും. കുടുംബബന്ധങ്ങളും മാറിമറയും." അവർ ദീർഘനിശ്വാസം ചെയ്തു.

"ഏതായാലും തീരുമാനിച്ച സ്ഥിതിക്ക് വല്ല്യമ്മ തനിച്ചിരിക്കണ്ട." അയാൾ അനുനയം കൈക്കൊണ്ടു. അതോടെ താമസിച്ചുപോയ ദിനകൃത്യങ്ങൾ ചെയ്യാൻ അവർ തയാറായി.

ദിവസങ്ങൾ കടന്നുപോയി. ഉച്ചാലും അയ്യപ്പൻകാവിലെ ചടങ്ങുത്സവവും വന്നെത്തി. ഗോപിക്ക് അതിലൊന്നും താൽപ്പര്യം തോന്നിയില്ല. എങ്കിലും ഉത്സവരാത്രി അയ്യപ്പൻ കാവിൽനിന്നുള്ള ചെണ്ടമേളവും ഇടയ്ക്കിടയ്ക്ക് ശക്തിയിൽ പൊട്ടിക്കൊണ്ടിരുന്ന കതിനവെടിയും അവസാനം നടന്ന ആനയില്ലാത്ത ആറാട്ടും ആർപ്പുവിളികളും രാത്രിയിലെ ആ ഏകാന്തതയിൽ ശ്രദ്ധിക്കാതിരിക്കാൻ അയാൾക്കായില്ല.

ഇരുപത്തിയൊമ്പത്

പാറപ്പണി ഗ്രാമത്തിൽ ചില മാറ്റങ്ങൾക്കിടയാക്കി. ബജാർ അൽപ്പം പുഷ്ടിപ്പെട്ടു. പൂട്ടിയിട്ട ആ പീടിക പണിയൊന്നുമില്ലാതെ നടന്ന രാമൂട്ടി വാടകയ്ക്കെടുത്തു. ശങ്കരൻനായർക്ക് അതൊരു പ്രശ്നമായി മാറി. ഒച്ചപ്പാടില്ലാതെ കുറച്ചുകാലമായിട്ട് അവശനായി അവിടെ ചടഞ്ഞുകൂടുകയായിരുന്നു അയാൾ. അടുത്തുള്ള പീടികക്കാർ അയാളെ അവിടന്നിറക്കിവിടാൻ തക്കം കാത്തിരിക്കയായിരുന്നു. രാമൂട്ടിക്ക് പെട്ടെന്ന് അയാളെ അവിടന്നിറക്കിവിടാൻ ഉദ്ദേശ്യമുണ്ടായിരുന്നില്ല. "ഞാനിത് വാടകക്കെടുത്തിട്ടുണ്ട് കമ്മളെ." ഒരുദിവസം അയാൾ അതറിയിച്ചു.

"ഇതെന്തിനാ രാമൂട്ട്യേ?"

"പെട്ടെന്ന് കച്ചവടത്തിനൊന്നും ആവില്ല, പിന്നിൽ ത്തീര നാടനുമായിട്ടങ്ങനെ കൂടാനാ വിചാരം. അങ്ങനെ കുറച്ച് കാശുണ്ടാക്കീട്ട് പീടിക തുറക്കീം വേണം.",

"അതുവരെ ഇവിടെക്കഴിയാം അല്ലേ?"

"കഴിയാം." എങ്കിലും ആ വിവരം അയാളെ അസ്വസ്ഥനാക്കി.

മാസ്റ്റർ ബജാറുമായി കൂടുതൽ അടുക്കാൻ തുടങ്ങി. അയാൾക്കും അധികാരിക്കും അവിടെ പീടികകളുണ്ടായിരുന്നു. മാസ്റ്ററുടെ പീടികമുറികളിലൊന്നിലായിരുന്നു കണ്ടക്കുട്ടിയുടെ പലചരക്ക് കച്ചവടം. മാസ്റ്റർ അയാളുമായി വലിയ അടുപ്പത്തിലുമായിരുന്നു. ദിവസത്തിൽ രണ്ടുനേരമെങ്കിലും അയാൾ അവിടെ വന്നുപോയി. രാത്രി കണ്ടക്കുട്ടിയുടെ പീടികയിലെ ഇരുത്തം അയാളൊരു പതിവാക്കി. ചിലപ്പോൾ അധികാരിയും അതിൽ പങ്കുകൊണ്ടു. മറ്റുള്ളവരും മാറിമാറി ആ സമയത്തവിടെ

എത്താൻ തുടങ്ങി. അങ്ങനെയുള്ള അവസരങ്ങളിൽ പലതിനെപ്പറ്റിയും അവിടെ ചർച്ചകൾ നടന്നു. തിരക്കൊഴിഞ്ഞ നേരങ്ങളിൽ കണ്ടക്കുട്ടിയും അതിൽ പങ്കുചേർന്നു.

അന്ന് രാത്രി അങ്ങനെയൊരു ചർച്ചയ്ക്കിടെയായിരുന്നു മാസ്റ്റർ പാത്തുമ്മയുടെ പ്രശ്നമെടുത്തിട്ടത്.

"ഏതാണാ പാത്തുമ്മ?" അധികാരിക്ക് പെട്ടെന്ന് ആളെ മനസിലായില്ല.

"ആ അവിലിടിക്കാരി തേവിടിശ്ശി"

"അവളാദ്യമേ തിരിഞ്ഞവളാണല്ലോ?"

"എന്നാലും ഇത്ര ധിക്കരിച്ചിട്ടില്ലായിനി."

"അന്നവിലിന് ചിലവ് കുറവായിനി, ഇന്ന് നല്ല ചെലവാ." കണ്ടക്കുട്ടി വായനക്കി.

"കണ്ടക്കുട്ട്യേ, അവളെപ്പോഴെങ്കിലോ ഇവിടെ തേങ്ങ കൊണ്ടുവന്നീനോ?

"ഉമ്മേന്റെ കച്ചോടം അപ്പുറത്തെ പീട്യേന്നാ."

"മോശം. അവരായിട്ടൊക്കെ ഇടപാട് വേണം കണ്ടക്കുട്ട്യേ."

"അടിയനതിന് ശ്രമിക്കുന്നുണ്ട്."

"ചാത്തുക്കുട്ടി നായരിവിടെ വരാറുണ്ടോ?"

"ചിലപ്പോൾ, മൂപ്പരും വിട്ടപാകാ."

"അതൊക്കെ ആ വായനശാലക്കാരുടെ വിക്രസ്സാ."

"അതെ, അതെ." അപ്പോഴായിരുന്നു വാച്ചുകെട്ടിയ ഒരാൾ, അതിലെ കടന്നുപോയത്. മാസ്റ്റർ സമയം വിളിച്ചുചോദിച്ചു.

"ഒമ്പതര." കേട്ടതോടെ അവർ അന്നത്തെ ചർച്ച അവസാനിപ്പിച്ചു.

മുപ്പത്

ദിവസങ്ങൾ കടന്നുപോയി.

"ഇനിക്കിതൊന്ന് തുറക്കണംന്ന്ണ്ട്, കമ്മള് സ്ഥലം ഒഴിവാക്കിത്തരണം." അന്നു രാവിലെ രാമുട്ടിയെത്തി.

"കുറച്ചങ്ങട്ട് കഴിയട്ടെ രാമുട്ടീ."

"അങ്ങനെ പറഞ്ഞാൽ പറ്റില്ല കമ്മളേ, എന്നേക്കിതൊഴിവാക്കിത്തരുംന്ന് കൃത്യമായി പറയണം."

"അങ്ങനെയങ്ങ് പറഞ്ഞാലോ, ഈയവസ്ഥയിൽ പെട്ടെന്ന് ഞാനെങ്ങോട്ട് പോകാനാ രാമുട്ടീ?"

"അത് ഞാൻ നോക്കേണ്ട കമ്മളേ, ങക്കിവിടുന്ന് എപ്പം പോകാൻ പറ്റുന്ന് പറഞ്ഞാമതി."

"ഒഴിവാക്കിത്തരാം, ഈ കുംഭം കഴിയട്ടെ."

"ശെരി മീനം ഒന്ന് കഴിഞ്ഞാൽ പിന്നീടൊരവധിണ്ടാവില്ല."

"അപ്പോഴേക്കിവിടുന്നെങ്ങനെങ്കിലും ഒന്ന് പോകാൻ ഞാൻ നോക്കട്ടെ രാമുട്ടീ...."

കുംഭം കഴിഞ്ഞാൽ പിന്നെവിടേക്ക് പോകുമെന്ന ചിന്തയിലായി അയാൾ. എങ്ങും പോകാനില്ലെന്നും സഹായിക്കാൻ ആരുമില്ലെന്നും അയാൾക്ക് നന്നായിട്ടറിയാമായിരുന്നു. പേരിന് അയാൾ അപ്പോഴും ഒരു ജന്മിയായിരുന്നു. പാട്ടം കൊടുക്കാനുള്ളവരിൽനിന്ന് അത് കൃത്യമായി കിട്ടിയിരുന്നില്ല. നടക്കുന്ന കാലത്ത് അവരെയൊക്കെ കണ്ട് നക്കാപ്പിച്ച വാങ്ങുകയായിരുന്നു പതിവ്. ഈ അവശതയിൽ എങ്ങോട്ടായിനി പോവ്വാ? അന്നു മുഴുവൻ ആ ചിന്ത അയാളെയിട്ടലട്ടി. രാത്രി ചുരുണ്ടുകിടക്കുന്ന തിനിടയിൽ ചിട്ടക്രമമില്ലാതെ പലതും അയാളുടെ മനസിലേക്ക് കടന്നു വന്നു. അതിനിടയ്ക്ക് അവിടെ മറ്റൊരിടത്ത് ചുരുണ്ടുകിടന്ന തെരുവു നായ സടകുടഞ്ഞെഴുന്നേറ്റ് ആ കൂരിരുട്ടിൽ ആരോടെന്നില്ലാതെ മുരണ്ടു. പിന്നീടത് ഓലിയായി മാറി. അയാൾക്കത് സഹിക്കാനായില്ല. ഇങ്ങനെ യൊരവസ്ഥ മുമ്പുണ്ടായിട്ടില്ലല്ലോ....അയാൾ നെടുവീർപ്പിട്ടു.

ഇനിയും ദിവസങ്ങളുണ്ടല്ലോ എന്ന് ചിന്തിച്ചെങ്കിലും ജീവിതത്തി ലിന്നേവരെയുണ്ടായിട്ടുള്ള ഓരോ ഇറക്കത്തിലും "ഈ ശങ്കരന് ഒരു ചുക്കുമില്ലെന്ന" ഭാവമായിരുന്നല്ലോ മനസിൽ. എന്നാൽ വരാനിരിക്കു ന്നത്? അയാൾക്ക് എന്തെന്നില്ലാത്ത ഒരുൾക്കിടിലമുണ്ടായി. അൽപ്പമൊ രാശ്വാസത്തിന് നാരായണൻ നായരേയോ കല്ല്യാണിയേയോ ഒന്ന് കണ്ടെ ങ്കിലെന്ന് അയാൾ ആശിച്ചുപോയി.

നായയുടെ ഓലി ഒരു വികൃതശബ്ദമായി മാറി. അയാളുടെ ക്ഷമ കെട്ടു. "പോ നാ.......യ്" ശക്തി മുഴുവൻ സംഭരിച്ചുകൊണ്ട് അയാൾ അതിനെ ആട്ടി. അതുകൊണ്ട് കാര്യമുണ്ടായില്ല. അവസാനം അരികെ വെച്ച ഊന്നുവടിയെടുത്ത് ഇരുന്നിടത്ത് അയാൾ ചുഴറ്റിയെറിഞ്ഞു. ഉന്നം പിഴയ്ക്കാതെ അത് നായുടെ മേൽ ചെന്നുകൊണ്ടു. കരച്ചിലോടെ അത് ഓടി. അതോടെ അയാൾക്ക് അൽപ്പമൊരാശ്വാസം തോന്നി. പെട്ടെന്ന് ശാന്തമായ ആ ചുറ്റുപാടിൽ ഒരിളം കാറ്റ് വ്യാപിച്ചു. പ്രകൃതിയുടെ ആ തലോടലിൽ അയാൾ മയങ്ങി.

മുപ്പത്തിയൊന്ന്

മകരക്കൊയ്ത്ത് കഴിഞ്ഞുപോയി. വേലികെട്ടിന്റെയും പുരകെട്ടി ന്റെയും ഉത്സവങ്ങളുടെയും ആഘോഷങ്ങളുടെയും കാലമായി."ഓം പള നിയാണ്ടവനേ....." ഒരു രാവിലെ പൂജാരിയെത്തി.

"ഇരിക്കിൻ പൂജാരീ..." തനിച്ചിരുന്ന ചീരുവമ്മ എഴുന്നേറ്റു ചുമരിൽ തൂക്കിയിട്ട തടുക്കെടുത്ത് ഒരുഭാഗത്തിട്ടു.

"പൂജ വേണ്ടമ്മാ?" അയാളിരുന്നു.

"വേണം, പുരയൊന്ന് കെട്ടട്ടേ."

"ഈ മാസം ഇരുപതിന് മുമ്പാവ്വോ?"

കണാരു വന്നിട്ട് ചോദിക്കട്ടെ എന്നാ പുരകെട്ടെന്ന്?"

"എന്നാൽ ഇരുപത് കഴിഞ്ഞിട്ട് വരമ്മാ" അയാൾ യാത്ര പറഞ്ഞു.

"പതിനഞ്ചാം തീയതിക്ക് മുമ്പായിട്ട്മ്പളെ പുര കെട്ടണം." രാത്രി ഗോപിയെത്തിയപ്പോൾ അവർ അടുത്തേക്ക് ചെന്നു.

"ഓലയായിട്ടുണ്ടോ വല്ല്യമ്മേ?"

"തികയ്യുണ്ടാവും."

"എന്നാൽ പതിനഞ്ചാം തിയ്യതിക്കേൽപ്പിക്കാം."

"കഴിഞ്ഞകൊല്ലം കെട്ടിയ ആ ചെറിയക്കൻ നായരും മറ്റുംക്കൊല്ലം വേണ്ട."

"അതെന്താ?"

"മഴ പെയ്താൽ വെള്ളംറ്റു വീഴാത്ത സ്ഥലംണ്ടായിട്ടില്ലിവിടെ."

"പിന്നെയാരെയാ ഏൽപ്പിക്കേണ്ടത്?"

"ആ ഗോപാലനെ കിട്ട്യോന്ന് നോക്ക്."

"അമ്മോനോട് പറയണ്ടേ?"

"ആളെ ഏൽപ്പിച്ചോ, ഓനോട് ഞാൻ പറയാം."

"പിന്നെ വല്ല്യമ്മെ കഴിഞ്ഞ കൊല്ലം കഞ്ഞിംപുഴുക്കും കൊടുത്തിട്ട് പരാതിയാ."

"പിന്നെന്താ കൊടുക്കാ?"

"ചോറും കറീം. കഞ്ഞീം പുഴുക്കിന്റേം കാലം കഴിഞ്ഞുപോലും."

"കണാരു വന്നാലതുംപറയാ."

മാളുവമ്മയുടെ മനസ്സ് പിടയ്ക്കുകയായിരുന്നു. കുംഭമാസമായിട്ടും പുരകെട്ടാൻ ഒരു ചീന്ത് ഓലപോലും അവർക്ക് കിട്ടിയിരുന്നില്ല. എവിടുന്നാ അത് കിട്ടുകയെന്ന വേവലാതിയിലായിരുന്നു അവർ. അതിന്നിടയിലാണ് ഒരുദിവസം ചാത്തുക്കുട്ടിനായരെ കാണാനിടയായത്. അവർ ഓലയുടെ കാര്യം സൂചിപ്പിച്ചു.

"ഈ മാസാവില്ല മാള്വോ, വരുന്ന മാസം തരാ."

"അപ്പോഴേക്കും മീനായില്ലേ?"

"മാസാദ്യം തരാം. പിന്നെ പണിയെടുത്തു ജീവിക്കുന്നതിൽ ഒരു തരക്കേടുംല്ല മാള്വോ, അതാണ് മ്പളെ ആളുകൾ മനസിലാക്കേണ്ടത്."

"ഇക്കൊല്ലം തൊന്ന് നന്നാക്കണം" കിഴക്കോട്ട് കുമ്പിട്ട കൂര നോക്കി ഒരു ഞായറാഴ്ച പിറുങ്ങാച്ചി പറഞ്ഞു.

"എങ്ങനെ?"

"ഒരു തറ കെട്ടിത്തീര കട്ട മുറിച്ച് ചുമര് കെട്ടിയിതൊര് പുരയാക്കണം."

"അങ്ങനൊരാശനിക്കുംണ്ടായിനി, അതിന്നാവ്വോ?" കര്യാത്തൻ അവളെ നോക്കി.

"ആവും."

"രാമനെ ചെയ്തമാതിരി ബളീംവിടുന്നിറക്കി വിട്ടാലോ?"

"ന്റെ ഒടയതമ്പുരാനേ...."

അവൾ കരഞ്ഞുപോയി.

പുരകെട്ടിനെപ്പറ്റി പറയാൻ അവർ മകനെ കാത്തിരുന്നു. എന്നാല തിന് കഴിഞ്ഞില്ല. അവർ ഗോപിയെ പറഞ്ഞയച്ചു.

"എന്താ?" കണ്ടപാടെ അയാൾ തെരക്കി.

"വല്ല്യമ്മ പുരകെട്ടുകാരെ ഏൽപ്പിച്ചിട്ടുണ്ട്."

"ആരോട് ചോദിച്ചാ?"

"ഗോപാലൻനായരെ കണ്ടപ്പോൾ ഏൽപ്പിച്ചതാ"

"ആ ചെറിയക്കൻ നായരും മറ്റും മതിയായിരുന്നില്ലേ? അതും ഈ മാസം കഴിഞ്ഞിട്ട് പോരായിരുന്നോ?" ഗോപി നിശ്ശബ്ദനായി നിന്നു.

"ശെരി, എനിക്ക് കുറച്ചുദിവസത്തേക്കൊഴിവില്ല. ആവശ്യമുള്ള പണം ആ തേങ്ങാക്കാരനോട് വാങ്ങി വേണ്ടത് ചെയ്തോ, ശെരിക്കുള്ള കണക്ക് തന്നാൽ മതി. പിന്നെ ഉച്ചയ്ക്ക് കഞ്ഞീം പുഴുക്കും മതിയിട്ടോ."

"പല ദിക്കിൽനിന്നും കെട്ടുകാർ പറയുന്നു കഞ്ഞിയാണെങ്കിൽ വേണ്ടാന്ന്."

"വേണ്ടത് ചെയ്തോ. കഞ്ഞി കുടിച്ചിട്ട് പോയാൽ മതി." അയാൾ ഭാര്യയെ വിളിച്ചു.

മുപ്പത്തിരണ്ട്

പതിനാലാം തിയതി രാത്രി അത്താഴം കഴിഞ്ഞിരിക്കുമ്പോൾ ചീരു വമ്മ പഞ്ചാംഗവുമായെത്തി. "ശിവരാത്രീം വാവും എന്നാന്ന് നോക്ക്."

"ശിവരാത്രി ഇരുപത്തിമൂന്നാം തിയ്യതിയാ."

"അപ്പോഴേക്ക് പുരകെട്ട് കഴിയും, നാളെയിത് പൊളിച്ചിടണ്ടേ, അതി ന്നാരെയെങ്കിലും ഏൽപ്പിച്ചിട്ടുണ്ടോ?"

"ഇല്ല ഞാൻ മതിയതിന്"

"നിന്നെക്കൊണ്ടാവ്വോ, പണിക്ക് പോണ്ടതല്ലെ?"

"രണ്ടു ദിവസത്തേക്ക് ഞാൻ പോണ്ല്ല."

"അപ്പം മറ്റന്നാള് ഓല ചാടാനോ?"

"അതിന് കെട്ടുകാരുടെ കൂടെ ആള്ണ്ടാവും."

പിറ്റേന്നതിരാവിലെ അയാൾ പുരയുടെ മോന്തായത്ത് കയറി കുത്ത് കോല് വലിച്ചൂരി ഓല പൊളിച്ചിടാൻ തുടങ്ങി. ചീരുവമ്മ അത് നോക്കി നിന്നു. അയാൾ പഴകി ദ്രവിച്ച ഓലയും പനയോലയും താഴത്താക്കി; കുട്ടത്തിൽ കുറയെയും തേരട്ടയെയും മണ്ണാച്ചനെയുമൊക്കെ. പനയോ ലക്കിടയിൽ എലിമക്കള് വെച്ചത് താഴെ വീണു. തക്കം പാർത്തിരുന്ന കാക്ക അവയെ കൊത്തിപ്പറന്നു. പൊളിച്ചിടൽ തീരുമ്പോഴേക്കും അവർ

ഓലത്തുച്ചംകൊണ്ട് കെട്ടിയ ഒരു ചൂല് കൊണ്ടക്കൊടുത്തു. "നന്നാക്കീട്ടൊന്നടിക്കണം."

"ഒന്ന് മേൽകഴുകീട്ട് വേഗം വാ, പറയാന്ണ്ട്." താഴെയിറങ്ങിയപ്പോൾ അവർ അടുത്തേക്ക് ചെന്നു.

"കണാരു നിന്നോടെന്താ പറഞ്ഞത്?" അയാൾ അത് പറഞ്ഞു. "പുര കെട്ടുകാർക്ക് ഉച്ചയ്ക്ക് ചോറ് തന്ന്യല്ലേ?"

"അതെ."

"എന്നാൽ വേഗൊന്ന് ബജാറിൽ പോയി വേണ്ടത് വാങ്ങിക്കൊണ്ട് വരണം. പോകുന്ന വഴിക്ക് ഇട്ടിച്ചിരേനോടും മക്കളോടും വരാൻ പറയണം. ടാർ വാങ്ങാൻ മറക്കരുത്. മൂലക്കൈക്കോലിനും കണ്ടിക്കല്ലിനും നന്നായിട്ട് ടാർ തേയ്ക്കണം."

"എന്തൊക്കെയാ വേണ്ടത് വല്ല്യമ്മേ?"

"അതമ്മയോട് ചോദിക്ക്."

അമ്മ പറഞ്ഞത് അയാൾ ശീട്ടാക്കി. "ചെലവതികായാൽ അമ്മോൻ ചീത്ത പറയും."

"അത്യാവശ്യം വേണ്ടത് വാങ്ങണ്ടേ?"

"അതേ വാങ്ങുള്ളൂ."

"നിയ്യമ്മോന്റെ മരോനാവണ്ട."

"അതാവില്ല, ആവശ്യംള്ളതൊക്കെ വാങ്ങും"

"അതാ വേണ്ടതും"

അയാൾ കുട്ടിച്ചാക്കുമായി പുറപ്പെട്ടു. "ടാർ വാങ്ങാൻ മറക്കണ്ട, ഒരു കുഞ്ചിപ്പാനി വാങ്ങി അതിലാക്കിയാൽ മതി." ചീരുവമ്മ അയാളെ ഓർമിപ്പിച്ചു.

അയാൾ സാധനങ്ങളുമായെത്തിയപ്പോഴേക്കും ഉച്ചയായി. ചീരുവമ്മ മുന്നിലുള്ള മാവിൻചോട്ടിൽ ഒരു തടുക്കിട്ടിരിക്കയായിരുന്നു. മാവിന്മേലെ മാങ്ങയണ്ടി കെട്ടിയിരുന്നു. കല്ല്യാണിയമ്മ പൊളിച്ചിട്ട ഓലയും പനയോലയും വേറെ വേറെയായി അടുക്കിവെച്ചു തീർന്നിരുന്നില്ല.

"പനയോല വെട്ടണ്ടേ?"

"വേണം" അവർ എഴുന്നേറ്റു.

"ആരാ."

"ആ ചോയിക്കുട്ടിയെ കിട്ട്വോന്ന് നോക്കാം."

"നാരിന് ഉണക്കിവെച്ച പാന്തം കൊണ്ടുപോയി പൊതിർക്കണം. വെയിലാറീട്ട് ചിതല് കേറുന്നിടത്ത് ടാർ തേയ്ക്കണം."

അയാൾ സമ്മതിച്ചു. അവർ വീണ്ടും മാവിൻ ചോട്ടിൽ പോയിരുന്നു.

വൈകുന്നേരം അയാൾ ചൂലുമായി പുരപ്പുറത്ത് കയറി അടിച്ചു. അതിന് ശേഷം ചിതല് കയറുന്നിടങ്ങളിൽ ടാർ തേച്ചു.

"പോരേ വല്ല്യമ്മെ?"

"രണ്ടു പ്രാവശ്യം അടിക്കീം ടാർ തേക്കീം ചെയ്തില്ലേ, മതി മതി." പിന്നീട് അയാൾ ചോയിക്കുട്ടിയെ കൂട്ടിക്കൊണ്ടുവന്ന്, രണ്ടു പനകളിലെ ഓല വെട്ടിച്ചു. കല്യാണിയമ്മ തേങ്ങയില്ലെന്നു പറഞ്ഞപ്പോൾ ഒരു തെങ്ങിൽനിന്ന് തേങ്ങയും വലിപ്പിച്ചു. അയാൾക്ക് കൂലിയായി ഒരുറുപ്പിക കൊടുത്തു. "പാന്തം പൊതിർക്കണം" രാത്രി അവർ ഓർമിപ്പിച്ചു. രാത്രിയിലെ പണിയെല്ലാം കഴിഞ്ഞപ്പോൾ കല്യാണിയമ്മ അടുക്കിവെച്ച പഴയ പനയോല ചെറിയ ചെറിയ കെട്ടുകളാക്കി വെക്കാൻ തുടങ്ങി.

"നോക്കിക്കെട്ടണം, ചോരരുത്." അവർ പിറ്റേന്ന് കാലത്തെത്തിയ ഗോപാലൻ നായരുടെ അടുത്തേക്ക് ചെന്നു.

"ഒരിറ്റും ചോരില്ല പോരേ?"

"മതി." രണ്ടുപേരും ചിരിച്ചു. പത്തുമണിക്ക് കെട്ടുകാർക്ക് ചക്കപ്പുഴുക്കും കഞ്ഞിയും കൊടുത്തു. രണ്ടുമണി കഴിഞ്ഞപ്പോഴേക്കും കെട്ടു കഴിഞ്ഞു ചോറുണ്ട് വിശ്രമിച്ചശേഷം അലകിട്ടുകെട്ടി അവർ ഇറയരിഞ്ഞുവെടിപ്പാക്കി കൂലി വാങ്ങിപ്പോയി.

"എത്ര്യാ കൂലി?" അവർ തെരക്കി.

"പതിനഞ്ചുറുപ്പിക."

നാല് കെട്ടുകാരും ഒരു ചാട്ടക്കാരനുംല്ലെ?"

"ണ്ട്."

"അതൊക്കെ വേണം."

ഒരലക്കിയ മുണ്ടെടുത്തു പുരപ്പുറത്തിടാനും ഒരു തേങ്ങയുടച്ചു മുറി ഇറയിൽ തിരുകാനും പായസമുണ്ടാക്കി കൂറയ്ക്ക് കൊടുക്കാനും സന്ധ്യക്ക് കുളിച്ചെത്തിയ മകളോട് അവർ പറഞ്ഞു. താഴത്തേലെ ഇക്കാവു അമ്മയെ രാത്രിയിലെ അത്താഴത്തിന് അവർ പ്രത്യേകം ക്ഷണിച്ചു.

"ഇക്കൊല്ലത്തെ പുരകെട്ട് വെടിപ്പായിട്ടുണ്ട്." അത്താഴം കഴിഞ്ഞ് എല്ലാവരും പിരിഞ്ഞപ്പോൾ അവർ ഗോപിയുടെ അടുത്തേക്ക് ചെന്നു.

"വേണ്ടതെല്ലാം പഠിക്കണം, വെറുതെ ചാടിക്കളിക്കരുത്." അതനുസരിച്ചെന്നോണം അയാൾ തലയിളക്കി. പുരകെട്ടു ദിവസങ്ങളിൽ അമ്മാവനുണ്ടാക്കാറുള്ള വക്കാണങ്ങളെപ്പറ്റി അയാൾ ഓർത്തുപോയി.

മുപ്പത്തിമൂന്ന്

കരിയാത്തൻ കാവിലെ കലംകരിയും തിറയും അക്കൊല്ലത്തോത് മുടങ്ങിയ മട്ടായിരുന്നു. എന്താണങ്ങനെ വരാൻ കാരണമെന്ന് ഒരുദിവസം രാത്രി മാസ്റ്ററോടും അധികാരിയോടും മറ്റും കണ്ടക്കുട്ടി അന്വേഷിച്ചു.

"മറന്നതുകൊണ്ടല്ല. സമയത്ത് തന്നെ കർമികളെ കണ്ടിരുന്നു. എന്നാൽ ആരും അതിലത്ര താൽപ്പര്യം കാണിച്ചില്ല." മാസ്റ്റർ പ്രതികരിച്ചു.

"കലംകരിയുടെ സമയം കഴിഞ്ഞുപോയി അത് നി നടക്കില്ല, എന്നാൽ തിറയിനിയും കഴിക്കാം." പീടികക്കാരന്റെ ആ അഭിപ്രായ ത്തോട് എല്ലാവരും യോജിച്ചു.

അങ്ങനെയാണ് അടുത്ത ഞായറാഴ്ച തിറ നിശ്ചയിക്കണമെന്ന് അവർ തീരുമാനിച്ചത്. അതിന് തലപ്പെരുമണ്ണാൻ കേളുക്കുട്ടിയെ കണ്ടു പറയേണ്ട ഉത്തരവാദിത്വം അധികാരി ഏറ്റെടുത്തു.

"ഒരു കമ്മിറ്റീം കാര്യോം മറ്റും വേണം." മാസ്റ്റർ അഭിപ്രായപ്പെട്ടു.

"ഒരു കമ്മിറ്റിയുണ്ടാക്കാം." അധികാരി അനുകൂലിച്ചു.

ഏതാണ്ട് ആ സമയത്ത് തന്നെയായിരുന്നു ചായക്കച്ചവടക്കാരൻ കുമാരൻ നായരുടെ മകൾക്ക് ഒരു കല്ല്യാണാലോചന ശരിപ്പെട്ടത്. അതി ന്നുമുമ്പ് പല ആലോചനകളും വന്നിരുന്നെങ്കിലും ഒന്നും ശരിയാവാതെ അതങ്ങനെ നീണ്ടുപോവുകയായിരുന്നു. അവസാനം ഒരു ബന്ധുമുഖേന വന്നെത്തിയ ആലോചനയായിരുന്നു അത്. തൊട്ടടുത്ത ഗ്രാമത്തിലെ ഒരു തറവാട്ടുകാരനായിരുന്നു ചെക്കൻ. അയാൾ സ്നേഹിതനുമൊത്ത് വന്നു പെണ്ണ് കണ്ടുപോയി, ഇഷ്ടമായെന്ന് അറിയിച്ചു. കല്ല്യാണം വലിയ സദ്യ വട്ടങ്ങളോടെ പകൽ വീട്ടിൽ വെച്ചുതന്നെ വേണമെന്നായിരുന്നു അവ രുടെ പ്രധാന ആവശ്യം. കുമാരൻ നായർക്ക് അത്ര സമ്മതമായില്ല. സാമ്പത്തികമായിരുന്നു കാരണം. കൂടാതെ രാത്രി സംബന്ധാവൽ (പു ടവമുറി) നടക്കുന്ന ഒരവസരവുമായിരുന്നു അത്. എങ്കിലും അയാൾ മാസ്റ്റ റുമായി അതിനെപ്പറ്റി സംസാരിച്ചു.

"കുമാരാ തടവാടിത്തം തറവാടിത്തം തന്നെയാ, വല്ലതും ചെയ്യുന്നെ ങ്കിൽ അതിനനുസരിച്ച് തന്നെ വേണം."

"പണമോ?"

"അതെങ്ങനെങ്കിലും ഉണ്ടാക്കാം. എന്നാൽ തറവാടിത്തം അങ്ങനെ യല്ലല്ലോ?"

അവസാനം മനമില്ലാമനസോടെ കുമാരൻ നായർ അതിനോട് യോജിച്ചു.

ഞായറാഴ്ച വൈകുന്നേരം എല്ലാവരും കരിയാത്തൻകാവിൽ ഒത്തു കൂടി കുംഭം മുപ്പതിന് തിറ കഴിക്കാൻ നിശ്ചയിച്ചു. അതിന്റെ പിറ്റേദി വസം വൈകുന്നേരം അൽപ്പം നേരത്തെ നാരായണൻ നായർ ബജാറി ലെത്തി. പറയത്തക്ക ലഹരിയിലായിരുന്നില്ല അയാൾ. പ്രോഹിബി ഷൻകാർ അതിലെ പോയത് കാരണം രാമൂട്ടിയുടേയും മറ്റും പക്കൽ റാക്കുണ്ടായിരുന്നില്ല. "നാരായണൻ നായരേ.....?" ശങ്കരൻ നായരുടെ ശബ്ദം. അയാൾ അവിടേക്ക് ചെന്നു. "ഒരു ചായ വേണം" കേട്ടതോടെ അയാൾ ചോയിക്കുട്ടിയുടെ ചായപ്പീടികയിൽ നിന്ന് ചായയും പുളക്കി ഴങ്ങ് പുഴുങ്ങിയത് ഒരിലച്ചീന്തിൽ പൊതിഞ്ഞതും കൊണ്ടുവന്ന് അയാ ളുടെ കൈയിൽ കൊടുത്തു.

"തിന്നാൻ ഇതല്ലാതെ മറ്റൊന്നും അവിടില്ല."

"ഇത് മതി." അയാൾ ചായകുടിച്ച് ഗ്ലാസ് തിരിച്ചുകൊടുത്തു.

"വിശേഷങ്ങളെന്തൊക്കെയാ?"

"എന്ത് പറയാനാ, തിറ ഈ മുപ്പതാം തിയ്യതിക്ക് നിശ്ചയിച്ചു."

"തിറ കഴിക്കുന്നില്ലെന്നാണല്ലോ കേട്ടത്."

"ഇന്നലെ വൈകുന്നേരം രാമനും അധികാരിയും മറ്റും ചേർന്ന് അത് നിശ്ചയിച്ചുപോലും."

"ഉണിച്ചാത്തൻനായർ പങ്കെടുത്തീനോ?"

"ഇല്ലെന്നാ കേട്ടത്."

"അയാൾക്കെന്തുപറ്റീ?"

"ഇനിയപ്പണിക്കാവില്ലെന്ന് പറഞ്ഞു പോലും."

"വല്ലാത്തൊരു തീരുമാനം തന്നെ."

"ആളുകളുടെ മനസ്സ് മാറാൻ ഒരു പണീംല്ല."

"നാറാണൻ കമ്മളേ...?" അപ്പോഴേക്കും കൊമ്പൻമീശ ചോയിക്കുട്ടിയെത്തി.

മലയടിവാരത്തിലെ മാണിക്കത്തിന്റെ പുരയിലേക്ക് അവർ വെച്ചടിച്ചു. "അവിടെ സാധനംണ്ടാവ്വോ."

"സാൾട്ട്യാരെ പേടിക്കുന്നോളല്ല ഓള്." ചോയിക്കുട്ടി അയാളെ ധൈര്യപ്പെടുത്തി. അവരെത്തുമ്പോൾ റാക്കുണ്ടാക്കുന്ന പണിയിലായിരുന്നു അവൾ. അവർ കാത്തിരുന്നു. എന്നാൽ പുലർച്ചയ്ക്ക് കോഴി കൂവിയിട്ടേ അവർ അവിടെ നിന്ന് തിരിച്ചുപോയുള്ളൂ. അതുവരെ അവർ അവിടെ പാട്ടുപാടിയിരുന്നു.

മുപ്പത്തിനാല്

കുംഭമാസം അവസാനമായപ്പോഴേക്കും ചൂട് മൂർധന്യതയിലെത്തി. ആകാശം ചിലപ്പോൾ മേഘാവൃതമായി. ഒരുദിവസം സന്ധ്യക്ക് മഴ ചാറി. അതിന്റെ പിറ്റേദിവസം രാവിലെ മാളുവമ്മയും പിറുങ്ങാച്ചിയും പണിക്ക് പോകുമ്പോൾ ബജാറിലെ ചായപ്പീടികയ്ക്ക് മുന്നിൽ കാളിയെ കണ്ടു.

"യ്യ് പോരുന്നോ?"

"ഇല്ല, നിക്കിവിടെ പണിണ്ട്." പിറുങ്ങാച്ചി മറ്റൊന്നും ചോദിച്ചില്ല.

"കാള്യേ.... ന്നാ ഉളീലെ വയലില് വളം കൊണ്ടിടണം." അധികാരി അടുത്തെത്തി. അവൾ സമ്മതിച്ചു. "എന്നാലിപ്പം തന്നെ പോയ്ക്കോ."

അവളൊരു സുന്ദരിയായിരുന്നു. ആ സൗന്ദര്യത്തെ സ്ഥിരമായി ആസ്വദിക്കുന്ന കൂട്ടത്തിലായിരുന്നു അയാൾ. ഭാര്യക്ക് തുടക്കം മുതലേ അതറിയാമായിരുന്നു. അതിന്റെ പേരിൽ പലപ്പോഴും അവർക്ക് അയാളുമായി കലഹിക്കേണ്ടിവന്നിട്ടുണ്ട്. അവരോടുള്ള അടുപ്പക്കുറവിന് അത് ചിലപ്പോഴെല്ലാം കാരണവുമായിട്ടുണ്ട്. അങ്ങനെയാണ് അവരുടെ മനസിൽ കടുത്തൊരു പകയ്ക്ക് അത് കാരണമായത്.

"തമ്പ്രാട്ടീ..... അക്കൊട്ടെവിടാ?" അവൾ മുറ്റത്തെത്തി.

"ഇന്നെന്താ പണീ?" അവർ പുറത്തേക്കെത്തിനോക്കി. അവൾ ഏൽപ്പിച്ച പണിയെപ്പറ്റി പറഞ്ഞു.

"തമ്പുരാനിപ്പോഴും നിന്നെ കാണാറുണ്ടോ?" അവൾ ചിരിച്ചു. എങ്കിലും അവരുടെ മുഖത്തെ ആ ഭാവം ശ്രദ്ധിക്കാതിരിക്കാൻ അവൾക്കായില്ല. അവർ ആലയുടെ അട്ടത്തുനിന്ന് കുട്ടയെടുത്ത് കൊടുത്തു.

"കൈക്കോട്ടും വേണം."

"വിറക്പുരയിലുണ്ട് എടുത്തോ."

"ആ അസത്തിനെവ്ട കയറ്റരുതെന്ന് പറഞ്ഞാൽ കേൾക്കില്ല, ഇനി ഓളേം വെച്ചിരുന്നോളിൻ." അധികാരിയെത്തിയപ്പോൾ അവർ ഒച്ചവെച്ചു.

"നീ മിണ്ടാണ്ടിരിക്കെടോ."

"മിണ്ടാണ്ടെ കണ്ണും പൊത്തിവിടിരുന്നാൽ സന്തോഷായി."

അയാൾ നേരെ അകത്തുകടന്നു കുപ്പായമെടുത്തിട്ട് പുറത്തേയ്ക്ക് വന്നു.

"കുടയെവിട്യാ."

"എവിട്യാന്ന് നോക്കിൻ." അയാൾ പൂമുഖത്തെ ചെരുവിലകം തുറന്നു കുടയെടുത്തു പോകാൻ പുറപ്പെട്ടു.

"കഞ്ഞിയായിട്ടുണ്ട്."

"അതും പറഞ്ഞിരുന്നാൽ കഞ്ഞി കിട്ട്വേ?"

"ന്നെക്കൊണ്ടധികം പറയിപ്പിക്കണ്ട." അവർ കുത്തിയ പ്ലാവിലയും ഒരിലച്ചീന്തിൽ ചുട്ട പപ്പടവും വെള്ളപ്പിഞ്ഞാണത്തിൽ കഞ്ഞിയും കൊണ്ടുവന്ന് ഉമ്മറക്കോലായിൽ വെച്ചു; ഒരു പലകയെടുത്തതിന്റെ മുന്നിലും. കൈ കഴുകി അയാൾ കഞ്ഞി കുടിക്കാനിരുന്നു. അവർ അതും നോക്കിനിന്നു.

കക്ഷത്തു കുടയുമായി അയാൾ വളം കൂട്ടിയിട്ട ആലയുടെ പിന്നിലേക്ക് ചെന്നു.

"ഓരോ കണ്ടത്തിലും ഈരണ്ട് കൊട്ടയിടണം."

വളം കോരുന്നതിനിടയിൽ അവൾ തല പൊന്തിച്ചു. അവളുടെ ഉയർന്ന മാറും വാരിവലിച്ചുകെട്ടിയ മുടിയും തിളങ്ങുന്ന കണ്ണുകളും അയാളിൽ പ്രതികരണങ്ങളുണ്ടാക്കി.

"ഞാൻ വന്നിട്ടു പോയാൽ മതി." അയാൾ സ്വകാര്യത്തിൽ പറഞ്ഞു. ഉമ്മറത്തുനിന്ന ഭാര്യ ഒളികണ്ണിട്ട് അത് നോക്കിക്കണ്ടു.

"ഇന്നധികാരിക്കമ്മെക്ക് നല്ല കുശാലാ." തേങ്ങവലി കഴിഞ്ഞ് ഏണിയുമായി അവൾക്കെതിരെവന്ന കൊമ്പൻമീശ ചോയിക്കുട്ടി ചിരിച്ചു.

"അയിന്ന് ഞാനെന്ത് വേണം?"

"ഒന്നും വേണ്ട, ഒക്കെ നിന്നെക്കൊണ്ടാ."

അവൾ ഒന്നും പറഞ്ഞില്ല. അധികാരിയുടെ വയലിൽ അന്നു വേറെയും പണിക്കാരുണ്ടായിരുന്നു. അവർക്കെല്ലാം കാളി ഒരു സംസാ

രവിഷയമായി. ഉച്ചയ്ക്ക് എല്ലാവരും അധികാരിയുടെ പുരയിൽനിന്ന് കഞ്ഞി കുടിച്ചുപോയി. സന്ധ്യവരെ അവൾ വളം കടത്തി. അധികാരി എത്താത്തത് കാരണം അവൾക്കന്ന് കൂലി കിട്ടിയില്ല.

"ഞാൻ പോണ്" അവൾ കുട്ട ആലയട്ടത്തുവെച്ചു.

"നിൽക്ക്" അവർ പുറത്തേക്ക് വന്നു.

"ഇത് തിന്ന് പോയ്ക്കോ." അവർ ഒരിലയിൽ കുറച്ചു തണുത്ത ചോറും കറിയും കൊണ്ടുവന്നു മുറ്റത്തുവെച്ചു. ആർത്തിയോടെ അവൾ അത് വാരിത്തിന്നു. കൂട്ടാൻ എരിവുള്ളതായതുകൊണ്ട് അവൾക്ക് ചുണ്ട് ചുട്ടുപാളി. തണുത്ത വെള്ളം കുടിച്ചു കൈകഴുകി യാത്ര പറയുമ്പോൾ അവർ തെരക്കി:

"നാളെ പണി ണ്ടോ?"

"ഇല്ല."

"എന്നാൽ വേഗം പോയ്ക്കോ നേരംച്ചിര്യായി."

മുപ്പത്തിയഞ്ച്

നടക്കുന്നതിനിടയിൽ അവൾക്ക് വയറെരിഞ്ഞു. തളർച്ചതോന്നി. എങ്ങനെയോ കുടിലിലെത്തിയപ്പോഴേക്കും സന്ധ്യമയങ്ങി. അടുത്ത കുടിലിൽ കാത്തിരുന്ന അവളുടെ ചെറിയ രണ്ടാൺകുട്ടികൾ അവിടേക്കോടിയെത്തി. ചിമ്മിണി വിളക്ക് കത്തിച്ചുവെക്കാൻ അവൾ മൂത്തകുട്ടിയോട് പറഞ്ഞു. അവൻ കൂരയുടെ ഉള്ളിൽ പോയി കത്തിച്ച വിളക്കുമായി പുറത്തെത്തിയപ്പോഴേക്കും അവൾ കണ്ടത്തിലേക്കോടി. രണ്ടുപ്രാവശ്യം വയറ്റിന്ന് പോയപ്പോഴേക്കും അവൾ തളർന്നു. ഭയപ്പെട്ട കുട്ടികൾ അടുത്ത കൂരയിലേക്കോടി. പിറുങ്ങാച്ചി ഓടിയെത്തി. കൂടാതെ കാളിയുടെ ചെറുമൻ മയ്യോൻ കുട്ടിയും. അവൾ തളർന്ന് അവശയായിപ്പോയി. കുട്ടികൾ നിലവിളി കൂട്ടി.

"ആ വൈശ്യാരെ കൂട്ടിക്കൊണ്ടോരിൻ" അവളുടെ നെഞ്ചത്ത് കൈവെച്ച പിറുങ്ങാച്ചി ചെറുമനെ നോക്കി. എന്താണവൾക്ക് പറ്റിയതെന്ന ചിന്തയിൽ ഭ്രമിച്ചുപോയി മയ്യോൻകുട്ടി. വൈദ്യരെ അന്വേഷിച്ച് മലയിറങ്ങി. നിർണായകമായ നിമിഷങ്ങൾ ചിലത് കഴിഞ്ഞപ്പോഴേക്കും അവളുടെ തളർച്ച സ്ഥായിയായി ഒന്നിലേക്കെത്തി. "ഓളെ വെട്ടിക്കുടിച്ചോയീ......" അവളെ ആകെയൊന്ന് തൊട്ടുഴിഞ്ഞിട്ട് രാമന്റെ അമ്മ രായി കരഞ്ഞു. അവിടെയുണ്ടായിരുന്ന എല്ലാവരും ഞെട്ടി.

മരുന്നുമായി തിരക്കിട്ടുനടന്ന മയ്യോൻകുട്ടി കുടിലിൽ നിന്നുള്ള ആ കൂട്ടനിലവിളികേട്ടു തളർന്നു. പിന്നീടയാൾക്ക് മുന്നോട്ട് കാലനങ്ങിയില്ല. ആ വഴിയിൽ അയാളിരുന്നു. ബജാറിൽ നിന്ന് മാണിക്യത്തിന്റെ പുരയിലേക്ക് തിരിഞ്ഞ നാരായണൻ നായരും ചോയിക്കുട്ടിയും ആ നിലവിളി

കേട്ട് അതെന്തെന്നറിയാൻ അവിടേക്ക് തിരിച്ചു. അവർ ആ ഇരുട്ടിൽ വഴിയിലിരുന്ന മയ്യോൻകുട്ടിയുടെ അടുത്തെത്തി.

"എന്തുപറ്റീ."

കാളിക്ക് വയറ്റിന്ന് പോക്കാ, ഞാൻ ഗുളികേം ആയി വര്യായിനി."

"നീ പോരുന്നില്ലേ?"

"നിക്ക് നടക്കാനാവില്ല."

"പോരിൻ" നാരായണൻ നായർ കൈ പിടിച്ചു. പിന്നാലെ നടന്ന ചോയിക്കുട്ടി അയാളുടെ പുറത്ത് കൈ വെച്ച് താങ്ങി. അവർ സാവധാനം കുടിലിന്റെ മുന്നിലെത്തി.

"കാളിമ്പളെട്ടേച്ച് പോയേ" രായി അപ്പോഴും കരഞ്ഞുകൊണ്ടിരുന്നു. ചോയിക്കുട്ടിയുടെ മനസിലൂടെ അപ്പോൾ ഒരു മിന്നൽപ്പിണർ പാഞ്ഞു.

"കരയല്ലിൻ" നാരായണൻനായർ ഒച്ചവെച്ചു.

"ന്റെ കാളീനെ വെട്ടിക്കുടിച്ചോയേ...." രായിക്ക് നിയന്ത്രിക്കാനായില്ല.

കൂട്ടനിലവിളി നിലച്ചു. അർധരാത്രി കഴിഞ്ഞു. കാളിയുടെ ശവം അവർ മലയുടെ വടക്കുഭാഗം ചെരിവിൽ കുഴിച്ചിട്ടു. എല്ലാം കഴിഞ്ഞതിനു ശേഷം നാരായണൻ നായരും ചോയിക്കുട്ടിയും മാണിക്കത്തിന്റടുത്തേക്ക് നടന്നു. രണ്ടു ദിവസങ്ങൾക്ക് ശേഷം ഒരു രാത്രി.

"മ്പളെ കാളിക്കെന്തായിനി പറ്റ്യേത്?"

"ഓക്ക് വയറ്റിന്ന് പോക്കല്ലായിനോ?"

"അതെ."

"പിന്നെ അനക്കെന്താ ഒരു സങ്ക?"

പെട്ടെന്നാ ഓക്ക് വയറ്റിന്ന് പോക്ക് തുടങ്ങ്യേത്, ഒടനെ ചാവീം ചെയ്തു"

"ചിലപ്പങ്ങനീംണ്ടാവും"

പിറുങ്ങാച്ചിയുടെ ആ സംശയം കര്യാത്തൻ തീർത്തു.

മുപ്പത്തിയാറ്

രാവിലത്തെ നടത്തത്തിൽ കണ്ടുമുട്ടുന്ന എല്ലാവരോടും മാസ്റ്റർ തിറയുടെ കാര്യം പറഞ്ഞു. ദിവസവും രാത്രി കണ്ടക്കുട്ടിയുടെ പീടികയിൽ അവർ ഒത്തുകൂടി കാര്യങ്ങൾ ചർച്ച ചെയ്തു.

അങ്ങനെ ഒരു രാത്രി അവരുടെ ചർച്ച നടക്കുമ്പോളായിരുന്നു ഗോപി അതിലെയെത്തിയത്.

"ഗോപ്യേ....?" കണ്ടപാടെ മാസ്റ്ററുടെ ശബ്ദം മുഴങ്ങി. അയാൾ അവിടേക്ക് ചെന്നു.

"തിറയുണ്ട്, അതിന്റെ ചെലവിലേക്കൊരു പിരിവെടുക്കണംന്നാ വിചാരം."

"തരക്കേടില്ല."

അതിന് നിന്നെപ്പോലുള്ളവരുടെകൂടി സഹായം വേണം." അയാൾ പ്രയാസങ്ങൾ പറഞ്ഞു. "നിണക്ക് സൗകര്യം ണ്ടോന്നാ ചോദിച്ചത്?"

"എനിക്ക് സമയംല്ല"

നിന്റെ സമയം കണക്കിലെടുത്തല്ല ഞങ്ങളിത് നിശ്ചയിച്ചത്. നിശ്ച യിച്ച കാര്യം നടത്താനാവ്വോന്ന് ഞങ്ങളൊന്ന് നോക്കട്ടെ."

"ഞാനങ്ങനെ പറഞ്ഞില്ലല്ലോ" അതിന്നാരും മറുപടി പറഞ്ഞില്ല.

"കരിയാത്തൻകാവിലെ തിറയെന്നേക്കാ നിശ്ചയിച്ചത്?" അയാളെ ത്തിയപ്പോൾ പൂമുഖത്തിരുന്ന ചീരുവമ്മ അന്വേഷിച്ചു. അയാൾ തിയ്യതി പറഞ്ഞു.

"നല്ല കാര്യം, അന്ന് പടിക്കലെ ആ തൈത്തെങ്ങിലെ ഒരു ഇള നീർക്കുല എഴുന്നള്ളിക്കണം."

"അതമ്മോനോട് പറഞ്ഞാമതി വല്ല്യമ്മേ."

"എന്താ നിണക്ക്? അതൊക്കെ നല്ലതാ, അതിന്നാളെ ഏൽപ്പി ക്കണം."

"അതൊക്കെ വല്ല്യമ്മോൻ ചെയ്യേണ്ടതാ, ഞാനല്ല." അയാൾ ഒഴി ഞ്ഞുമാറി.

"ശെരി, ഓനൊന്നിങ്ങോട്ട് വരട്ടെ, ഭാഗത്തിനെപ്പറ്റീം പറയാന്ണ്ട്."

തൊട്ടടുത്ത ദിവസം ബജാറിൽ നിന്നൽപ്പം വിട്ടു മലയിലേക്കുള്ള നടവഴിയുടെ തുടക്കത്തിൽ മാസ്റ്ററുടെയും അധികാരിയുടെയും മേൽനോ ട്ടത്തിൽ വലിയൊരു കഴുങ്ങിൽ തിറയുടെ മുന്നറിയിപ്പായി കൊടിയു യർന്നു. അതിനുള്ള കഴുങ്ങ് പാലുകാരൻ ചാപ്പൻനായരുടെ വകയായി രുന്നു.

"ഇനിയാരും ഇതറിഞ്ഞില്ലെന്ന് വരരുത്, കരിയാത്തൻകാവിലെ തിറ നിശ്ചയിച്ചിരിക്കുന്നു." മാസ്റ്റർ പാറുന്ന കൊടി നോക്കി.

"അല്ലല്ലാ തിറ നിശ്ചയിച്ചോ?" അൽപ്പം കഴിഞ്ഞതിലെ വന്ന ഭ്രാന്തൻ കണാരൻ കൊടി നോക്കി മിഴിച്ചുനിന്നു.

"കോയിമുട്ടണ്ടോ...?" വീരാൻ അതിലെ കടന്നുപോയി.

"ഓ വെള്ളിയാഴ്ച. ഒരു ബീഡിങ്ങ് തരിൻ."

"അങ്ങോട്ട് വന്നോ"

അയാൾ കണ്ടക്കുട്ടിയുടെ പീടിക ചൂണ്ടി.

"മുട്ടക്കെന്ത്ണ്ട് വില?"

"പത്ത് കാസ്"

"വില വല്ലാതെ താണുപോയോ?"

"ഒരണണ്ടായ്നി, മുട്ടണ്ടോ?"

"ണ്ട്."

കണ്ടക്കുട്ടി മുട്ടയെണ്ണിക്കൊടുത്തു. അപ്പോഴേക്കും കിതച്ചുകൊണ്ടെ ത്തിയ കണാരൻ കൈ നീട്ടി. അയാൾ ഒരു ബീഡിയെടുത്തുകൊടുത്തു. "നല്ല ഉഷാറുള്ള ബീഡി" അയാൾ അത് കത്തിച്ചു വലിച്ചു.

"അത് നാടനാ കണാരാ" വീരാൻ ചിരിച്ചു.

"പറഞ്ഞു പറഞ്ഞു തിറയിങ്ങടുത്തല്ലോ" അങ്ങാടിക്ക് പോകാത്തൊരുദിവസം അപ്പുനായർ ശങ്കരൻ നായരെ കാണാനെത്തി. "അടുത്തു പോയി, പിന്നെ നിങ്ങളറിഞ്ഞില്ലെന്നുവേണ്ട മീനം ഒന്നിന് ന്നെവിടുന്നിറക്കാ."

"ആരാ, എങ്ങോട്ടാ?"

"രാമുട്ടിയാ, എങ്ങോട്ടെന്നില്ല" പിന്നീട് അയാൾ അത് വിശദീകരിച്ചു. അപ്പുനായർ മിഴിച്ചിരുന്നു.

"അതിരിക്കട്ടെ, കച്ചവടം എങ്ങനെണ്ട്?"

"മോശം, നാടൻമോരിന് തീരെ ചിലവില്ല. കുറച്ച് മോരേ കൊണ്ടോവാറുള്ളു. അത് തന്നെ തീർക്കാൻ അങ്ങാടി നിരങ്ങാ. പലരും ഈരോടിൽ നിന്നെത്തുന്ന കട്ടിത്തൈര്, വാങ്ങി മോരാക്കി വിൽക്കയാണ്. ചിലർ കച്ചവടം നിർത്തി."

"നിങ്ങളെ പാകെന്താ?"

"നിർത്തേണ്ടിവരും." അപ്പോൾ ശങ്കർനായരുടെ അടഞ്ഞ കൺപോളകൾ ത്രസിച്ചുപോയി.

മുപ്പത്തിയേഴ്

പാറപ്പണി, പുരകെട്ട്, ഉത്സവം, വിവാഹം തുടങ്ങിയ തിരക്കുകൾ ഗ്രാമത്തെ പൊതുവെ ഒന്നിളക്കിമറിച്ചു. മുൻതൂക്കം പാറപ്പണിക്കായിരുന്നു. കുംഭമാസം തുടക്കത്തോടെ കരാറുകാരൻ ദിവസത്തിൽ രണ്ടും മൂന്നും പ്രാവശ്യം അവിടെ വന്നുപോയി. മേസ്തിരിയുടെ വെറുപ്പിക്കലും കൂടിക്കൂടി വന്നു. "ഇയാൾക്കെന്തിന്റെ കേടാ?"

"നേരാ കുറച്ചായിട്ടിയാൾ നിലത്തൊന്നും അല്ല." പിറുങ്ങാച്ചി മാളുവമ്മയെ നോക്കി.

"ഇതെന്താ മേസ്തരിങ്ങിനെ? അയാൾ കര്യാത്തനെ നോക്കി.

"മാർച്ച് മുപ്പത്തിയൊന്നിന് മുമ്പേ തീർക്കേണ്ട ചില പണികളുണ്ടിവിടെ, അതുകൊണ്ടാ മുതലാളി ഇടയ്ക്കിടയ്ക്ക് വന്നു പോകുന്നത്."

"മുപ്പത്തിയൊന്നിനെന്താത്ര വലിമ?"

"അതറിയില്ലല്ലേ, നല്ല പുതുമ! മരാമത്ത് പണിക്ക് അങ്ങനൊരു ദുർഘടം കടക്കാനുണ്ട്."

"എന്തിന്?"

"ഈ പാറ പൊട്ടിക്കുന്നത് വെറുതെയാന്നാ വിചാരം? ഇതിന്നൊക്കെ കണക്കുണ്ട്, ബില്ലുംണ്ട്. ബില്ലായാലേ പൈസ്സാവൂ, എന്നെങ്കിലേ നിങ്ങൾക്ക് കൂലിയാവൂ." കുഴിയടിച്ചുകൊണ്ടിരുന്ന കര്യാത്തനും രാമനും മിഴിച്ചു നിന്നു.

"അപ്പം മാർച്ച് മുപ്പത്തൊന്ന് കഴിഞ്ഞാലത് കിട്ടില്ലേ."

"കിട്ടാഞ്ഞിട്ടല്ല, കിട്ടും കര്യാത്താ. മാർച്ച് മുപ്പത്തിയൊന്നെന്ന് പറഞ്ഞാൽ ഗവർമ്മെണ്ടിന്റെ കൊല്ലാവസാനാ, ഒരുകൊല്ലം ചെയ്തുതീർക്കേണ്ട പണിയെത്രയെന്നുണ്ട്, അതിന്ന് വകയിരുത്തിയ പണവും എത്രയെന്നുണ്ട്. അത് ചെലവഴിച്ചില്ലെങ്കിൽ ബുദ്ധിമുട്ടുണ്ട്. അതിന്നാണീത്തിരക്കൊക്കെ."

ആ ഒരവസരത്തിലാണ് ബീഡിതെറുപ്പുകാരൻ ചന്ദ്രൻ ബജാറിൽ വന്നുപെട്ടത്. "ഇവനേതാ?" കണ്ടയുടനെ കണ്ടക്കുട്ടിയുടെ പീടികക്കപ്പുറത്തുള്ള സ്റ്റേഷനറിക്കാരന്റെ നേരെ മാസ്റ്റർ കൈ നീട്ടി.

"ഇവിടടുത്തുള്ളോനാ."

"കാണാറില്ലല്ലോ?"

"ശെര്യാ ഇവന്റെ താവളം അങ്ങാടീലാ."

"ഓ അങ്ങാടീക്കാരനെയാണ്വ്ടെ തളച്ചിട്ടതല്ലേ?"

"തൽക്കാലത്തേക്കിവിടേം തെരച്ചുതരാൻ പറഞ്ഞപ്പോൾ സമ്മതിച്ചതാ."

"എടോ ഒരു ബീഡിങ്ങെടുക്ക്, എങ്ങനിണ്ടെന്ന് നോക്കട്ടെ?" ചന്ദ്രൻ ഒരു ബീഡിയെടുത്തു നീട്ടി.

"കടുപ്പംണ്ട്" അയാൾ അത് കത്തിച്ചു വലിച്ചു.

"ഇവന്റെ ബീഡിക്ക് മാത്രല്ല കടുപ്പം, ഇവനും ഒരു കടുപ്പക്കാരനാ.", കച്ചവടക്കാരൻ ചിരിച്ചു.

"ഇത് ഞങ്ങളുടെയൊക്കെ നാടാ, കടുപ്പം പറ്റില്ല."

മാസ്റ്റർ അയാളെ നോക്കി.

അന്ന് രാത്രി കണ്ടക്കുട്ടിയുടെ പീടികയിൽ വെച്ചു ചേർന്ന ചർച്ചയിൽ വായനശാല പ്രവർത്തകസമിതിയിൽ നിന്നു വിട്ടുപോന്ന പ്രഭാകരനും പങ്കെടുത്തു. തിറ ദിവസം അടുത്തുപോയെന്നും ഒന്നിറങ്ങി പ്രവർത്തിക്കാൻ സമയമായെന്നും മാസ്റ്റർ പറഞ്ഞതിനോട് എല്ലാവരും യോജിച്ചു.

"എന്നാൽ പിരിവ് നാളെത്തന്നെ തുടങ്ങാം, പ്രഭാകരനുംണ്ടാവ്വല്ലോ?"

"ഞാനും വരാ." അപ്പോഴായിരുന്നു അധികാരിയെത്തിയത്. പിറ്റേന്നത്തെ പിരിവിന്നിറങ്ങാമെന്ന് അയാളും സമ്മതിച്ചു.

"എനിക്കിവ്ട്ന്ന് പോരാൻ പറ്റില്ല." കണ്ടക്കുട്ടി തല ചൊറിഞ്ഞു.

"നീ വേണംന്ന്ല്ല, നിന്നെ ഈ ബജാറിലെ പണിയേൽപ്പിച്ചു."

"അത് ഞാനേറ്റു." മാസ്റ്റർക്ക് തൃപ്തിയായി.

പലതും പറയുന്നതിനിടയിലാണ് അവരുടെ സംസാരത്തിലേക്ക് ഹിന്ദുമതം കടന്നുവന്നത്. അതോടെ കണ്ടക്കുട്ടി വാചാലനായി. കുറേ ഹിന്ദുമതഗ്രന്ഥങ്ങൾ വായിച്ചിട്ടുണ്ടെന്ന ഗമയിലായിരുന്നു അയാൾ.

"ഇത്ര ശുദ്ധവും സനാതനവുമായ മതം വേറെയുണ്ടോ ലോകത്തിൽ? അതറിയാൻ ആ *ഋഗ്വേദ*ത്തിലേക്കൊന്ന് നോക്കിയാൽ മതി. അതിൽ തൊള്ളായിരത്തിത്തൊണ്ണൂറ്റഞ്ചാം പേജിൽ എന്താ പറഞ്ഞതെ

ന്നറിയ്യോ?" മറ്റുള്ളവർ അയാളുടെ മുഖത്തേക്കുറ്റു നോക്കി. പിന്നീട് അയാൾ *ഗീത*യിൽ നിന്നുള്ള ഒരു ശ്ലോകം പകുതി ചൊല്ലി. ബീഡി തെരച്ചുകൊണ്ടിരുന്ന ചന്ദ്രനും അതു കേട്ടെത്തി.

"നമുക്കൊരാളുംകൂടിയായി." കണ്ടപാടെ മാസ്റ്റർ അഭിപ്രായപ്പെട്ടു. ചന്ദ്രൻ ചിരിച്ചുകൊണ്ട് തലകുലുക്കി.

"ഒരു സംശയം ചോദിക്കാനുണ്ട്."

"എന്തോന്നാ?" മാസ്റ്റർ അയാളെ നോക്കി.

"*ഋഗ്വേദ*ത്തിലെ തൊള്ളായിരത്തി തൊണ്ണൂറ്റിയഞ്ചാം പേജിനെപ്പറ്റി പറയുന്നതു കേട്ടു.

അതിലെന്താ പറഞ്ഞിട്ടുള്ളത്?"

"ഞാനും അത് ചോദിക്കണംന്ന് വിചാരിച്ചതാ." പ്രഭാകരനും അയാളെ അനുകൂലിച്ചു. പറഞ്ഞു കൊടുക്കെന്ന ഭാവേന മറ്റുള്ളവർ അയാളെ നോക്കി.

"അതങ്ങനെ പറയാൻ പറ്റില്ല, മന്ത്രാ." അയാൾ ചന്ദ്രനു നേരെ കണ്ണുരുട്ടി.

"ഇവിടെ പറയുന്നത് കേട്ടതുകൊണ്ടാ ചോദിച്ചത്. നിങ്ങൾ *ഋഗ്വേദം* വായിച്ചിട്ടുണ്ടോ, തൊള്ളായിരത്തിത്തൊണ്ണൂറ്റഞ്ചാം പേജിലെന്താ പറഞ്ഞതെന്നറിയ്യോ?"

കണ്ടക്കുട്ടി വിയർത്തു.

"എന്താ കണ്ടക്കുട്ട്യേ?" അധികാരിയുടെ ശബ്ദം. അയാൾ തല ചൊറിഞ്ഞു. അത് കണ്ടു മറ്റുള്ളവർ ചിരിച്ചു. ചന്ദ്രൻ പിന്നീടവിടെ നിന്നില്ല. പരസ്പരം നോക്കിക്കൊണ്ട് എല്ലാവരും പിരിഞ്ഞു.

മുപ്പത്തിയെട്ട്

തൊട്ടടുത്ത ദിവസം അധികാരിയും മാസ്റ്ററും പ്രഭാകരനുമടങ്ങിയ സംഘം പിരിവിന്നിറങ്ങി. വഴിക്ക് കണ്ട എല്ലാവരോടും അവർ തിറയെപ്പറ്റി പറഞ്ഞു. കൂടാതെ അവർ ചില വീടുകളിലും കയറിയിറങ്ങി. അതിലൊന്നായിരുന്നു ആ വീട്. "ഇക്കൊല്ലം തിറ കാണാൻ വരണം."

"കഴിഞ്ഞെങ്കിൽ വരാം."ചീരുവമ്മ മാസ്റ്ററെ നോക്കി.

"പിന്നെ ഞങ്ങൾക്ക് തിറയുടെ ആവശ്യത്തിലേക്ക് കഴിയുന്നത് തരണം."

"ഒക്കെ മോനോട് പറഞ്ഞാൽ മതി."

"ഗോപിയോടൊന്ന് സഹകരിക്കാൻ പറയണം."

"അതൊക്കെ ഓന്റിഷ്ടം."

"എന്നാലും നിങ്ങളൊന്ന് പറയണം." അവർ പ്രതികരിച്ചില്ല.

"വെറുതെ കയ്യും വീത് വരരുത്, നേർച്ചയും കൊണ്ടുവരണം" ചിലയിടങ്ങളിൽ അവർ പറഞ്ഞു. അങ്ങനെ തരാതരം പോലെ തിറയെപ്പറ്റി

അവർ പ്രചാരണം നടത്തി. പണമായും സാധനങ്ങളായും തിറദിവസം നേർച്ച കിട്ടിക്കൊണ്ടിരുന്ന ഒരു കാവാണതെന്നതായിരുന്നു അവരുടെ പിൻബലം. കലംകരിയില്ലാത്തതു കാരണം തിറയുണ്ടാവില്ലെന്ന ചിലരുടെ ധാരണയകറ്റാനും ആ പ്രചരണംകൊണ്ട് കഴിഞ്ഞു. പാറപ്പണി നടക്കുന്നിടത്ത് പോയി അവർ മേസ്തിരിയേയും പണിക്കാരേയും കണ്ടു. മുതലാളിയോട് ഒരു സംഖ്യ വാങ്ങിച്ചുകൊടുക്കാൻ അവർ മേസ്തിരിയെ പ്രത്യേകം പറഞ്ഞേൽപ്പിച്ചു.

ദിവസങ്ങൾ പിന്നിടുന്നതിനനുസരിച്ച് തിറയ്ക്കുള്ള മുന്നൊരുക്കങ്ങൾ ഉഷാറായി മുന്നോട്ടുപോയി. അങ്ങനെ തിറയാഘോഷിക്കാൻ ആ ഗ്രാമവും ബജാറും തയാറെടുത്തു. ആ അവസരം പ്രയോജനപ്പെടുത്താൻ വായനശാലക്കാരും തീരുമാനിച്ചു. ചാത്തുക്കുട്ടി നായരുടെ പ്രേരണയായിരുന്നു അതിനു പിന്നിൽ. തിറ ദിവസം സംഭാവന പിരിക്കാൻ അവർ രശീതിയടിപ്പിച്ചു. ചന്ദ്രനും അവരുടെ കൂടെ പ്രവർത്തിക്കാമെന്നേറ്റു.

പാറപ്പണി വായനശാലയുടെ ആ ഏകാന്തഭാവത്തിന് ഏറെ മാറ്റങ്ങൾ വരുത്തി. പത്രങ്ങൾ മറിച്ചുനോക്കാനും ആഴ്ചപ്പതിപ്പുകളും മറ്റും വായിക്കാനും അവിടെ എപ്പോഴും ആളുകളുണ്ടാവുന്ന ഒരവസ്ഥയുണ്ടായി. എഴുത്തും വായനയും അറിയാത്തവരായിരുന്നു പാറപ്പണിക്കാരിൽ അധികവും. അങ്ങനത്തവർപോലും അവിടെയുണ്ടാകാറുള്ള പ്രസിദ്ധീകരണങ്ങൾ മറിച്ചുനോക്കി. ചുരുക്കം ചിലർ തങ്ങൾക്കറിയാവുന്ന അക്ഷരങ്ങൾ നുള്ളിപ്പെറുക്കി ഒരുതരം താളത്തിൽ വായിച്ചു. ചിലർ അവതല കുത്തനേയും പിടിച്ചുനോക്കി. പൊതുവേ പത്രങ്ങളിൽ വരുന്ന വാർത്തകളറിയാൻ അവർ താൽപ്പര്യം കാണിച്ചു. ഗ്രാമത്തെ പിടികൂടിയ അലസതയകറ്റാൻ അതുകൊണ്ടുമാത്രം കഴിയുമായിരുന്നില്ല.

മുപ്പത്തിയൊമ്പത്

തിറയുടെ രണ്ടു ദിവസം മുമ്പ് രാവിലെ ഗോപി ചാത്തുക്കുട്ടിനായരെ അന്വേഷിച്ചു ചെന്നു. "ഇവിടാരുംല്ലേ?" പുറത്താരേയും കാണാഞ്ഞപ്പോൾ അയാൾ ഒച്ചവെച്ചു.

"ഓ നിങ്ങളാണ്ല്ലേ?" സരള പുറത്തേക്കെത്തി അത്ഭുതം കൂറി.

"വല്ല്യച്ഛനെവിടെ?"

"എങ്ങോട്ടാ പോയതെന്നറിയില്ല. കയറിയിരിക്കിൻ, വല്ല്യമ്മവിടണ്ട്." അയാൾ കയറിയിരുന്നു.

ചെറുപ്പംതൊട്ടേ പരിചയക്കാരും ഇടയ്ക്കിടയ്ക്ക് കാണുന്നവരുമായിരുന്നു അവർ. എന്താണ് സംസാരിക്കേണ്ടതെന്നതിനെപ്പറ്റിയായി ഇരുവരുടേയും ചിന്ത.

"ആ പൊറാട്ടിലെ വേഷം ന്റെ മനസിൽ ഇടയ്ക്കിടയ്ക്ക് മിന്നിമറയും." അവൾ തുടങ്ങി. അയാൾ ചിരിച്ചു.

"നട്ടെല്ലില്ലാത്തൊരാൾ"

"അത് പൊറാട്ടിലെ കലാകാരനല്ലായിനോ?"

"പ്രായോഗിക ജീവിതത്തിലും അതങ്ങനെയായിരിക്കുമോ?"

"ഇപ്പോൾ അതിനെപ്പറ്റിയൊന്നും പറയാനാവില്ല, ജീവിതമാണ്." അവർ പരസ്പരം നോക്കി.

"അതിരിക്കട്ടെ നിന്റെ വിശേഷം?"

"ഓ, നേരം വെളുക്കുന്നു അന്തിയാവുന്നു, അല്ലാതെന്ത്? വീട്ടിനുള്ളിൽ ഒതുങ്ങി ജീവിക്കുന്നവരാണല്ലോ ഞങ്ങൾ."

"സമ്മതിച്ചു." ആ മുഖത്തെ ദൈന്യത അയാൾ കണ്ടറിഞ്ഞു.

"വായനശാലയിപ്പെങ്ങനിണ്ട്?" അതിന്റെ നടത്തിപ്പ് അയാൾ ചുരുക്കി വിവരിച്ചു.

"ആ പ്രഭാകരനെന്തുപറ്റീ?"

"ഇവിടെന്തും വലിയവരുടെ മേൽനോട്ടത്തിലേ നടക്കുള്ളുംന്ന തോന്നലാ മൂപ്പർക്ക്."

"നിങ്ങൾക്കോ?"

"എനിക്കതില്ല."

അയാൾ തിറദിവസം നടത്താൻ പോകുന്ന പിരിവിനെപ്പറ്റി പറഞ്ഞു.

"വായനശാല തകരാൻ അവിടേക്ക് പല നേർച്ചേംണ്ടാവും." അയാൾ ചിരിച്ചു.

"നിയ്യങ്ങിനെ നേർന്നിട്ടൊന്നുംല്ലല്ലോ?"

"എനിക്കതിലൊന്നും വിശ്വാസം ല്ല."

"വന്നിട്ടിച്ചിര്യായോ?"

ചാത്തുക്കുട്ടി നായർ കോലായിലേക്ക് കയറി. ഗോപി എഴുന്നേറ്റു.

"വല്ല്യച്ഛൻ പോയിത്തീര കഴിഞ്ഞപ്പം വന്നു." അയാൾ ചാരുകസേരയിലിരുന്നു, അവൾ ഉള്ളോട്ടുപോയി. "ഉണിച്ചാത്തൻ നായർക്ക് സുഖംല്ലാന്നറിഞ്ഞിട്ട് ഒന്നവിടംവരെ പോയി, ഇരിക്ക്."

"അയാൾക്ക് വയസായില്ലേ?"

"ഒരെഴുപത് കഴിഞ്ഞുകാണും, ശരീരം മെല്ലിച്ചിട്ടാണെങ്കിലും ആരോഗ്യംണ്ടായിനി. ഒക്കെ ക്ഷീണിച്ചുപോയി, ഇനി കച്ചോടത്തിന്നാവ്വോന്നാ സംശയം." അയാൾ കണ്ണടച്ചു.

പിന്നീട് തിറയെപ്പറ്റിയായി അവരുടെ സംസാരം. അപ്പോൾ വായനശാലയുടെ പിരിവും കടന്നുവന്നു. "പ്രകോപനങ്ങൾ ഒന്നുംണ്ടാവരുത്." ഗോപി സമ്മതിച്ചു.

"എനിക്കീ പുരോഗമനത്തെപ്പറ്റിയൊന്നും അറിയില്ല. അതിനി മനസിലാക്കാനും ആവില്ല. എന്നാൽ മാസ്റ്ററും കൂട്ടരും കാട്ടിക്കൂട്ടുന്നതിന്ന് ഞാനെതിരാ."

അപ്പോഴേക്കും സരള രണ്ടുപേർക്കും ചായകൊണ്ടുവന്നു. അത് കുടിച്ചശേഷം അയാൾ യാത്ര പറഞ്ഞു.

നാൽപ്പത്

"ഗോപ്യേ, കരിയാത്തൻകാവിലെ വെള്ളാട്ട് തന്ന്യെങ്കിലും ഒരു നോക്ക് കാണണം." തിറയുടെ തലേ ദിവസം രാത്രി അവർ പറഞ്ഞു.

"തിരക്കായിരിക്കും വല്ല്യമ്മേ."

"ആയിക്കോട്ടെ, നീയെന്നെ ഒന്നവിടാക്കിത്തന്നാൽ മതി."

"വൈകുന്നേരം പോരാനോ"

"കലശംകെട്ട് കണ്ടിട്ട് പോര."

"അമ്മോനെന്ത് പറയും?"

"നാളെ എഴുന്നള്ളിക്കാനുള്ള ഇളനീർക്കുലയ്ക്ക് വരുമ്പം ഞാമ്പറിയും."

"പിന്നെ ഞാനവിട്യാക്കി തര്വ്യേള്ളു."

"മതി, മതി."

തിറദിവസം രാവിലെ ഗ്രാമമാകെയും ബജാറിലും തിരക്കായിരുന്നു. അവിലിടിക്കാരി പാത്തുമ്മ ചോയിക്കുട്ടിക്ക് അവില് കൊണ്ടക്കൊടുത്തു. പ്രത്യേകം പറഞ്ഞിടിപ്പിച്ചതായിരുന്നു അത്. പീടികയുടെ മുന്നിൽ കെട്ടിയിട്ട ആട് കരഞ്ഞു. "കരയണ്ട, യ്യ്പ്പം സൂപ്പായിപ്പോകും." അവൾ ആടിനെ നോക്കി. കണ്ടക്കുട്ടി അന്ന് പീടിക തുറന്നില്ല. അയാൾ തിറ നടത്തിപ്പിന്റെ പ്രധാന ഭാരവാഹികളിലൊരാളായി മാറി.

രാവിലെ കലശവുമായി വരവ് പുറപ്പെടേണ്ട അമ്പലപ്പാറയിൽ സംഘാടകരും മറ്റും ഒത്തുകൂടി. കലശം അമ്പലത്തിൽ നിന്നായിരുന്നു. അപ്പോഴേക്കും എഴുന്നള്ളിക്കാനുള്ള ഇളനീർക്കുലകളും നടയെഴുന്നള്ളിക്കാനുള്ള ഒന്നുരണ്ട് കന്നുകുട്ടികളും അവിടെയെത്തിയിരുന്നു. തലപ്പെരുമണ്ണാൻ കേളുക്കുട്ടി തലയിലും അരയിലും ചുവപ്പു പട്ടും കെട്ടി മാസ്റ്ററും അധികാരിയുമായി തിറകാര്യങ്ങൾ സംസാരിച്ചുകൊണ്ടു നിന്നു. പത്തുമണിയായപ്പോൾ നമ്പൂതിരി ഒരു ചെപ്പുകുടത്തിൽ കലശം നിറച്ച് അധികാരിയുടെ മുന്നിൽ കൊണ്ടുവെച്ചു. "ആരാ ഇതെടുക്കുന്നത്?" അയാൾ അവിടെ കൂടിയവരെ നോക്കി. പ്രഭാകരൻ മുന്നോട്ടുവന്ന് അതെടുത്ത് ചുമലിൽ വെച്ചു. ചെണ്ടകൊട്ടും കുഴൽവിളിയും ഇലത്താളവുമായി അവർ പുറപ്പെട്ടു. അധികാരിയുടെ കാര്യസ്ഥൻ നീളമുള്ള ഒരു മുളന്തുച്ചിൽ കെട്ടിയ കൊടിയുമായി മുന്നിൽ നടന്നു. കേളുക്കുട്ടി പിന്നിലും. അകമ്പടിയായി ചില ചെറുപ്പക്കാർ വെളിച്ചപ്പെട്ടു. വഴി നീളെ ആനനടയും കോഴിനടയും മാറ്റൊലിക്കൊണ്ടു.

ഉച്ചയോടെ അവിടെ ആളുകൾ കൂടാൻ തുടങ്ങി. ഉച്ചയ്ക്ക് ശേഷമായിരുന്നു വായനശാലാ പ്രവർത്തകർ പിരിവിനെത്തിയത്. "ഈശലായിട്ട് കാര്യമില്ല ഇവിടെ ഈ പിരിവ് സമ്മതിക്കില്ല." മാസ്റ്റർ ഒച്ചവെച്ചു.

"ഇത് പറയാൻ നിങ്ങളാരാ?"

ഗോപി അയാളുടെ മുന്നിലേക്ക് നീങ്ങിനിന്നു.

"ഇത് ഞങ്ങളുടെ കാവാ?"

"എന്നാരാ പറഞ്ഞത്. ഈ ഉത്സവം നടത്തുന്നത് നാട്ടുകാരാ. വീട് വീടാന്തരം കയറി പിരിവെടുത്തല്ലേ ഇത് നടത്തുന്നത്?"

മാസ്റ്റർ മിണ്ടിയില്ല.

"നീ അഹങ്കരിക്കണ്ട, തച്ചെല്ലൊടിക്കും." മാസ്റ്ററുടെ മകൻ മുന്നോട്ടു നീങ്ങി.

"ഓ..."ചന്ദ്രൻ ഇടപെട്ടു.

"കച്ചറീം തകരാറും ഒന്നും വേണ്ട, അവരെന്ത് വേണെങ്കിലും ചെയ്യട്ടെ, നിങ്ങൾ വരിൻ." അധികാരി മാസ്റ്ററുടെ കൈ പിടിച്ചു.

വൈകുന്നേരത്തെ കലശംകെട്ടിന് വായനശാലാ പ്രവർത്തകർ ആളുകളെ ഒതുക്കി നിർത്തുന്നതിനും തളർന്നുവീഴുന്ന വെളിച്ചപ്പാടന്മാരെ എടുത്ത് കിടത്തുന്നതിനും മറ്റുള്ളവരോടൊപ്പം സഹകരിച്ചു. കലശം കെട്ടും ഭഗവതിത്തിറയും വെളിച്ചപ്പാടും ചെണ്ടകൊട്ടും മറ്റും പൊടിപൊടിച്ചു. രാത്രിയിലെ തിറയും കേമമായി. ഗ്രാമമാകെ അന്നവിടെ ഒത്തുകൂടി. ഗ്രാമത്തിലാകെയുണ്ടാക്കിയ റാക്ക് അവിടെ വിറ്റു തീർന്നു. മലനിറയെ ആളുകളായിരുന്നു. പല സെറ്റ് ചട്ടിക്കളിയും കുലുക്കിക്കുത്തും ചില അവിഹിതവേഴ്ചകളും ആ രാത്രിയിൽ അവിടെ നടന്നു. ക്രമസമാധാനത്തിന് പേരിന് ഒരു പൊലീസേ ഉണ്ടായിരുന്നുള്ളൂ. അങ്ങനെ തിറയങ്ങ് കഴിഞ്ഞു.

പിറ്റെ ദിവസം നട്ടുച്ചയ്ക്കും അവിടമാകെ ഉറക്കംതൂങ്ങുന്നതുപോലെ തോന്നി. കത്തിയെരിയുന്ന ആ കൊടുംവെയിലിൽ ഒരുതരം ചെറുപ്രാണികൾ ആകാശത്ത് വട്ടമിട്ടു. പിന്നിട്ട കുറേ ദിവസങ്ങളായി അവിടമാകെ തിറയ്ക്ക് വേണ്ടിയുള്ള തയാറെടുപ്പായിരുന്നു. തിറദിവസം ആ തിരക്കുകൾ ഏകോപിച്ചു മൂർദ്ധന്യതയിലെത്തി. തിറ കഴിഞ്ഞതോടെ അവിടെ ഒരുതരം തളർച്ച അനുഭവപ്പെട്ടു. പലരുടേയും ഉത്സാഹം തീരെ കെട്ടടങ്ങിപ്പോയി. "ഒരു തിറയുണ്ടായിരുന്നത് കഴിഞ്ഞുപോയീ..." കണ്ടക്കുട്ടിയും കൂടി പറഞ്ഞു.

ബജാറിൽ അന്നാരും പീടിക തുറന്നില്ല. പേരിന് പുറം നിരയിട്ട് ചോയിക്കുട്ടിയുടെ ചായപ്പീടികയിലെ ബെഞ്ചുകളിൽ ചിലർ തലങ്ങും വിലങ്ങുമായി കിടന്നുറങ്ങി. വലിയ കമുങ്ങിൽ തൂക്കിയിട്ട ആ പതിനെട്ടു മുഴം കൊടികൂടി അന്ന് വേണ്ടത്ര പാറിയില്ല. എന്നാൽ അതിനിടയിലും നിമിഷങ്ങൾ എണ്ണിയെണ്ണി ഒരു കുടിയിറക്കിന് സ്വയം തയാറാകുകയായിരുന്നു ശങ്കരൻനായർ.

നാൽപ്പത്തിയൊന്ന്

അന്ന് പകൽ അങ്ങനെ കഴിഞ്ഞു പോയി. സന്ധ്യയായതോടെ ബജാർ തികച്ചും ഇരുട്ടിലായി. പേടിപ്പെടുത്തുന്ന നിശ്ശബ്ദത അവിടെയെങ്ങും തങ്ങിനിന്നു. മനസിൽ വലിയ പോരാട്ടവുമായി ശങ്കരൻ നായർ

ആ പീടികക്കോലായിൽ കോടിക്കിടന്നു. ബജാറിലെ തെണ്ടി നായ്ക്കളും അവിടെയൊരിടത്ത് സ്ഥാനം പിടിച്ചു. പതിവിന് വിപരീതമായി ഭ്രാന്തത്തി കല്ല്യാണി അന്ന് നേരത്തെയെത്തി. ആ നിശ്ശബ്ദതയിൽ റോഡിന്റെ നടുവിലായി അവളിരുന്നു. ആറ്റുംമണമ്മേലെ ഉണ്ണിയാർച്ചയുടെ ആ പതിവു പാട്ടുതന്നെയായിരുന്നു അവൾ അന്നും പാടിയത്. എന്നാൽ അതിന്റെ സ്വരത്തിനും രാഗത്തിനും മാറ്റമുണ്ടായിരുന്നു. "കല്ല്യാണീ....." തളർന്ന ശബ്ദം. അവൾ അവിടേക്ക് ചെന്നു.

"ഒന്നിങ്ങോട്ട് തൊട്ടിരിക്ക്." തളർന്ന സ്വരത്തിലുള്ള ആ അപേക്ഷ അൽപ്പം വട്ടുള്ളവളാണെങ്കിലും അവൾക്ക് നിരസിക്കാനായില്ല. കോടിക്കിടന്ന അയാളുടെ ഒട്ടിയ വയറോടടുപ്പിച്ച് റോഡിലേക്ക് നോക്കിക്കൊണ്ട് അവളിരുന്നു. കൂരിരുട്ടിലെ ആ നിശ്ശബ്ദത അവളെ ഭയപ്പെടുത്തി. അവളുടെ പുറത്ത് അയാൾ കൈവെച്ചു. കൊല്ലങ്ങൾക്ക്മുമ്പ് നടന്ന പലതും അവരുടെ മനസിലൂടെ കടന്നുപോയി. ആ ഓർമകളുടെ നിർവൃതിയിൽ അവർ ലയിച്ചു.

സമയം കടന്നുപോയി. "ഞാൻ പോവ്വാ കല്ല്യാണീ..."

"എങ്ങോട്ടാ?"

അങ്ങനെയൊന്നില്ല, എല്ലാം അവസാനിക്കാറായി."

"അവസാനിക്കാറായി." അവളും ഉരുവിട്ടു.

"ഇനി കണ്ടെന്നു വരില്ല." അയാൾ അവളുടെ രണ്ടുകൈകളും കൂട്ടിപ്പിടിച്ചു. "എല്ലാം കഴിഞ്ഞു. ഇനി കല്ല്യാണി പോയ്ക്കോളൂ." നിമിഷങ്ങൾക്കുശേഷം അയാൾ പിടിവിട്ടു. രണ്ടുപേരുടേയും കണ്ണുകൾ നിറഞ്ഞു. കണ്ണു തുടച്ചുകൊണ്ട് അവൾ ധൃതിയിൽ റോഡിലേക്കിറങ്ങി.

വളരെ പ്രയാസപ്പെട്ട് അയാൾ എഴുന്നേറ്റിരുന്നു. പിന്നീട് ഒന്നെഴുന്നേൽക്കാൻ ശ്രമിച്ചു. കഴിഞ്ഞില്ല. അതോടെ അയാൾക്കെന്തെന്നില്ലാത്ത തളർച്ച തോന്നി. അവസാനം കീറിപ്പറിഞ്ഞ ഉടുമുണ്ടഴിച്ച് ശരീരം മൂടത്തക്കവിധം പുതച്ചുകൊണ്ട് അയാൾ മലർന്നുകിടന്നു. അപ്പോഴേക്കും ദാഹിച്ച് അയാളുടെ തൊണ്ട വരണ്ടു. ദാഹം കൂടിക്കൂടി വന്നു. ആ ചുറ്റുപാടിനെ തലോടിയ ഇളംകാറ്റിൽ ദാഹത്തിന്റെ മൂർധന്യതയിൽ അയാൾ മയങ്ങി. ഒരിക്കലും ഉണരാത്ത ഉറക്കത്തിൽ ആ മയക്കം അയാളെ കൊണ്ടുചെന്നെത്തിച്ചു. നായ്ക്കൾ ഓലിയിട്ടു ചുറ്റുപാടും അതറിയിച്ചു.

നാൽപ്പത്തിരണ്ട്

അന്ന് കാലത്ത് ശങ്കരൻനായരെ മനസിൽ നിനച്ചുകൊണ്ട് പുരയിൽ നിന്നിറങ്ങിയ രാമൂട്ടി ബജാറിലെത്തി അയാൾ കിടക്കുന്നതും നോക്കി അൽപ്പനേരം നിന്നു.

"യ്യെന്താ ങ്ങിനെ നിക്കുന്നൂ...?"

"ഇന്ന് മീനം ഒന്നാ."

"പാവം, ശങ്കരൻനായർക്ക് ഒരവധീം കൂടി കൊടുക്ക് രാമുട്ട്യേ."

"ഞ്ങള് പോണ വഴിക്ക് പോയ്ക്കോളിൻ കമ്മളേ." അപ്പുനായർ പിന്നീടൊന്നും പറയാതെ മോരിൻപാനിയുമായി നടന്നു. അയാൾ അന്ന് പതിവിലും വളരെ വൈകിയിരുന്നു.

രാമൂട്ടി ചായ കുടിച്ചെത്തി.

"ശങ്കരൻ കമ്മളേ...?" പ്രതികരണമില്ലാതെ വന്നപ്പോൾ ഒരിക്കൽക്കൂടി ഉച്ചത്തിൽ വിളിച്ചിട്ട് അയാൾ പീടികക്കോലായിലേക്ക് കയറി. ശങ്കരൻനായരുടെ മേലും ചുറ്റും ഉറുമ്പരിക്കുന്നത് കണ്ടതോടെ അയാൾക്ക് കാര്യം മനസിലായി. "ശങ്കരൻ കമ്മള് ചത്തു..." അയാൾ തൊട്ടടുത്ത ചായപ്പീടികയിലേക്ക് ഓടി.

"നേരോ?"

"നേര്, നേര് തന്നെ."

ചായ കുടിച്ചുകൊണ്ടിരുന്ന കൊമ്പൻ മീശ ചോയിക്കുട്ടിയും മറ്റും അവിടേക്കോടി. അവർ ആ ശവത്തിന് ചുറ്റും നിന്നു.

ബസ് കയറാൻ തിരക്കിട്ട് നടക്കുന്നതിനിടയിലാണ് ഗോപി അതറിഞ്ഞെത്തിയത്. പിന്നാലെ നാരായണൻ നായരും ചാത്തുക്കുട്ടിനായരുമെത്തി. കേട്ടറിഞ്ഞ് അധികാരിയുമെത്തി.

"എനിക്കൽപ്പം തിരക്കുണ്ട്, ഉച്ചകഴിഞ്ഞേ വരൂ." അയാൾ കൂടിനിന്നവരെ നോക്കി.

"ഇയ്യാളുടെ ഒരു തിരക്ക്." ചോയിക്കുട്ടി നടന്നകലുന്ന അയാളെ നോക്കി. "ആളും അർഥോംല്ലാഞ്ഞാൽ പിന്നെ അയാൾക്ക് നിൽക്കാൻ പറ്റ്വോ?"

"ശെര്യാ, ശെര്യാ" പലരും നാരായണൻ നായരെ അനുകൂലിച്ചു.

ഒരു തീരുമാനത്തിലെത്താനാവാതെ വന്നെത്തിയവർ നിന്നു. "ഇനിയെന്താക്കുന്നു...?" നാരായണൻ നായർ ചാത്തുക്കുട്ടി നായരെ നോക്കി.

"ആറടി മണ്ണ് ഞാൻ തരാം."

"അതിനുവേണ്ടതൊക്കെ ഞങ്ങളും ചെയ്യാ." മറ്റുള്ളവർ പ്രതികരിച്ചു.

ചാത്തുക്കുട്ടി നായർ താമസിക്കുന്ന പറമ്പിന്റെ തെക്കുഭാഗത്ത് കുഴിയൊരുങ്ങാൻ പിന്നീട് താമസമുണ്ടായില്ല. അതെന്തിനാണെന്ന് ചോദിച്ച സരളയോട് അയാൾ എല്ലാം പറഞ്ഞു. അവർ ശവം അവിടേക്കെടുത്തു. അന്ത്യശുശ്രൂഷകൾക്ക് ശേഷം അത് കുഴിയിലേക്കെടുത്തു. മണ്ണിട്ടു മൂടുന്നതിന് മുമ്പ് കിതച്ചുകൊണ്ടെത്തിയ കല്ല്യാണി അത് നോക്കി വിതുമ്പി.

"എന്താ ഇന്ന് നേരത്തേ?" മുന്നിൽ നിന്ന അമ്മമ്മയോട് ഗോപി എല്ലാം പറഞ്ഞു.

"ആ ചാത്തുക്കുട്ടീന്റൊരു പുണ്യാ. എങ്ങിനെയുള്ളൊരു തറവാടായിനി ശങ്കരൻ നായരുടേത്?" അവർ കണ്ണടച്ച് ആലോചനയിൽനിന്നു പോയി.

നാൽപ്പത്തിമൂന്ന്

അന്ന് രാത്രിയും കണ്ടക്കുട്ടിയുടെ പീടികയിൽ അവർ ഒത്തുകൂടി.

"ശങ്കരൻ നായരെ എന്താക്കീ?"

അധികാരി തുടങ്ങി. "ഒരുവിധം പിടിച്ചു വലിച്ച് അവർ കുഴിച്ചിട്ടു."

കണ്ടക്കുട്ടി പ്രതികരിച്ചു.

"നായിനെ കുഴിച്ചിടുമ്പോലെ." മാസ്റ്റർ ചിരിച്ചു. അധികാരി അത് ശരിവെച്ചു.

"അങ്ങനെ പറയരുത്, അവരതെങ്കിലും ചെയ്തു. വിമർശിക്കുന്നവരെന്ത് ചെയ്തു?"

പ്രഭാകരൻ അതിലിടപെട്ടു.

"അവരത് വെറുതെ ചെയ്തതാ?" ഒരു ഭാവമാറ്റത്തോടെ അധികാരി അയാളെ നോക്കി.

"പിന്ന്യല്ലാതെ, ആരോരുമില്ലാത്ത ഒരനാഥശവത്തെ നാറ്റിക്കാതെ കഴിയുന്നതും വേഗം അവർ വേണ്ടത് ചെയ്തു, അതല്ലെ ശരീ...?"

"അതെന്തിനവർ ചെയ്തു?" മാസ്റ്റർ ദേഷ്യംകൊണ്ടു വിറച്ചു.

"നിങ്ങളതെന്തുകൊണ്ടു ചെയ്തില്ല. അതാ പറയുന്നത് നിനക്ക് സംഗതി മനസിലായിട്ടില്ലെന്ന്."

"എനിക്ക് മനസിലാവാത്തതെന്താ പറയ്യിൻ."

"എടോ അവർ പുരോഗമനക്കാരാ, കമ്യൂണിസം പ്രചരിപ്പിക്കലാണവരുടെ പരിപാടി."

"ഇത്തരം കാര്യങ്ങളിലൂടെയാണതെങ്കിൽ നല്ലതെന്നേ പറയാൻ പറ്റൂ."

"നീയും ആ ഗോപിയുടെ കൂടെ കുറെ നടന്നവനാ, നിണക്കങ്ങനെ തോന്നും."

"എങ്ങിന്യായാലും നിങ്ങളുടെയീ വക്രബുദ്ധി അവർക്കില്ല."

"നീ ഞങ്ങളോട് തർക്കിക്കേണ്ട, പോയ്ക്കോ."

മാസ്റ്റർ കൈ നീട്ടി. "ഞാൻ പോവ്വാ, നിങ്ങളുടെ ഈ കുശുമ്പ് കേൾക്കുന്നതിലും ഭേദം അതാ." അയാൾ എഴുന്നേറ്റു നടന്നു.

"ഇവനെന്തൊരുത്തനാ?" അധികാരി നടന്നകലുന്ന അയാളെ നോക്കി.

"ഓനും ഒരു തിരിഞ്ഞവനാ."

"അതെ, അതെ. ഓൻ പോയതും നന്നായി, നമുക്കാ തിറയുടെ കണക്കൊന്നു വ്യവസ്ഥയാക്കാം." അധികാരി മാസ്റ്ററെ നോക്കി.

"നമ്മുടെ പിരിവെത്രയാ?"

അത് തിറയുടെ തലേദിവസം കൂട്ടിയതാണല്ലോ കണ്ടക്കുട്ട്യേ."

"ശെരിയാ, തിറദിവസത്തെ ഭണ്ഡാരം പിരിവ്?"

"ഒന്നാം മണ്ഡപത്തിലെ ഭണ്ഡാരത്തിൽ ഇരുനൂറിന് ഒരുറുപ്പികയേ കുറവുള്ളൂ."

"മറ്റേതിലോ?"

"അതിൽ എൺപത്തിയൊന്നുറുപ്പികയും."

അപ്പോൾ നഷ്ടംണ്ടാവില്ല." കണ്ടക്കുട്ടി അധികാരിയെ നോക്കി.

"ശെരിയാ, ചിരുത അയില വിറ്റ കണക്കിന് ഒരുവിധം സന്ധി ച്ചൊക്കും."

"ഈ കണക്കിൽ മിച്ചമൊന്നും ല്ലേ?" അതുവരെ മിണ്ടാതിരുന്ന ഒരേ യൊരാളുടെ ശബ്ദം മുഴങ്ങി.

"ഈ പറഞ്ഞ കണക്കൊന്നും ങ്ങള് കേട്ടില്ലേ?" മാസ്റ്റർ അയാളെ നോക്കി.

"എന്ത് കണക്ക്"

"നല്ല തമാശ. എടോ കണക്കാണിവിടെ പറഞ്ഞത്, നഷ്ടം വന്നി ട്ടില്ല. മിച്ചമൊട്ടില്ലതാനും."

"അതാണല്ലോ കണക്ക്." കണ്ടക്കുട്ടി മാസ്റ്ററെ പിന്താങ്ങി.

"അതെ, അത് തന്നെയാണ് കണക്ക്." അധികാരി അതിന് പൂർണ വിരാമിട്ടു. അതോടെ അവർ പോകാനെഴുന്നേറ്റു.

"അടിയനെന്തെങ്കിലും?" കണ്ടക്കുട്ടി മാസ്റ്ററുടെ ചെവിയിൽ മന്ത്രിച്ചു.

"തരാം, മിച്ചമൊന്നുമില്ലെന്ന് ചോദിക്കുന്നവരോടെല്ലാം പറയണം."

"അതടിയനേറ്റു."

"വലിയ ദോഷംല്ലല്ലേ?"

"മിനക്കെട്ടതിന് കാര്യംണ്ടായിട്ടുണ്ട്, ഇത് കയ്യിൽ വെച്ചോളിൻ." മാസ്റ്റർ മടിയിൽനിന്ന് ഒരു കടലാസ് പൊതിയെടുത്തു നീട്ടി. അങ്ങനെ ആ കണക്ക് തീർന്നുവെന്ന് അധികാരിക്ക് മനസിലായി.

നാൽപ്പത്തിനാല്

പ്രശ്നങ്ങളോടെയാണ് മീനമാസം തുടങ്ങിയത്. എന്നാൽ ശങ്കരൻ നായരുടെ മരണം ആർക്കും തന്നെ ഒരു സംസാരവിഷയമായില്ല. കാളി യുടെ മരണമേൽപ്പിച്ച ആഘാതത്തിൽനിന്നു മയ്യോൻകുട്ടി അൽപ്പം മോചിതനായി. എങ്കിലും അയാളുടെ മനസിൽ നീറ്റലുകളോടൊപ്പം ചില വൈരാഗ്യങ്ങൾ അവശേഷിച്ചു. മറ്റൊരു പെണ്ണ് കെട്ടാൻ എന്തുകൊണ്ടോ അയാൾ തയാറായില്ല. കുട്ടികളോടൊപ്പം അയാൾ ഒരുവിധം അവിടെ പിടിച്ചുനിന്നു.

ചെറുമക്കൾക്ക് വെള്ളം ഒരു പ്രശ്നമായി മാറി. കുന്നിൻചെരുവി ലുള്ള അവരുടെ കുണ്ട് കിണറുകൾ വറ്റിവരണ്ടു. പാറപ്പണി കഴിഞ്ഞുവ ന്നിട്ടു വേണ്ടിയിരുന്നു പിറുങ്ങാച്ചിക്കും കല്ല്യാണിക്കുമൊക്കെ വെള്ളം കൊണ്ടുവരാൻ. അതും രണ്ടുഫർലോങ്ങ് ദൂരെയുള്ള മാസ്റ്ററുടെ പറമ്പിൽ നിന്നു വേണ്ടിയിരുന്നു. സന്ധ്യക്ക് ആളില്ലാത്ത പറമ്പിൽനിന്നു വെള്ള മെടുക്കാൻ അനുവദിക്കില്ലെന്ന് അയാൾ ഇടയ്ക്കിടയ്ക്ക് അവരോട്

പറഞ്ഞു പോന്നു. അങ്ങനെ ഒരു സന്ധ്യക്ക് പിറുങ്ങാച്ചിയെ അയാൾ വിലക്കി.

"എവിടേം ഒരു തുള്ളി കിട്ടാഞ്ഞിട്ടാ തമ്പ്രാനേ."

"അത് ഞാനറിയണ്ട, എന്റെ പറമ്പിൽ തോന്നിയമാതിരി കടക്കാൻ ഞാൻ സമ്മതിക്കില്ല."

അവൾ തല താഴ്ത്തി, പിന്നീട് അവളുടെ വെള്ളം ബജാറിലെ ചായ പ്പീടികക്ക് പിന്നിലെ കിണറ്റിൽ നിന്നായി. അത് അവളുടെ കുടിലിൽ നിന്ന് കുറേക്കൂടി ദൂരത്തായിരുന്നു.

ഉണിച്ചാത്തൻ നായരുടെ ദീനവും അവിടെ പ്രശ്നങ്ങളുണ്ടാക്കി. "ഇവിടെ എന്തിനെങ്കിലും ഒന്നിന് വിലയുണ്ടോ?" വെള്ളരിക്കയായാലും പടുകുലയായാലും തേങ്ങയായാലും വെച്ചുകെട്ട്യാലും ആർക്കും വേണ്ടാ തായിപ്പോയീ." കുമാരൻനായരുടെ ചായപ്പീടികയിൽ വെച്ച് ഒരിക്കൽ ചാത്തുക്കുട്ടി നായർ പറഞ്ഞപ്പോൾ അവിടെയുണ്ടായിരുന്നവർ അത് ശരി വെച്ചു.

"കണ്ണ് പോയാലേ അതിന്റെ വിലയറിയൂ." കുമാരൻ നായർക്ക് പറ യാതിരിക്കാനായില്ല.

പറിച്ചുവെച്ച വെള്ളരിക്ക ഇനിയെന്ത് ചെയ്യണമെന്ന ആലോചനയ്ക്കി ടയിലാണ് അന്ന് രാവിലെ ചാത്തുക്കുട്ടി നായർ അത്യമാനെപ്പറ്റി ചിന്തി ച്ചുപോയത്. അപ്പോൾത്തന്നെ അയാൾ അത്യമാനെ ചെന്നുകണ്ടു. അങ്ങാ ടിയിൽ വെള്ളരിക്കക്കും മറ്റും ചടപ്പാണെന്ന് കേട്ടപ്പോൾ ഉണിച്ചാത്തൻ നായർക്ക് ആവശ്യമായിട്ടുള്ള കച്ചവടമായിരുന്നുവെന്ന് അയാൾ ഓർത്തു പോയി.

അത് ചക്കക്കാലവും മാങ്ങാക്കാലവുമായിരുന്നു. ചീരുവമ്മ താമസി ക്കുന്നിടത്തെ പാറയ്ക്ക് സമീപമുള്ള പടർന്നുപന്തലിച്ച കപ്പായി മാവിലെ മാങ്ങ മൂത്ത് പഴുത്തു വീഴുന്ന സമയം. പലതരം കളികളുമായി കുട്ടി കൾ അതിന്റെ ചുവട്ടിൽ നിന്നൊഴിഞ്ഞ സമയമില്ലായിരുന്നു. "മാവിന്റ ച്ഛൻ മാപ്പൃകണ്ണൻ ചത്ത്വോയീ.... പുല കുളിക്കാൻ അഞ്ചും പത്തും മാങ്ങ ങ്ങിട്ടൂടീ.... കാറ്റേ വാ..." കുട്ടികൾ നീളമുള്ള കൂവ്വലകളിൽ മണ്ണ് വാരി യിട്ട് രണ്ടറ്റവും ഓരോ കൂട്ടർ പിടിച്ചു മാവിനെ വലം വെച്ചു. അത് കേൾക്കു മ്പോഴൊക്കെ തന്റെ കുട്ടിക്കാലത്തെപ്പറ്റി ചീരുവമ്മ നിനച്ചുപോകുമായി രുന്നു.

മാധവിയമ്മയുടെ പശുവിന് രോഗം വന്നത് ആയ്യിടെയായിരുന്നു. അൽപ്പം വരടിന് അടുത്തുള്ള ഒന്നുരണ്ടിടങ്ങളിൽ പോയി കിട്ടാതെ വന്ന പ്പോൾ അവർ ചാത്തുക്കുട്ടി നായരുടെ പുരയിൽ പോയി. "എന്താ മാധിവ്യേ?" അവർ കാര്യം പറഞ്ഞു.

"കുറവുണ്ടോ?"

"ഇല്ല, കുട്ടി ചത്തുപോയി, പയ്യിന് കാല് കുഴച്ചിലാ."

ഈ ചൂടോണ്ട് തന്ന്യാ, നീ ആ മൂടയിൽനിന്ന് കുറച്ചെടുത്തോ."

"നിക്കൊരിത്തിരി കുരുമുളകും വേണം." അയാൾ സരളയെ വിളിച്ചു. അവർ പോയിക്കഴിഞ്ഞപ്പോൾ ചൂടുകാലം എന്തൊക്കെ നാശങ്ങളാണുണ്ടാക്കുകയെന്ന വേവലാതിയിലായി അയാൾ.

നാൽപ്പത്തിയഞ്ച്

കരാറുകാരൻ ഒരു പുതിയ കാറിലായിരുന്നു അന്ന് പരിശോധനക്കെത്തിയത്. "മ്പളെ മൊതലാളി പുതിയ കാറ് വാങ്ങീക്കുന്നു." അത് കണ്ടപ്പോൾ കുഴിയടിച്ചുകൊണ്ടിരുന്ന തനിയൻകുട്ടി കൂട്ടുകാരനെ നോക്കി.

"ഏടെ?"

"അതാ." അയാൾ കൈ നീട്ടി.

"കറുത്ത് മിന്നുന്നു, കാണാൻ രസംണ്ട്."

"പുതിയ കാറാ, മുതലാളി പഴയ ആളല്ലിപ്പം." തനിയൻകുട്ടി അയാളെ നോക്കി.

മറ്റൊന്നുകൂടി അവിടെ സംഭവിച്ചു. മുണ്ടും ബ്ലൗസും വെളുപ്പിച്ചുടുത്തു മുടി കോതി മിനുക്കി ദിവസവും പണിക്കെത്തുന്ന മാളുവമ്മയായിരുന്നു അതിന് തുടക്കം കുറിച്ചത്. "നിങ്ങക്കെന്താ രണ്ടുമുക്കാലിന് സോപ്പ് വാങ്ങി ഇട്ടതും ഉടുത്തതും ഒന്നു വെളുപ്പിച്ചുടുത്തൂടെ, ത്തീര എണ്ണയിട്ട് മുടിയൊന്ന് മാടിക്കെട്ടിക്കൂടേ." അവരുടെ ആ ചോദ്യം ഓരോരുത്തരുടേയും ഹൃദയത്തിലേക്ക് ആഞ്ഞുതറച്ചു. അതോടെ കണ്ടാലറച്ചിരുന്ന ചെറുമസ്ത്രീകളിലുണ്ടായ മാറ്റം അവരുടെ ഭാവത്തെയും സൗന്ദര്യത്തെയും തന്നെ മാറ്റിമറിച്ചു. പലരും അവരെ കൗതുകത്തോടെ നോക്കിനിന്നു.

ആ അവസരത്തിലായിരുന്നു കര്യാത്തന്റെ മകൾക്കൊരു കല്യാണാലോചന വന്നത്. തൊട്ടടുത്തുള്ള ഗ്രാമത്തിൽനിന്നുള്ള ചെക്കൻ പെണ്ണ് കണ്ടു പോയി സമ്മതമാണെന്നറിയിച്ചു. പൊടുന്നനെയാണ് അവർ ആ കല്യാണം നിശ്ചയിച്ചത്. കല്യാണത്തിന് ചില മാറ്റങ്ങൾ വേണമെന്നായിരുന്നു രണ്ടുകൂട്ടരുടെയും മനസിലിരിപ്പ്. കര്യാത്തൻ മുറപ്രകാരം അധികാരിയുടെ പടിക്കലേക്കുള്ള തലച്ചെറുമനായിരുന്നു. ചാളകെട്ടി താമസിക്കുന്നതും അയാളുടെ സ്ഥലത്തായിരുന്നു. പെണ്ണിന്റേതായാലും ചെക്കന്റേതായാലും കല്യാണമെന്നല്ല മറ്റെന്തും തമ്പുരാക്കന്മാരുടെ അറിവോടും സമ്മതത്തോടും കൂടിയേ അവിടെ നടന്നിട്ടുള്ളൂ. കല്ല്യാണം നിശ്ചയിച്ചതിനു ശേഷമേ തനിയൻകുട്ടിയോടുപോലും അയാൾ ആ വിവരം പറഞ്ഞുള്ളൂ.

"അപ്പോൾ നാട്ടുനടപ്പോ?" അയാൾക്ക് ചോദിക്കാതിരിക്കാനായില്ല.

"കാലം മാറുകയാ."

“ആട്ടെ പെണ്ണൊരു വഴിക്ക് ഇറങ്ങിപ്പോകുന്നത് നല്ലതാ, അതിന്നെന്തോ പിടിവള്ളിണ്ടോ?”

“കുറച്ച് കാശ്ണ്ട്, പോരാത്തേന് എല്ലാരുംകൂടി ഒന്ന് സഹായിച്ചാലും മതി.”

“മതി, മതി എന്നാലും തമ്പ്രാനോട് പറയണ്ടേ?”

“പറയണം, അന്ന് രാവിലെ വിവരം പറഞ്ഞു തമ്പ്രാൻ പണം കൊടുത്താൽ പോരേ?”

“പോരാഞ്ഞിട്ടല്ല, എന്നാലും നാട്ടുനടപ്പുണ്ട്.”

“ആ നാട്ടുനടപ്പിനുള്ള ഒരു കൊട്ടാണിത്.”

“കൊട്ട് കൊട്ട്.”

കാളിയുടെ പെട്ടെന്നുള്ള മരണം ഇരുവരുടേയും മനസിലൂടെ കടന്നുപോയി. എങ്കിലും അയാൾ വായനശാലക്കാരുമായി ബന്ധപ്പെട്ടു. ഒരു മാറ്റം! അവരും യോജിച്ചു.

നാൽപ്പത്തിയാറ്

അധികാരി അതെല്ലാം അറിഞ്ഞുകൊണ്ടിരുന്നു. പടിക്കലെ ചെറുമന്റൊരു ധിക്കാരം! അതയാൾക്ക് സഹിക്കാവുന്നതിലപ്പുറമായിരുന്നു. എരിതീയിലേക്കെണ്ണയെന്നപോലെ പലരും അതിന് മൂർച്ച കൂട്ടിക്കൊണ്ടുമിരുന്നു.

അങ്ങനെ മീനം പത്താം തീയതി കല്യാണ ദിവസം വന്നെത്തി. അന്നതിരാവിലെ കര്യാത്തൻ ഒരു പഴക്കുലയും തമ്പുരാൻ പണവുമായി അധികാരിയുടെ പുരയിലെത്തി. അപ്പോൾ പൂമുഖത്തെ ചാരുകസേരയിൽ കാര്യമായെന്തോ ആലോചനയിലായിരുന്നു അയാൾ. തലയിൽ കെട്ടിയ മുണ്ടെടുത്തു കക്ഷത്തുവെച്ച് കര്യാത്തൻ ഒച്ചയനക്കി. ആരാണെന്നറിയാൻ അയാൾ എഴുന്നേറ്റു നോക്കി.

“അടിയനാ.” കക്ഷത്തെ മുണ്ട് കൈയിലെടുത്ത് അയാൾ തല ചൊറിഞ്ഞു.

“ഉം എന്താ?” അയാൾ മുറ്റത്തുവെച്ച പഴക്കുലയെടുത്തു പൂമുഖത്തിണ്ണയിൽ വെച്ചു. മടിയിൽ തിരുകിയ കടലാസ് പൊതിയിൽ നിന്നു വെള്ളിക്കാലുറുപ്പികകൾ എണ്ണിയെടുത്തു കുലയ്ക്കരികെ വെച്ചു. “അടിയന്റെ മോളെ കല്ല്യാണാണിന്ന്.”

“കല്ല്യാണമോ?”

“അതെ തമ്പ്രാൻ, പെട്ടെന്നാണത് വന്നുപെട്ടത്!”

“നാട്ടുനടപ്പെന്താണെന്നറിയില്ലേ? ഒന്നു ഞാൻ പറഞ്ഞേക്കാം. നിയ്യും നിന്റാളുകളും നല്ല നിലയിലല്ലിപ്പോൾ.”

“നിലയ്ക്കൊരു മാറ്റോംല്ല തമ്പ്രാനേ.”

"ധിക്കാരാ പറയുന്നത്, എടുത്തുകൊണ്ടു പോ നിന്റെ കുലയും പണവും, അത്വിടെ വേണ്ട."

"നാട്ടുനടപ്പനുസരിച്ച് പടിക്കലെ ചെറുമൻ കൊണ്ടുവന്നതാണിത്, തമ്പ്രാനിത് വേണ്ടെങ്കിൽ വേണ്ട." അയാൾ പണവും കുലയുമെടുത്തു നടക്കാൻ ഭാവിച്ചു.

"ഈ കല്ല്യാണംന്ന് നടക്കില്ല."

"ഉറപ്പിച്ച കല്ല്യാണം നടത്താതിരിക്കില്ല തമ്പ്രാനെ." അയാൾ സാവധാനം മുന്നോട്ടടിവെച്ചു.

പറയാനോ പറഞ്ഞുംപോയി. ഇനിയെങ്ങനെ ആ കല്യാണം മുടക്കുമെന്ന ചിന്തയിലായി അയാൾ. അവസാനം മാസ്റ്ററുമായി ആലോചിച്ച് വേണ്ടത് ചെയ്യാമെന്ന ആലോചനയിൽ അയാൾ അവിടേക്ക് പുറപ്പെട്ടു. അതിരാവിലെ വന്നുകയറിയ അയാളോട് മാസ്റ്റർ വിശേഷങ്ങൾ തിരക്കി. നടന്നതെല്ലാം വിസ്തരിച്ചശേഷം അയാൾ ഉറപ്പിച്ചു പറഞ്ഞു:

"ഇക്കല്ല്യാണംന്ന് മുടക്കിയേ പറ്റൂ."

"അത് നടക്കുന്ന പൂതിയല്ല." കേട്ടതോടെ അയാൾ തളർന്നുപോയി.

"മുമ്പ് കല്യാണം മാത്രമല്ല മറ്റു പലതും നമ്മൾ മുടക്കീട്ടുണ്ട്. അന്നതിനുവേണ്ടി കൂടെ നിന്നവരിപ്പോൾ അവരുടെ കൂടെയാ. ഈ മാറിയ അവസ്ഥയിൽ നമുക്കും അടവുകൾ മാറ്റുകയേ നിവൃത്തിയുള്ളൂ."

"ഞാനങ്ങനെ പറഞ്ഞുപോയി."

"പറയുകയല്ലേ ചെയ്തുള്ളൂ. ഇനി ചെയ്യാനിറങ്ങീട്ട് നാണം കെടണ്ട. അങ്ങനെയൊന്നു പറഞ്ഞില്ലെന്ന് വിചാരിച്ചാ മതി."

പോയപോലെത്തന്നെ തിരിച്ചെത്തിയ കര്യാത്തനെ കണ്ടപ്പോൾ കുടിലിലുണ്ടായിരുന്നവർക്ക് ഭയമായി. അയാൾ എല്ലാം അവരോട് വിസ്തരിച്ചിട്ട് അവസാനിപ്പിച്ചു.

"ഇക്കല്ല്യാണംന്ന് നടത്തണം. കള്ളും വെള്ളോം കുടിച്ച് ആരുടെ മേലും മേക്കിട്ട് കേറരുത്, ഒരിക്കലും തെറ്റ്മ്പളേതാവരുത്." എല്ലാവരും അതംഗീകരിച്ചു.

അന്ന് പാറപ്പണി പേരിനേ നടന്നുള്ളൂ. വായനശാലക്കാരും അന്നെന്താണവിടെ നടക്കുന്നതെന്ന് നിരീക്ഷിച്ചു. ചില മുൻകരുതലുകൾ അവരും ചെയ്തുവെച്ചിരുന്നു. വരനും കൂട്ടരും വരുന്ന വഴി മുഴുവൻ ആളുകൾ നിരീക്ഷണത്തിൽ നിന്നു. ആരും അവരെ തടഞ്ഞില്ല. നിശ്ചയിച്ചതുപോലെ കല്യാണം സമയത്ത് തന്നെ നടന്നു. കരുത്തരായ സമുദായമുപ്പന്മാരുടെ അകമ്പടിയോടെയായിരുന്നു കൊട്ടും വാദ്യവുമായി അവരെത്തിയതും പെണ്ണിനെ കൊണ്ടുപോയതും.

രാത്രി പതിവുപോലെ മാസ്റ്റർ കണ്ടക്കുട്ടിയുടെ പീടികയിലെത്തി.

"ന്നെന്തെങ്കിലും കുഴപ്പംണ്ടാവുന്ന് വിചാരിച്ചു." കണ്ടക്കുട്ടി അയാളെ നോക്കി.

"ഹേ.....അതിന്റൊന്നും ആവശ്യംല്ലാന്ന് ഞാനാ അധികാരിയോട് പറഞ്ഞത്. പാറപ്പണി കണ്ടിട്ടാണീ ഹുങ്ക്. അതൊന്ന് തളർന്നാൽ ഒക്കെ നിൽക്കും."

കല്ല്യാണം മുടക്കുമെന്ന് പറയേണ്ടിയിരുന്നില്ലെന്ന് അന്ന് മുഴുവൻ ആലോചനയിലിരുന്ന അധികാരിക്കും അവസാനം തോന്നി.

"അപ്പം മ്പളീ കരുതലൊന്നും വേണ്ടില്ലായിനീ?" രാത്രി സ്വസ്ഥമായപ്പോൾ പിറുങ്ങാച്ചി കര്യാത്തന്റടുത്തെത്തി. അയാൾ തല താഴ്ത്തിയിരുന്നതേയുള്ളൂ.

"ങ്ങക്കെന്തേയീ?" അവൾ അയാളെ തൊട്ടു.

"ഒന്നുംല്ല ഓരോ കാര്യങ്ങള്, ഓരോ മാറ്റങ്ങള്" അയാൾ തലയുയർത്തി.

നാൽപ്പത്തിയേഴ്

ബജാറിൽ ശങ്കരൻ നായർ കിടന്ന പീടിക പിന്നേയും അടഞ്ഞു തന്നെ കിടന്നു. വാടകയ്ക്കെടുത്തിരുന്ന രാമൂട്ടി താക്കോൽ തിരിച്ചു കൊടുത്തു. കല്ല്യാണി പിന്നെ തീരെ ബജാറിലേക്ക് വരാതായി. നിശ്ശബ്ദതയിലെ ആ ഏകാന്ത ഗായിക തന്നിലേക്ക് തന്നെ ചുരുങ്ങി ഗാനം എന്നന്നേക്കുമായി നിർത്തിക്കളഞ്ഞു. അവളധിക്കമൊന്നും പുറത്തിറങ്ങാതായി. വല്ലപ്പോഴും ചാത്തുക്കുട്ടിനായരുടെ പുരയിൽ പോയെങ്കിലായി. ഗ്രാമം ക്രമേണ അവളേയും മറക്കുകയായിരുന്നു.

അപ്പുനായർക്ക് മോരുകച്ചവടത്തോട് ചടപ്പായി. തമിഴ്നാട്ടിൽ നിന്നെത്തുന്ന കട്ടിത്തൈര് കാരണം നാടൻ മോരിന് പ്രിയം കുറഞ്ഞുപോയി. പലരും തൈര് വാങ്ങി മോരാക്കി വിൽക്കാൻ തുടങ്ങി. അയാൾക്കതിനോട് തീരെ താൽപ്പര്യം തോന്നിയില്ല. ആ തൈര് മോശമാണെന്നായിരുന്നു അയാളുടെ വിചാരം. അങ്ങനെ അന്നത് സംഭവിച്ചു. കൊണ്ടുപോയ മോര് ഒരു തുള്ളിപോലും വിൽക്കാനാവാതെ സന്ധ്യയോടെ അയാൾ തിരിച്ചു കൊണ്ടുവന്നു. കാത്തിരുന്ന പെങ്ങളോട് ഒന്നും പറയാനാവാതെ അയാൾ ബഞ്ചിൽ തലയും താഴ്ത്തിയിരുന്നു.

ആ ജോലിയുടെ തുടക്കവും ഒടുക്കവും അയാളുടെ മനസിലൂടെ കടന്നുപോയി. അച്ഛൻ നടത്തിയിരുന്ന കച്ചവടം അച്ഛന്റെ അകാലമരണത്തോടെ ഏറ്റുനടത്തുകയായിരുന്നുവെന്ന് അയാൾ ഓർത്തു. അതവസാനിപ്പിക്കേണ്ട കാലമായെന്ന് അയാൾക്ക് തോന്നി. "എന്ത് പറ്റിയപ്പേട്ടാ?"

"ഞാനീ കച്ചോടം നിർത്തി." അയാൾ എല്ലാം പറഞ്ഞു. നിറകണ്ണുകളോടെ അവർ പരസ്പരം നോക്കി.

"അപ്പേട്ടൻ കച്ചോടം നിർത്തിയതറിഞ്ഞില്ലാന്ന് വേണ്ട."

"അതിന് ഞാനെന്താ വേണ്ടത്?" കാലത്ത് പോകാൻ പുറപ്പെട്ട നാരായണൻ നായർക്ക് ദേഷ്യം വന്നു.

"ശീലം മാറ്റാഞ്ഞാൽ വീട് പട്ടിണിയായിപ്പോകും."

"ഓ, ഞാനും കുടിവിടിരുന്നാൽ കാര്യം പൂർത്തിയായില്ലേ?" അവർ പ്രതികരിച്ചില്ല.

നാൽപ്പത്തിയെട്ട്

മീനമാസം പകുതി പിന്നിട്ടു. അന്നുകാലത്ത് പതിവുപോലെ പുറത്തെങ്ങും പോകാതെ മാസ്റ്റർ ചാരുകസേരയിൽ കാര്യമായെന്തോ ചിന്തയിലിരുന്നു. "ഇന്നെന്തു പറ്റീ?" ഭാര്യ അടുത്തേക്ക് ചെന്നു.

"ഒന്നും പറ്റീട്ടില്ല."

"പിന്നെ?"

"ആ മലയുടെ ഭാഗത്തെന്ത് ചെയ്യണമെന്ന് ആലോചിക്കയാ"

"അതൊരെസ്റ്റെയ്റ്റാക്കണംന്നല്ലെ പറഞ്ഞീനത്?"

"അങ്ങിനെയായിരുന്നു മനസിൽ."

"എന്നിട്ടതിന്നെന്ത് പറ്റീ?"

"ആ കാട് വെട്ടിത്തെളിയിക്കുന്നതിൽ മനസിനെന്തോ ഒരു പിടച്ചിൽ."

"എന്നാലതങ്ങിനെ കിടന്നോട്ടെ."

"അപ്പഴ് എസ്റ്റേറ്റോ?"

"അത് വേണ്ട."

"അത് പറ്റില്ല എസ്റ്റേറ്റ് വേണം."

"എന്നാൽ കാട് വെട്ടിത്തെളിയിക്കണം."

"ആലോചിക്കണം" അയാളെഴുന്നേറ്റു സാവധാനം നടന്നുനീങ്ങി.

വരമ്പിലൂടെ ധൃതിയിൽ നടക്കുന്നതിനിടയിൽ നടവരമ്പിറക്കിൽ പുതുതായൊരു വളച്ചുകെട്ടൽ അയാളുടെ ശ്രദ്ധയിൽ പെട്ടു. തലേന്ന് രാവിലെ അതവിടെയുണ്ടായിരുന്നില്ലെന്ന് അയാൾ ഓർത്തു. അയാൾ നിമിഷനേരം അതിലേക്ക് സൂക്ഷിച്ചു നോക്കി. അപ്പോഴായിരുന്നു അതിനുള്ളിൽ തെങ്ങിൻ തൈകൾ വെച്ചത് അയാൾ കണ്ടത്. ഇനിയതിൽ കുത്തിമറച്ച കൂരയും വന്നേക്കാമെന്ന് അയാൾക്കു തോന്നി. "ഇത് വേണ്ടില്ലായിനി" അയാൾ സ്വയം പറഞ്ഞുപോയി.

ദിവസങ്ങൾ കഴിഞ്ഞു. പടിഞ്ഞാറുയർന്ന കട്ടിക്കരിങ്കാറുകൾ അതിവേഗം കിഴക്കോട്ടു നീങ്ങി ആകാശമാകെ വ്യാപിച്ചത് പെട്ടെന്നായിരുന്നു. സന്ധ്യക്ക് പാറയിൽ നിന്നിറങ്ങിയ മാളുവമ്മയും പിറുങ്ങാച്ചിയും മുടിക്കെട്ടിയ ആ പ്രകൃതി കണ്ടു നെടുവീർപ്പിട്ടു.

"ഇന്നു മഴപെയ്യും."

"പടച്ചോനേ കുടീന്നിറങ്ങ്യേ നിവൃത്തില്ലള്ളു."

"ന്റേം സ്ഥിതിയതാ, മടഞ്ഞു വെച്ച ഓല കേടായിപ്പോകും"-

"ഓലായിട്ടുണ്ടോ?"

"തികച്ചായിട്ടില്ല, നിണക്കോ?"

"ഒരു ചീന്തും ആയിട്ടില്ല"

"മഴയൊന്ന് പെയ്യാതിരുന്നെങ്കിൽ."

"പെയ്തോട്ടെ പെയ്തോട്ടെ....വെള്ളംണ്ടാവ്വല്ലോ."

അന്നു രാത്രി മഴ തകർത്തുപെയ്തു. അത് തളർന്നു തുടങ്ങിയ ഗ്രാമപ്രകൃതിക്ക് ഒരു പുതുജീവൻ നൽകി. കൃഷിക്കാർ ആശ്വാസം കൊണ്ടു. പിറ്റേന്ന് അതിരാവിലെ ഉളീലെ ആ കരമ്പവയൽ പൂട്ടി വിതയ്ക്കാൻ മാസ്റ്റർ കാര്യസ്ഥനെ പറഞ്ഞേൽപ്പിച്ചു. ആ തിരക്കിൽ മൂരി കിട്ടാൻ പ്രയാസമാണെന്ന് ചാത്തുക്കുട്ടിനായർക്ക് മനസിലായി. പൂട്ടിന്റെയും വിതയുടെയും തിരക്ക് മേടമാസം പകുതി വരെ നീണ്ടുനിന്നു. അതിനിടയ്ക്കായിരുന്നു അവിടെ പാട്ടഭൂമി കൈവശമുണ്ടായിരുന്ന ഒരേയൊരു ചെറുമൻ നല്ലമ്പരയുടെ ചോക്കമൂരി തളർന്നുപോയത്. പിന്നീട് അയാൾക്ക് വിഷമം പിടിച്ച ദിവസങ്ങളായിരുന്നു നേരിടാനുണ്ടായിരുന്നത്.

നാൽപ്പത്തിയൊമ്പത്

"വിഷുവിങ്ങെത്തിപ്പോയല്ലോ, കാര്യൊന്ന് വ്യവസ്ഥാക്കണ്ടേ?" അന്നു രാത്രി അത്താഴം കഴിഞ്ഞിരിക്കുമ്പോൾ ചീരുവമ്മ പ്രശ്നമെടുത്തിട്ടു. "അതിന്ന് വല്ല്യമ്മ തീരുമാനിച്ചോ?"

"ഭാഗിക്കുന്നതാ നല്ലത്, കുടുംബം ഇച്ചിരി വലുതായിപ്പോയീ."

പ്രശ്നങ്ങളെപ്പറ്റി അവർ ചിന്തിച്ചിട്ടുണ്ടെന്ന് ഗോപിക്ക് മനസിലായി.

"വിഷു കഴിഞ്ഞാലുടനെ ഭാഗം വേണം. മഴയ്ക്ക് മുമ്പായിട്ടിതൊരു കനേം മൊനേം ആക്കണം." അയാൾ അനുകൂലിച്ചു.

രണ്ടു ദിവസങ്ങൾക്ക് ശേഷമുള്ള ഒരുച്ചനേരം. അമ്പലപ്പാറയിലെ കുങ്കുമപ്പൂക്കളുടെ സുഗന്ധം അവിടെയെങ്ങും നിറഞ്ഞുനിന്നു. "അമ്മേ, മ്പളെ കൊന്ന നിറച്ചും പൂവാ. നല്ല ചെതംണ്ട് കാണാൻ." കല്ല്യാണിയമ്മ പൂമുഖത്തിരുന്ന അവരുടെ മുമ്പിലെത്തി. "വിത്തും കൈക്കോട്ടും" എങ്ങുനിന്നോ ആ ശബ്ദം അവിടെയെങ്ങും മുഴങ്ങി.

"വിഷുവിങ്ങായിപ്പോയീ. അത് കഴിഞ്ഞാൽ മഴയായീ....അതിന് മുമ്പിതെന്തെങ്കിലും ചെയ്യാൻ കഴിഞ്ഞെങ്കിൽ?" അതും കേട്ടുകൊണ്ടായിരുന്നു മൂത്തമകനെത്തിയത്.

"അമ്മയെന്താ പറയുന്നത്, വിശേഷങ്ങളൊന്നുംല്ലല്ലോ?" അയാൾ ചാരുപടികയിലിരുന്നു.

"ണ്ട്, നിന്നോട് ചിലതൊക്കെ പറയാനുണ്ട്"

"എന്താണമ്മേ?"

"നിയ്യ് കാര്യം നോക്കാൻ തുടങ്ങീട്ടിച്ചിര്യായില്ലേ, കുടുംബത്തിന്നെന്തൊക്കെ നേട്ടംണ്ടായീ?"

"നേട്ടംണ്ടാക്കീട്ടില്ലെങ്കിലും ഉള്ളതൊന്നും ഞാൻ പോക്കീട്ടില്ലല്ലോ?"

"ശെരിയാ, എത്ര ആദായംണ്ടാകുന്നൂന്നു എത്ര ചെലവാക്കുന്നുണ്ടെന്നും നിക്കറിയാ."

"അമ്മയെന്താണിങ്ങനെയൊക്കെ പറയുന്നത്?"

"എല്ലാം പറയേണ്ടി വന്നിക്കുന്നു. നീയൊരുത്തനല്ലല്ലോ വേറേം മക്കളില്ലേ നിക്ക്?"

"ഞാനങ്ങനെ പറഞ്ഞില്ലല്ലോ?"

"നിന്നെപ്പോലെ എല്ലാർക്കും സ്വത്തിൽ നിന്നാദായം വേണംന്നാ പറയുന്നത്."

"അതിനോ അമ്മേ?"

"അതിനിത് ഭാഗിക്കണം." ഇത് കേട്ടതോടെ അയാൾക്ക് തരിച്ചു പോയി.

"അമ്മയുടെ അഭിപ്രായെന്താ?"

"എന്തുകൊണ്ടും ഭാഗിക്കുന്നതാ നല്ലതെന്നെനിക്കും തോന്നുന്നു."

"പാപി, മഹാപാപീ...."

"ഞാൻ പാപി തന്ന്യാ. മുമ്പേയിത് ഭാഗിക്കേണ്ടതായിനി."

"ഭാഗം ഭാഗം. അതിവിടേയും വന്നു..." അയാൾ തലയിൽ കൈവെച്ചു.

പിന്നീട് സംസാരമൊന്നുമുണ്ടായില്ല.

"കഞ്ഞിയായിട്ടുണ്ട്, ഏട്ടന് കഞ്ഞി കൊണ്ടുവരട്ടെ?" കല്ല്യാണിയമ്മ പുറത്തേക്ക് വന്നു.

"വേണ്ട." അയാൾ പോകാനെഴുന്നേറ്റു.

"ഇനി ഞാൻ പറഞ്ഞില്ലെന്നു വേണ്ട, വിഷു കഴിഞ്ഞാലുടനെ ഭാഗത്തിനേർപ്പാട് ചെയ്യണം. മഴയ്ക്ക് മുമ്പായി കാര്യങ്ങൾ വ്യവസ്ഥാക്കണം." ഗംഭീരമായി ഒന്നു മൂളിക്കൊണ്ട് അയാൾ മുന്നോട്ടടി വെച്ചു.

അൻപത്

വിതയുടെയും വിഷുവിന്റേയും തിരക്ക് ഗ്രാമത്തെയിട്ടൊന്നിളക്കി. വിഷുവിന് മുമ്പ് വിത കഴിക്കാനുള്ള തിരക്കായിരുന്നു എല്ലാവർക്കും. എന്നാൽ അത് നടന്നില്ല. ആ തിരക്കിൽ പാറപ്പണി പോലും അൽപ്പം മങ്ങിപ്പോയി. പാറപ്പണിയിലേർപ്പെട്ട ചിലർ തൽക്കാലത്തേക്ക് കൃഷിപ്പണിയിലേക്ക് തിരിച്ചുവന്നു. കന്നുപൂട്ടി ചവിട്ടി പാകമാക്കിയിട്ടിരുന്ന വയൽ വീണ്ടും ഉഴുതുമറിച്ചു. പുതുമഴയേറ്റ് ഈറനണിഞ്ഞ മണ്ണിന്റെ മണം വയലുമായി കെട്ടിമറിയുന്നവരെ മത്ത് പിടിപ്പിച്ചു.

ചാത്തുക്കുട്ടി നായർ മൂരിക്ക് വേണ്ടി പരതിനടന്നു. മൂരിക്കാരൊക്കെ തിരക്കിലായതുകൊണ്ട് ആരും അയാൾക്ക് മൂരിയേറ്റില്ല. അങ്ങനെയാണ് ഒരുദിവസം രാവിലെ അയാൾ നല്ലമ്പരയുടെ പുരയിലെത്തിയത്. "നടന്നു നടന്നു വലഞ്ഞു നല്ലമ്പരേ. നിക്ക് വിഷുന് മുമ്പ് വാലത്തിലെ ആ രണ്ടു കണ്ടം വിതച്ചുകിട്ടണം."

“അതിന്ന്റെ മുരി ചതിച്ചെർച്ചം?” ആലയിൽ മൂരിക്ക് മുന്നിലിരുന്ന അയാൾ പ്രതികരിച്ചു. “നിന്റെ വിതയും കഴിഞ്ഞില്ലല്ലോ?”

“ഇല്ല, മഴ പെയ്തപ്പോഴേക്കാ മൂരിക്ക് ദീനം വന്നത്.”

“ശെരി.” അയാൾ തിരിച്ചുപോയി.

“എവിടുന്നാ വരുന്നത്?” എതിരെ വന്ന മാസ്റ്റർ അയാളെ നോക്കി. “മാസ്റ്ററുടെ വിത കഴിഞ്ഞോ?” അയാൾ വിതയുടെ കാര്യം പറഞ്ഞു.

“കഴിഞ്ഞിട്ടില്ല, തുടങ്ങീട്ടേയുള്ളൂ.” അയാൾ നടന്നു. ഇനിയെന്തുണ്ടൊരു വഴി? കൊത്തിയിട്ടായാലും വിഷുവിന് മുമ്പ് ആ രണ്ടുകണ്ടം വിതയ്ക്കണമെന്ന് അയാൾ മനസിലുറപ്പിച്ചു. കൊത്തുകാരെ അന്വേഷിച്ചായി പിന്നീടയാളുടെ നടത്തം.

“ങ്ങള്ങ്ങിനെ മൂരീന്റെ മുന്നില് തല കുമ്പിട്ടിരുന്നാൽ സൂക്കേട് മാറ്വോ?” പിറുങ്ങാച്ചിക്ക് പലപ്പോഴും ചോദിക്കേണ്ടിവന്നു.

“പിന്നെ ഞാനെന്ത് വേണംന്നായ്യ് പറയുന്നത്?”

“ആ വൈസ്യാരടുത്ത് ഒന്നൂടിപോയി പറയ്യിൻ?”

“ഇപ്പക്കൊടുക്കുന്നത് വൈസ്യാരെ മരുന്നല്ലേ.”

“പണിക്കരേര്ത്ത് ഒന്നൂടി പോയാലോ?”

“ഇനിയെന്തറിയാനാ?”

“ന്റൊടയതമ്പുരാനേ.....” അയാളെയും മൂരിയേയും മാറിമാറി നോക്കി അവൾ കരഞ്ഞുപോയി.

അൻപത്തിയൊന്ന്

“**കേ**ട്ടില്ലേ വിശേഷം?” ഈ ദുരിതം പിടിച്ച വായനശാലക്കാരിതാ വിഷുവിന്നൊരു തോർത്തുമുണ്ട് കുറി നടത്താൻ പോണ്. ഗോപിയും ചന്ദ്രനുമൊക്കെ ഇപ്പോൾ അതിന്റെ പണിയിലാ.” രാത്രി കണ്ടക്കുട്ടിയുടെ പീടികയിൽ കൂടിയവരിൽ മാസ്റ്റർ പ്രശ്നമെടുത്തിട്ടു.

“ഒക്കെ നടക്കട്ടെ മാസ്റ്റേ.” അധികാരി അയാളെ നോക്കി.

“നമ്മക്കിങ്ങനെ മതിയോ?”

“പിന്നെന്ത് വേണംന്നാ പറയുന്നത്?”

“ആളുകളെ പിടിച്ചുനിർത്താൻ പറ്റിയതെന്തെങ്കിലും ആലോചിക്കണ്ടേ?”

“വേണം.”

“വിഷുവിന്റെന്ന് അമ്പലത്തിൽ ഒരു വിളക്കായാലെന്താ?”

“നല്ലത്?” എല്ലാവരും യോജിച്ചു. അങ്ങനെ അമ്പലത്തിൽ വിഷുവിളക്ക് (പുലർച്ചത്തെ കണി) തീരുമാനമായി.

വിഷുവിന്റെ വരവറിയിച്ചുകൊണ്ട് ഗ്രാമത്തിലവിടവിടെ പടക്കങ്ങൾ പൊട്ടി. മാസ്റ്ററുടെയും അധികാരിയുടെയും മറ്റും പുരകളിൽനിന്ന് കതിനവെടികൾ മുഴങ്ങി. എന്നാൽ പടക്കങ്ങളും കതിനവെടികളുമല്ലാതെ

മറ്റു ചിലതും പടക്കങ്ങളായി അവിടെ പൊട്ടിത്തെറിച്ചു. താക്കോൽ ദ്വാരത്തിൽ തീപ്പെട്ടിക്കോലിലെ മരുന്നിട്ട് ആണിയിട്ട് അടിച്ചുപൊട്ടിക്കുന്നതും ഉണങ്ങിയ മരപ്പലകയിൽ ആണികൊണ്ട് ദ്വാരമുണ്ടാക്കി തീപ്പെട്ടിക്കോലിലെ മരുന്നിട്ട് മീതെ ആണി വെച്ച് അടിച്ചുപൊട്ടിക്കുന്നതുമൊക്കെയായിരുന്നു അത്.

"അമ്മ കുറച്ച് വെടിമരുന്ന് കൊണ്ടത്തരണം."

"എന്നിട്ട് വേണം പുര കത്തിക്കാനല്ലേ?" രാവിലെ പണിക്ക് പുറപ്പെട്ട മാളുവമ്മ മൂത്തമകനെ നോക്കി.

"അതിനല്ലമ്മേ, പടക്കം പൊട്ടിക്കാനാ."

"വിഷൂന്റെ മുമ്പിതൊന്ന് കെട്ടാൻ കഴിഞ്ഞെങ്കിലെന്ന് ആലോചിക്കുംമ്പാ മക്കൾക്ക് പടക്കം!"

"കൊണ്ടോരണമ്മേ, കൊണ്ടോരണം" അവൻ നിർബന്ധിച്ചു.

"വെടിമരുന്ന്ണ്ടോ?" സന്ധ്യക്കെത്തിയപ്പോൾ അവൻ മുമ്പിലെത്തി.

"ഇല്ല." കേട്ടതോടെ അവൻ കരഞ്ഞു.

"ദുരിതം പിടിച്ചോന് വെടിമരുന്നില്ലാഞ്ഞിട്ടാ, അതില്ലെങ്കിലും വിഷു കഴിയും." അവർക്ക് ദേഷ്യം കത്തി. പിറ്റേന്നു വൈകുന്നേരം തിരിവെച്ചു തിരച്ച കുറച്ച് പനയോല പടക്കങ്ങൾ കൊണ്ടുവന്ന് അവർ മകന് കൊടുത്തു.

"വിഷൂന്റെന്ന് പൊട്ടിച്ചാൽ മതി." അവന് സന്തോഷമായി.

"സ്കൂള് പൂട്ടിയതല്ലെ, വൈകുന്നേരം വരെ ഒറ്റയ്ക്കിവിടെ നിക്കണ്ട, രണ്ടാളും ന്റെ കൂടെ പോരിൻ." രാവിലെ അത് കേട്ടതോടെ അവർ തുള്ളിച്ചാടി.

"നീ താക്കോലെടുത്തീനോ?" വാതില് പൂട്ടാൻ താക്കോല് തിരഞ്ഞിട്ട് എവിടേയും കാണാതെ വന്നപ്പോൾ അവർ മൂത്ത മകനെ നോക്കി.

"ഇല്ല."

"നീ എടുത്തിട്ടില്ലേ?"

"ഇല്ല."

"താക്കോലെടുത്തു തന്നാലേന്നെന്തെങ്കിലും തിന്നാൻ തരൂ." അത് കേട്ടതോടെ ഇളയ മകൻ പരുങ്ങി. അവസാനം മൂത്തമകൻ ട്രൗസറിന്റെ പോക്കറ്റിൽ നിന്നതെടുത്തു കൊടുത്തു. അവരത് വാങ്ങി നോക്കി. തീപ്പെട്ടിക്കോലിലെ മരുന്നിട്ട് പടക്കം പൊട്ടിച്ചത് കാരണം അത് ചതുങ്ങിപ്പോയിരുന്നു. ദേഷ്യം സഹിക്കാനാവാതെ അവർ രണ്ടുപേരെയും പൊതിരെ തല്ലി.

അൻപത്തിരണ്ട്

"**വി**ഷൂന് അഡിമൻസായി ഞങ്ങൾക്കെന്തെങ്കിലും തരണം. കൂലിയിൽ നിന്നത് പിടിച്ചെടുക്കീം ചെയ്യാം." അന്ന് കൂലി വാങ്ങുമ്പോൾ തനിയൻകുട്ടിയും വേലായുധൻ നായരും മറ്റും മേസ്തിരിയോട് പറഞ്ഞു.

അങ്ങനൊരു കീഴ്വഴക്കമില്ലല്ലോ മുതലാളിക്ക്.

"അങ്ങനെ പറയരുത്, മേസ്തരി ഇടപെട്ടു വാങ്ങിച്ചുതരണം." അവർ നിർബന്ധിച്ചു.

"പറഞ്ഞുനോക്കാം അത്രേള്ളു."

പിറ്റേന്ന് കാലത്ത് പരിശോധനയ്ക്കെത്തിയ മുതലാളിയോട് അയാൾ വിവരം പറഞ്ഞു.

"അങ്ങനൊരേർപ്പാടില്ലന്ന് പറഞ്ഞില്ലേ?"

"പറഞ്ഞു."

"എന്നിട്ട്?"

"കൊടുക്കണംന്നാ അവർ ശഠിച്ചു പറയുന്നത്."

"അത് നടക്കുന്ന കാര്യല്ല."

"കൊടുത്തില്ലെങ്കിൽ വിഷമംണ്ട്."

"എന്നാൽ ഓരോരുത്തർക്കും അഞ്ചും പത്തും കൊടുക്കാനുള്ള പണം കരുതണം. അവസാനം വരെ അഡ്വാൻസ് തരാനാവില്ലെന്ന് പറഞ്ഞാൽ മതി."

മേസ്തിരി അതനുസരിച്ചു. എങ്കിലും കരാറുകാരന്റെ മനസിൽ ഒരീശലായി അത് ഭവിച്ചു.

"നാളെ ഞാൻണ്ടാവില്ല, ന്റെ പൊരകെട്ടാ അടിമൻസുണ്ടെങ്കിൽ പിറുങ്ങാച്ചീന്റെ കയ്യിൽ കൊടുക്കണം." വൈകുന്നേരം കൂലി വാങ്ങുമ്പോൾ മാളുവമ്മ പറഞ്ഞു. മേസ്തിരി പ്രതികരിച്ചില്ല.

"ഗോപ്യേ മറ്റന്നാളല്ലേ വിഷു?" രാത്രി ചീരുവമ്മ അടുത്തേക്ക് ചെന്നു.

"അതെ വല്ല്യമ്മേ."

"കണാരു എന്തെങ്കിലും ചിന്തിക്ക്യോന്ന് തോന്നുന്നില്ല."

"അങ്ങനെ ചെയ്യോ?"

ചെയ്യൂന്ന് തന്ന്യാ തോന്നണ്."

"അപ്പോൾ സാധനങ്ങൾ വാങ്ങണ്ടേ?"

"വാങ്ങണം"

"അതിന്ന് പൈസ്സ?"

"നീ എങ്ങനെങ്കിലും ഒന്ന് നിവൃത്തിക്ക്. പിന്നെ ഒരു നാല് കണിക്കായ് വേണം, മ്പളെ കദേന പൊട്ടിക്കാൻ വെടിമരുന്നും വേണം." അയാൾ സമ്മതിച്ചു.

പിറ്റേന്ന് ഗ്രാമമാകെ വിഷുവിന്റെ തിരക്കിലമർന്നു. വൈകുന്നേരം പാറയിൽ വെച്ച് പണിക്കാരും മേസ്തിരിയും തമ്മിൽ ചില വാക്കുതർക്കങ്ങളുണ്ടായി. അഡ്വാൻസ് കൊടുക്കാതിരിക്കാൻ അയാൾ കിണഞ്ഞു ശ്രമിച്ചെങ്കിലും കഴിഞ്ഞില്ല. മുതലാളിക്കെന്നപോലെ അയാൾക്കും അത നിഷ്ടത്തിന് കാരണമായി.

അൻപത്തിമൂന്ന്

ചെറിയ വിഷുവിന്റേന്ന് കതിനവെടികളോടൊപ്പം പനയോലപ്പടക്കങ്ങളും താക്കോൽ പടക്കങ്ങളും മറ്റും മറ്റും ഗ്രാമമാകെ പൊട്ടിത്തെറിച്ചു. ഗ്രാമം പൊതുവെ ഉത്സാഹലഹരിയിലായിരുന്നെങ്കിലും അപ്പുനായരും ഉണിച്ചാത്തൻ നായരും അന്ന് വലിയ മനോവിഷമത്തിലായിരുന്നു. "അപ്പേട്ടനൊന്നും വിചാരിക്കണ്ട, വിഷൂന് വേണ്ടതൊക്കെവെട്ടണ്ട്. ചായയായിട്ടുണ്ട് ഇണീക്കിൻ." പുലർന്നിട്ടും എഴുന്നേൽക്കാതിരുന്ന അയാളുടെ അടുത്ത് സരോജിനിയമ്മയെത്തി.

എന്തെങ്കിലും ഒരു കച്ചവടം ചെയ്യണമെന്ന ചിന്തയോടെ ചായ കുടിച്ചശേഷം അയാൾ പുറപ്പെട്ടു.

"അപ്പാരെന്താ?" കണ്ടപാടെ ചീരുവമ്മ അടുത്തെത്തി.

"ആ കൊന്നപ്പൂ ഞാനൊടിക്കട്ടെ?"

ഒടിച്ചോളിൻ, താമസിച്ചാലാവില്ല കുട്ടികളെത്തും." അയാൾ കൊന്ന മരത്തിൽ കയറി കിട്ടാവുന്നത്ര പൂവൊടിച്ച് ഒരു വാഴയിലയിൽ പൊതിഞ്ഞു. പോകുമ്പോൾ ഒരുപിടി പൂ അവർക്കും കൊടുത്തു. അപ്പോഴേക്കും മാളുവമ്മയുടെ മൂത്തമകനെത്തി.

"എന്താ മോനേ?"

"കൊന്നപ്പൂ?"

"അപ്പാരൊടിച്ചു കൊണ്ടോയല്ലോ." തിരിച്ചുപോകാൻ പുറപ്പെട്ട അവന് പൂമുഖത്തെ പടികയിൽ വെച്ച പൂവിൽ നിന്ന് അവർ രണ്ടു കൊന്തളെടുത്തുകൊടുത്തു.

ഓർമവെച്ചതുമുതൽ വിഷുദിവസം എന്തെങ്കിലും കച്ചോടം ചെയ്യാതിരുന്നിട്ടില്ലെന്ന് ഓർത്തതോടെ ഉണിച്ചാത്തൻ നായർക്ക് കരച്ചിലടക്കാനായില്ല. ക്ഷീണിച്ചു നടക്കാനാവാത്ത ഒരവസ്ഥയിലായിപ്പോയ അയാളെയും പെങ്ങൾ ആശ്വസിപ്പിച്ചു.

"വിഷുവിന്നിനിയെന്തെങ്കിലും വേണ്ടതുണ്ടോ?"

"ആവശ്യത്തിന്നൊക്കെയുണ്ട്, നിങ്ങള്ന്നെങ്കിലും അമ്മയെ പോയി കാണണം." നാരായണൻ നായർ ഒന്ന് മൂളി. അപ്പോഴേക്കും കൊമ്പൻ മീശ ചോയിക്കുട്ടി അന്വേഷിച്ചെത്തി.

"നല്ലോരു ദിവസായിട്ട് നല്ലതിനല്ല പുറപ്പാട്." ഒരുമിച്ചു പോകുന്ന അവരെ നോക്കി നിന്ന അവർ നെടുവീർപ്പിട്ടു.

ബജാർ അന്ന് രാവിലെത്തൊട്ടേ തിരക്കിലായിരുന്നു. കൂട്ടത്തിൽ കുടിയന്മാരും അവിടെ ബഹളം വെച്ച് എത്തിയതോടെ ചന്തപ്പൻ റോഡിൽ വീണുപോയി. അതിന്ന് പിന്നാലെയെത്തിയ നാരായണൻനായരും ചോയിക്കുട്ടിയും അത് കണ്ടു ചിരിച്ചു. അവരും അൽപ്പം ലഹരിയിലായിരുന്നു. ചന്തപ്പന് അതത്ര പിടിച്ചില്ല. പിന്നീട് പുലഭ്യങ്ങളായി. അപ്പോഴായിരുന്നു സാധനങ്ങൾ വാങ്ങാൻ ചന്തപ്പന്റെ ഭാര്യ അതിലെയെത്തിയത്.

"ഹോ, ന്റീശ്വരാ..." കണ്ടപാടെ അവൾ നെഞ്ഞത്ത് കൈവെച്ചു.

"ഫൊ.... ഫൊ......" കിടന്നിടത്ത് ചന്തപ്പൻ അവളെയാട്ടി.

കണ്ടക്കുട്ടിയുടെ പീടികയിൽ തിരക്കായിരുന്നു. എല്ലാം വീക്ഷിച്ചു കൊണ്ട് മാസ്റ്റർ അതിലെ കടന്നുപോയി. ചന്ദ്രനോട് ഒരു ബീഡി വാങ്ങി വലിക്കാൻ അയാൾ മറന്നില്ല. പൂട്ടിയിട്ട പീടികയുടെ പിന്നിൽ പുള്ളിക ളിക്കാൻ അപ്പോഴേക്കും ആളുകൾ വട്ടമിട്ടിരുന്നു. "കാലാത്ത്, അര പൊറത്ത്, അകത്തഞ്ച്." പലരും അവിടെ മത്സരിച്ചു വാത് വെച്ചു. "ഉഷാ റാക്കിൻ" അങ്ങോട്ടൊന്നെത്തിനോക്കിയ മാസ്റ്റർ ചിരിച്ചു.

തനിയൻകുട്ടിയും കര്യാത്തനും മറ്റും നഗരത്തിൽ മാറ്റിനിക്ക് പോകാ നുള്ള തയാറെടുപ്പിൽ ഉച്ചയോടെ വായനശാലയിലെത്തി സുഹൃത്തു ക്കളെ കാത്തുനിന്നു. "കുറീൽ ചേർന്നിട്ടില്ലേ?" അപ്പോഴേക്കും ഷോട തിക്ക് കൊടുക്കാനുള്ള തോർത്തുമുണ്ടുമായി എത്തിയ ഗോപിയും അബുവും അവരെ നോക്കി. "ഒന്നല്ല, രണ്ടെണ്ണംണ്ട് ഒരു മുണ്ടെങ്കിലും വേണം."

"നറുക്ക് കിട്ടിയാൽ തരും." ഗോപി ചിരിച്ചു.

അമ്പലത്തിലും തിരക്കായിരുന്നു. വൈകുന്നേരത്തോടെ അവിടെ ലൗഡ്സ്പീക്കറെത്തി. ഗ്രാമത്തിൽ ആദ്യമായിട്ടായിരുന്നു അത്. സന്ധ്യ യോടെ അതിൽ നിന്നുള്ള ഭക്തിഗാനങ്ങൾ അവിടെയെങ്ങും അലയടിച്ചു. അധികാരിയും മാസ്റ്ററും മറ്റും രാത്രിമുഴുവൻ പുലർച്ചത്തെ കണി കാണാൻ അവിടെ തമ്പടിച്ചു.

പുലരിയിൽ കണാരുനായരുടെ സ്പീക്കറിലൂടെയുള്ള *രാമായണം* വായന ആ പരിസരമാകെ നിറഞ്ഞുനിന്നു. ജനകപുത്രി രാമനും ജാന കീരാമനും സീതാപതിരാമനും ദശരഥരാമനും കേൾവിക്കാരിൽ ഭക്തി യുടെ നേർത്ത അലകളുണർത്തി.

"അല്ല കല്ല്യാണ്യേ, കണാരുന്റെ വായനല്ലേ കേൾക്കുന്നത്?"

"അതെ."

"അസ്സലായിട്ടുണ്ട്, എന്നാലും വിഷുവായിട്ട് ഓനൊന്നിങ്ങോട്ട് തിരി ഞ്ഞുനോക്കീല്ലല്ലോ.... ഓലാരും തന്നെ" അവർ പിതുങ്ങി.

അൻപത്തിനാല്

"**ഇ**ന്ന് കദേന പൊട്ടിച്ചില്ലല്ലോ ഗോപ്യേ?" വലിയ വിഷുവിന്റെന്ന് രാവിലെ ചീരുവമ്മ അന്വേഷിച്ചു.

"വെടിമരുന്ന് തീർന്നുപോയി വല്ല്യമ്മേ."

"ഇന്നലെ യ്യ് നാരായണനെ കണ്ടീനോ?"

"ഇല്ല."

"ആട്ടെ, ഓനെന്ത്യായിവിടെ വന്നിട്ട്?"

"ഇന്ന് വര്യണ്ടാവും."

"ഓനതിന് നേരംണ്ടാവില്ല."

പൊതുവെ ശാന്തമായ ഒരുദിവസം. ബജാറിൽ അന്നാരും പീടിക തുറന്നില്ല. തലേന്നത്തെ ഒച്ചപ്പാടും പ്രസരിപ്പും അന്നെവിടെയുമുണ്ടായില്ല. തലേന്ന് ചുറ്റുപാടുകളെ പ്രകമ്പനം കൊള്ളിച്ച പടക്കം പൊട്ടിക്കലും കതിനവെടിയും മറ്റും അന്ന് തീരെ കുറവായിരുന്നു. രാവിലെ പുറത്തിറങ്ങാനൊരുങ്ങിയ നാരായണൻ നായരെ ഭാര്യയും മക്കളും തടഞ്ഞു നിർത്തി.

"നരകം." ഒന്ന് പുറത്തിറങ്ങാനും സമ്മതിക്കില്ല."

"ഇന്നിറങ്ങിയില്ലെങ്കിൽ ആകാശം ഇടിഞ്ഞുപൊളിഞ്ഞു വീഴില്ല. ഇന്നെങ്കിലും നേരത്തിന് ഒരുപിടി വാരിത്തിന്നണം." അയാൾ പിന്നീടൊന്നും പറഞ്ഞില്ല.

"പറഞ്ഞു പറഞ്ഞ് ഒരു വിഷുവുണ്ടായിനതും കഴിഞ്ഞു."

"ഇനി വരുംകൊല്ലംണ്ടാവും വല്ല്യമ്മേ." ഗോപി പ്രതികരിച്ചു.

"അന്നേക്കതിന്നാരൊക്ക്യാണ്ടാവ്വാന്നാര് കണ്ടു" അവർ മേൽപ്പോട്ടു നോക്കി.

വൈകുന്നേരം അമ്പലപ്പാറയിലാകെ കുട്ടികൾ കലപില കൂട്ടി. ഒളിച്ചുകളി, കള്ളനും പോലീസും, തൊട്ടുകളി അങ്ങനെ പല കളികളിലായിരുന്നു അവർ. കുങ്കുമച്ചുവട്ടിൽ ഗോപിയും ചന്ദ്രനും പലതും പറഞ്ഞുകൊണ്ടിരുന്നു. അപ്പോഴേക്കും ദൂരെനിന്നുള്ള കൂക്കിവിളിയുടെയും ബഹളത്തിന്റെയും അലയടി കേട്ടപ്പോൾ അവരെഴുന്നേറ്റു ചുറ്റുപാടും നോക്കി. പുഴയ്ക്കടുത്ത് നിന്നുയരുന്ന കടുത്ത പുകച്ചുരുളുകൾ കണ്ടതോടെ അതെന്തെന്നറിയാൻ അവർ അവിടേക്ക് പുറപ്പെട്ടു. അടുത്തെത്തും തോറും ബഹളത്തിന്റെ മുഴക്കം കുറഞ്ഞുവരുന്നത് അവർ ശ്രദ്ധിച്ചു. "അവിലിടിക്കാരി പാത്തുമ്മാന്റെ പുര കത്തിപ്പോയീ." എതിരെ വന്ന ഒരാൾ പറഞ്ഞു. തീ ബാക്കിയിട്ട, അവിടവിടെ വിള്ളലുകൾ വീണ ചുമരുകളും ഇളംകാറ്റിൽ കുമിഞ്ഞു കത്തുന്ന തീയും നോക്കിക്കൊണ്ടു നിന്ന പലരുടെയും കൂടെ അവരും സ്ഥാനം പിടിച്ചു. മുന്നിലെ കണ്ടത്തിൽ തല കുമ്പിട്ടിരിക്കയായിരുന്നു ഉമ്മയും മക്കളും. അടുത്ത് ചെന്നപ്പോൾ ഉമ്മ കരഞ്ഞു. അതിന്നിടെ പലരും സ്ഥലംവിട്ടു. വിരലിലെണ്ണാവുന്ന മറ്റു ചിലരും ഗോപിയും ചന്ദ്രനും മാത്രമേ പിന്നീടവിടെ ബാക്കിയായുള്ളു.

അൻപത്തിയഞ്ച്

പിറ്റേന്നേ കല്ല്യാണി ആ വിവരമറിഞ്ഞുള്ളൂ. തന്നിലേക്ക് തന്നെ ചുരുങ്ങിപ്പോയ അവളെ അത് ഞെട്ടിച്ചു. "ഞമ്മളെ പടച്ചോൻ ചതിച്ചു കല്ല്യാണ്യേ." അവളെ കണ്ടപാടേ ഉമ്മ കരഞ്ഞു. അവളും കരഞ്ഞുപോയി. നിമിഷങ്ങൾക്കു ശേഷം ഒന്നും പറയാതെയും ചോദിക്കാതെയും അവൾ തിരിച്ചുപോയി.

"പാത്തുമ്മാന്റെ പൊര കത്തിപ്പോയി, കത്തിപ്പോയീ..." നടത്തത്തിൽ അവൾ പറഞ്ഞുകൊണ്ടേയിരുന്നു.

"പുരയേതായാലും കത്തിപ്പോയി, ഇനിയെന്താ കണ്ടത്?" പതിവു പോലെ മാസ്റ്റർ രാവിലെ പറമ്പ് നോക്കാനെത്തി. ഉമ്മ അയാളുടെ മുന്നിൽ നിന്നതേയുള്ളൂ.

"ഇനിയൊന്ന് വെച്ചുകെട്ടാൻ വേറൊരിടത്ത് ഞാൻ സ്ഥലം തരാം." കേട്ടപാടെ അവൾ ഞെട്ടി.

"വേണ്ട."

"വേണം ഞാൻ വെച്ചുകെട്ടിത്തരാ."

"ഞമ്മള് വ്ട്ന്നിറങ്ങില്ല."

"ഉമ്മോ, നിണക്ക് നല്ലതാ പറയുന്നത്, മഴക്കാലാ വരുന്നത്." അവൾ ഒന്നും പ്രതികരിച്ചില്ല.

"അവസാനം നിയ്യെന്റെടുത്ത് വരും."

കനപ്പിച്ചുകൊണ്ട് അയാൾ തിരിച്ചുപോയി.

പാത്തുമ്മയുടെ പുര എങ്ങനെ നന്നാക്കാമെന്നതിനെപ്പറ്റി ഗോപിയും ചന്ദ്രനും ആലോചിച്ചു. അത് ഗ്രാമത്തിന്റെ ഒരാവശ്യമാണെന്ന് അവർക്ക് തോന്നി. അങ്ങനെയാണ് വായനശാലയിൽ വെച്ച് അവർ നാട്ടുകാരുടെ ഒരു യോഗം വിളിച്ചുചേർത്തത്. കഴിയാവുന്ന സഹായങ്ങൾ ചെയ്യാമെന്ന് പലരും ഏറ്റു. അതിനുവേണ്ടി മുന്നിട്ടിറങ്ങാമെന്ന് ഗോപിയും ചന്ദ്രനും അബുവും ചാത്തുക്കുട്ടിനായരും മറ്റും ഏറ്റു.

പലരിൽനിന്നും അവർക്ക് സഹായങ്ങൾ കിട്ടി. ചിലർ പണം കൊടുത്തു. ചിലർ സാധനങ്ങൾ കൊടുത്തു. ചിലർ അധ്വാനം വാഗ്ദാനം ചെയ്തു. ആരും എതിർപ്പ് പ്രകടിപ്പിച്ചില്ലെന്നത് അവർക്ക് ഒരു പുതിയ അനുഭവമായി. അങ്ങനെ പാത്തുമ്മയുടെ പുര അത് കത്തുന്നതിന് മുമ്പു ള്ളതിനേക്കാളും പുതിയൊരവസ്ഥയിലായി. അവരുടെ ആ ശ്രമത്തെ ബജാറിൽ പലരും വിലയിരുത്തി.

"ആ നെറികെട്ടോളുടെ പുര കത്തിപ്പോയതിന്ന്വരെന്തിനിത്ര പിട യ്ക്കുന്നു?" മാസ്റ്റർ പലരോടും ചോദിച്ചു.

"ഓളെ മോള് വലുതായിക്കുന്നു....." ചിലരുടെ പ്രതികരണം അയാളെ രസിപ്പിച്ചു.

ഒരു സഹായവും ചെയ്യില്ലെന്നും ഒരു സഹായവും കിട്ടില്ലെന്നും വിചാരിച്ചവർക്ക് അതൊരു തിരിച്ചറിവായിരുന്നു. "ഉടുതുണിക്ക് മറുതു ണില്ലാതാ പുര കത്തിപ്പോയത്, ത്ങ്ങിനാവുന്ന് വിചാരിച്ചതല്ല, മനിസനേ മനിസനെ മനസിലാക്കാനാവു" അവസാനം ഉമ്മയും പറഞ്ഞു.

അൻപത്തിയാറ്

"മഴക്കാലാ വരുന്നത്, ഓർഡർ കുറവാ. തൽക്കാലം പണി നിർത്ത ണംന്നാ മുതലാളി പറഞ്ഞത്." വിഷുപ്പിറ്റേന്ന് പണിക്ക് ചെന്ന തനിയൻകു ട്ടിയും കര്യാത്തനും മറ്റും മേസ്തിരിയുടെ മുഖത്ത് നോക്കി നിന്നുപോയി.

"അതെന്താ മേസ്തരീയങ്ങനെ?"

"അത് കാണുന്നില്ലേ പൊട്ടിച്ചുകൂട്ടിയത്? അത് പണിത്തരാക്കിയിട്ട് മതിനി." അയാൾ കൈ ചൂണ്ടി.

"ഞങ്ങള്ിനിയെന്ത് വേണം?"

"അത് വരെ പുരയിലിരിക്കിൻ."

"പണിയില്ലാതേ?"

"മുമ്പ്ങ്ങൾക്കിതായിനോ പണി?"

മുമ്പത്തെ കഴിച്ചിലിന് മാറ്റമുണ്ടായിട്ടുണ്ടെന്ന് പെട്ടെന്ന് അവർ ഓർത്തുപോയി. "ഞങ്ങളൊന്ന് മുതലാളിയെ കണ്ടാലോ?"

"കണ്ടു നോക്കിൻ."

അയാൾ അപ്പോഴേക്കും വന്നെത്തിയ മറ്റു പണിക്കാരുടെ അടുത്തേക്ക് നീങ്ങി.

പാറപ്പണി തുടങ്ങിയതിന് ശേഷം അന്നാദ്യമായി വെടിക്കാരുടെ സംഘം പണിയില്ലാതെ തിരിച്ചുപോയി. മറ്റെല്ലാ പണികളും ചെയ്യാനറിയുന്നവരും ചെയ്യുന്നവരുമായിരുന്നു അവർ. എന്നാൽ സംഭവിച്ചതങ്ങനെയാണ്. നടത്തത്തിൽ അവർ അവിടവിടെ മഴക്കാർ വ്യാപിച്ച ആകാശത്തേക്കും പച്ചപിടിച്ച വയലിലേക്കും നോക്കി നെടുവീർപ്പിട്ടു. അതോടെ പലവട്ടം വയലേലകളിൽനിന്നും ഇറക്കിവിട്ടവരാണല്ലോ തങ്ങളെന്നും അവർ ഓർത്തുപോയി.

ആയിടെ ഒരു സന്ധ്യക്ക് മാളുവമ്മ അമ്പലത്തിൽ വിളക്കു തെളിയിക്കാൻ പോയി. ആലിൻതറയിൽ കിടന്ന അപ്പുനായരെ കണ്ടയുടനെ അവർ അടുത്തുചെന്നു. "അങ്ങാടിക്കൊന്നും പോകാറില്ലേ?"

"ഇല്ല." അയാൾ അതിന്റെ കാരണങ്ങൾ പറഞ്ഞു.

"അപ്പാറ് ഏതായാലും ഒരു തൊരോംല്ലാതെ വെറുതിരിക്ക്യല്ലെ, സമ്മതാണെങ്കിൽ രാവിലെ പാറയിലേക്ക് വന്നാൽ കല്ലുടയ്ക്കുന്ന പണി ചെയ്യാം."

"വരാം മാളോ വെറുതിരുന്നിട്ടെന്താ?" അയാൾ സമ്മതിച്ചു.

അൻപത്തിയേഴ്

"**ഗോ**പ്യേ, വിഷു കഴിഞ്ഞിട്ട്ന്നേക്ക് ദിവസം നാലായില്ലേ നിയ്യ് അമ്മോമ്മാരാരെങ്കിലും കണ്ടീനോ."

"ഇല്ലല്ലോ."

"അങ്ങനെ പറഞ്ഞാൽ പറ്റ്വോ കാര്യസ്ഥനെ ഏൽപ്പിക്കണ്ടേ?"

"വല്ല്യമ്മോനാ അതൊക്കെ ചെയ്യേണ്ടത്."

"നാരായണനേം മറ്റോനേം ഒന്ന് കണ്ട് പറയ്." അയാൾ സമ്മതിച്ചു.

രണ്ടു ദിവസങ്ങൾക്ക് ശേഷം ഒരു രാവിലെ അയാൾ നാരായണൻ നായരെ കാണാൻ ചെന്നു. അയാൾ അവിടെയുണ്ടായിരുന്നില്ല. തലേന്ന് രാവിലെ പണിക്ക് പോയതാണെന്ന് അമ്മായി പറഞ്ഞത് കേട്ടപ്പോൾ

അയാൾക്ക് വിഷമം തോന്നി. നാല് കാലിലാണെങ്കിലും രാത്രിയെത്ര വൈകിയാലും എത്താറുണ്ടായിരുന്നുവെന്നും അവർ പറഞ്ഞു. ഉറക്കൊഴിഞ്ഞ് കാത്തിരുന്ന അവരുടെ ഉൽക്കണ്ഠ അയാളുടെ വിഷമം ഇരട്ടിപ്പിച്ചു. എങ്കിലും വല്ല്യമ്മ പറയാനേൽപ്പിച്ച കാര്യങ്ങൾ അയാൾ പറഞ്ഞു.

"ന്റെ തിയ്യൻ ങ്ങോട്ടെങ്ങാനും വന്നീനോ?" അപ്പോഴേക്കും കൊമ്പൻ മീശ ചോയിക്കുട്ടിയുടെ തിയ്യത്തിയെത്തി.

"ഇല്ലല്ലോ, എപ്പം പോയതാ?"

"ന്നലെ നന്നരാവിലെ ഏണീംകൊണ്ട് കൊയിലേറ്റത്തിന് പോയതാ."

"ഇവിടുത്തെ ആളുടേം സ്ഥിതിയതാ." അവർ പരസ്പരം നോക്കി.

"രണ്ടാളുംകൂടി കുടിച്ച് ബോധംല്ലാതെ എവിടെങ്കിലും കിടക്കുന്നുണ്ടാവും" ഗോപി യാത്ര പറഞ്ഞു.

തിരക്കിട്ട് നടക്കുന്നതിനിടയിൽ യാദൃച്ഛികമായി കണ്ടുമുട്ടിയ മാണിക്കത്തോട് അയാൾ അവരെപ്പറ്റി അന്വേഷിച്ചു. കേൾക്കേണ്ടതാമസം അവൾ തുടങ്ങി: "ഒന്നും പറയണ്ടന്റെ കമ്മളേ, ന്നലെ ഓല് വർമ്പം സാധനംല്ല, ഞാനത്ണ്ടാക്ക്യായിനി, ണ്ടാക്ക്യേത് മുഴുവൻ ഓല് കുടിച്ചു തീർത്തു. അപ്പോഴേക്കും ഓല് അലിലായി, നേരംരുട്ടീം ചെയ്തു. പിന്ന്യാ ഓല് പാട്ട് തൊടങ്ങ്യേത്. സഹികെട്ടവസാനം ഞാൻ വെളക്കൂതി വാതിലടച്ചു. അപ്പോഴേ ഓല് പോയുള്ളു."

"തിയ്യനോ?"

"മൂപ്പരെ കഥ പറയണ്ട, ഒരു പണിക്കും തൊരത്തിനും പോകാത്തൊരാൾക്ക് എത്ര്യാ തിന്നാൻ കൊടുക്ക്വാ, മിനിഞ്ഞാന്ന് നിക്ക് കലികയറി തമ്മിൽ കപകുപായി. അപ്പംറങ്ങി നടന്നതാ, വരും. മുമ്പുംങ്ങിന പോയിട്ടുണ്ട്."

അയാൾക്ക് മറ്റൊന്നും കേൾക്കേണ്ടിയിരുന്നില്ല. ബസ് കയറാനുള്ള തിടുക്കത്തിൽ സമയത്തെ പഴിച്ചുകൊണ്ടുള്ള നടത്തത്തിൽ മാണിക്കവും പറ്റുകാരും അയാളുടെ മനസിൽ നിറഞ്ഞുനിന്നു.

അൻപത്തിയെട്ട്

"**എ**ന്താ പാറപ്പണി നിന്നോ, ലോറികളൊന്നുംതിലെ കാണുന്നില്ല?" രാവിലെയെത്തിയ മാസ്റ്റർ കണ്ടക്കുട്ടിയെ നോക്കി.

"ഓ തമ്പുരാനതറിഞ്ഞിട്ടില്ലല്ലേ, വിഷുവിന്ന് ശേഷം പാറപ്പണി ഒന്ന് തളർന്ന മട്ടാ."

"പാഞ്ഞോൻ തളരുംന്ന് ഞാനപ്പഴേ പറഞ്ഞതല്ലേ, എന്നാട്ട്പ്പെന്തായി?"

"ഒന്നും ആവാനില്ല, കരാറുകാരന് ഒരു നഷ്ടോംല്ല, ഇവിടെ വേലി പൊളിച്ചവർക്കും തട്ടിക്കേറിയവർക്കും മറ്റും പണിയില്ലന്നേയുള്ളു."

"അവരങ്ങനെ പഠിക്കട്ടെ."

"ഇനി അവരെയൊന്ന് പഠിപ്പിക്കണ്ടേ?"

"പഠിപ്പിക്കണം പഠിപ്പിക്കണം." രണ്ടുപേരും ചിരിച്ചു.

തനിയൻകുട്ടിയും മറ്റും പാറപ്പണി അത്ര പെട്ടെന്ന് തളർന്നു പോകുമെന്ന് വിചാരിച്ചതല്ല. പിടിച്ചുനിൽക്കാമെന്ന് അവർ കണക്ക് കൂട്ടിയിരുന്നു. ആ പ്രതീക്ഷയാണ് മങ്ങിപ്പോയത്. മഴക്കാലത്തെ നേരിടാനുള്ള മുൻകരുതലുകളൊന്നും അവർ ചെയ്തുവെച്ചിരുന്നില്ല. മാത്രമല്ല നാട്ടിലെ തമ്പ്രാക്കന്മാരുടെ വെറുപ്പ് വേണ്ടത്ര സമ്പാദിക്കുകയും ചെയ്തിരുന്നു. അതിനെപ്പറ്റിയൊക്കെ ആലോചിച്ചപ്പോൾ തനിയൻകുട്ടി തളർന്നുപോയി. അതോടെ അയാൾ കുരയിൽ നിന്നധികം പുറത്തിറങ്ങാതായി. ചെറുമി പാറപ്പണിക്ക് പോയിക്കൊണ്ടിരുന്നു. അതും മഴയ്ക്ക് മുമ്പ് നിൽക്കുന്ന മട്ടായിരുന്നു. അപ്പോഴും കെട്ടാനാവാത്ത കൂരകൾ നോക്കി ചെറുമക്കൾ നെടുവീർപ്പിട്ടു.

"ഇതൊന്ന് കെട്ടണ്ടേ?" ഒരു രാത്രി അത് കേട്ടതല്ലാതെ തനിയൻകുട്ടി പ്രതികരിച്ചില്ല.

"ഓലയാണെങ്കിലൊരു ചീന്തായിട്ടില്ല. കാലും മാറ്റണം. വരിഞ്ഞു കെട്ടീം വേണം." അവൾ ചെറുമനെ നോക്കി. അതൊക്കെ എങ്ങനെ കഴിയുമെന്ന ചിന്തയിലായി അയാൾ.

"ഞങ്ങളെ പണീം തീരാറായി, മുമ്പാണെങ്കിൽ പായ കെട്ടാനുള്ള ഓലയെങ്കിലുംണ്ടാകാറ്ണ്ടായിനി." പിറുങ്ങാച്ചി ദീർഘനിശ്വാസം ചെയ്തു.

ലോറിയുടെ വരവ് നിലച്ചതോടെ ലോഡിങ്കാരായ വേലായുധൻനായർക്കും കുഞ്ഞിക്കുട്ട്യാലിക്കും മറ്റും പണിയില്ലാതായി. അവരൊക്കെ ബജാറിലൂടെ തെക്ക്‌വടക്ക് നടന്നു. പൂട്ടിയിട്ട പീടികക്ക് പിന്നിൽ ശീട്ട്കളി നടന്നു. ചിലപ്പോഴൊക്കെ അവിടെ ശണ്ഠകളുണ്ടായി. അതെല്ലാം കേട്ടും കണ്ടും മാസ്റ്ററും അധികാരിയുമൊക്കെ ഉള്ളാലെ ചിരിച്ചു. ആ ചിരിയിൽ ചിലപ്പോൾ കണ്ടക്കുട്ടിയും പങ്കുചേർന്നു.

"പണിക്കെന്ത് പറ്റീ?" ഒരുദിവസം ബജാറിൽ വെച്ച് മാസ്റ്റർ തനിയൻകുട്ടിയെ കണ്ടു.

"നിന്നമട്ടാ, ഓർഡറില്ലെന്നാ മുതലാളി പറയുന്നത്."

"എന്താ ഇതൊരു നല്ല ഏർപ്പാടാണോ?"

"തമ്പ്രാന് തുടങ്ങണംന്നുണ്ടോ?"

"അതിന്നല്ലെടോ, അലൂമിനിയപാത്രത്തിന്റെ വരവോടെ കലത്തിന്റെ പണിയില്ലെന്ന് ആ കൊശോന്മാര് പറഞ്ഞിട്ട് ഞാനവരെക്കൊണ്ട് കുറേ കല്ല് കുത്തിച്ചുവെച്ചീനി അത് മതിലിന്മേലാക്കണം."

"എപ്പാ വേണ്ടതെന്ന് തമ്പ്രാൻ പറഞ്ഞാമതി. അടിയന്റെ കുര ഇക്കൊല്ലം കെട്ടീട്ടില്ല, ഓലല്ലാഞ്ഞിട്ടാ"

"അതിന് ഓലയെവിട്യാ?" തനിയൻകുട്ടി മിഴിച്ചു നിന്നു.

മൂടിക്കെട്ടിയ ആകാശം അയാളുടെ മനസ്സ് കെടുത്തി. അങ്ങനെ

യാണ് ഒരുദിവസം അയാൾ ചീരുവമ്മയെ കാണാൻ പോയത്. "എന്താ കാണാത്തോലെ കാണുന്നു?" അവർ അടുത്തു ചെന്നു.

"അടിയനൊരാവശ്യംണ്ടായിനീ." അയാൾ നാലുപാടും നോക്കി.

"എന്താ?"

അടിയന്റെ ചാള കെട്ടീട്ടില്ല, ഓലായിട്ടില്ല."

"നിയ്യ് പറമ്പിലെവിടെങ്കിലും ണ്ടോന്ന് നോക്ക്." ആശ്വാസത്തോടെ അയാൾ അവിടമാകെ നടന്നു. കിട്ടാവുന്നത്ര ഓല ശേഖരിച്ച് രണ്ടു കെട്ടാക്കി. ഒരു കെട്ടൊരുവിധം തലയിലേറ്റി അയാൾ അവരോട് യാത്ര പറഞ്ഞിട്ട് നടന്നു.

"ഇതെവിടുന്നാടോ?" വഴിക്ക് മാസ്റ്ററെ കണ്ടുമുട്ടി. അതിന് മറുപടിയുണ്ടായില്ല.

വയലിൽ കളപറി തുടങ്ങിയപ്പോഴാണ് നല്ലമ്പരയുടെ വിതപ്പണി കഴിഞ്ഞത്. അപ്പോഴേക്കും മേടം പകുതി പിന്നിട്ടിരുന്നു. മാസ്റ്ററും അധികാരിയുമൊക്കെ കളപറിക്കാർക്കരികെ സമയം ചിലവഴിച്ചു. തൊട്ടടുത്ത നല്ലമ്പരയുടെ വയലിലേക്ക് നോക്കി അവർ ചെലപ്പോഴൊക്കെ പല്ലിളിച്ചു. അത് കാണുമ്പോൾ അയാൾക്ക് എവിടെയൊക്കെയോ വേദനിച്ചു.

അൻപത്തിയൊമ്പത്

അന്ന് ഞായറാഴ്ച. ഉച്ചയ്ക്കത്തെ കഞ്ഞി കഴിഞ്ഞ് പൂമുഖത്ത് ചീരുവമ്മയും ഗോപിയും പലതും പറഞ്ഞുകൊണ്ടിരുന്നു. അപ്പോഴായിരുന്നു കണാരുനായരെത്തിയത്. "നീയ്യെവിട്യായിനി, വിഷൂന്റെന്നുംകൂടി കണ്ടില്ല?" അവർ എഴുന്നേറ്റ് അയാളുടെ മുന്നിൽ ചെന്നു നിന്നു.

"അന്ന് വരാൻ കഴിഞ്ഞില്ല." അയാൾ പടികയിലിരുന്നു.

"കാവിൽനിന്നുള്ള നിന്റെ വായന കേട്ടിക്കുന്നു" അയാൾ പുഞ്ചിരിച്ചു.

"അമ്മ ഗോപിയെ പറഞ്ഞയച്ചതെന്തിനായിനീ?"

"നിന്നെ കാണാഞ്ഞിട്ട്, വിഷു കഴിഞ്ഞാൽ ഇതൊന്ന് വ്യവസ്ഥാക്കണംന്ന് പറഞ്ഞീനല്ലോ."

"അതിന്ന്?"

"നല്ലൊരു മധ്യസ്ഥനെ ഏൽപ്പിക്കണം."

"ആ മാസ്റ്റർ പോരേ ഗോപ്യേ?"

"വലിയേടത്തുകാരുടെ കാര്യം പറച്ചിലിന് അയാൾ പക്ഷംപിടിച്ചുവെന്നാ സംസാരം."

"അങ്ങിനത്തോലൊന്നും വേണ്ട."

"എന്നാൽ നല്ലവരാരാണെങ്കിൽ ഏൽപ്പിച്ചോളിൻ."

"ആരാ ഉള്ളത്?" ചീരുവമ്മ അയാളെ നോക്കി.

"പുഴക്കക്കരെ ഒരാളുണ്ട്, അമ്മോനറിയില്ലേ?"

"അയാള് തരക്കേടൊന്നുംല്ല, കിട്ട്വോന്ന് നോക്ക്. നാരായണനും മറ്റോനും വന്നീനോ?"

"ഇല്ല, കഴിഞ്ഞ ഓണത്തിന് വന്നു പോയതാ നാരായണൻ."

"അവരൊക്കെ ഇതറിയില്ലേ?"

"അറിയും."

"മധ്യസ്ഥനെ വരുന്ന ഞായറാഴ്ചത്തേക്ക് ഏൽപ്പിക്കട്ടേ?"

"ഏൽപ്പിച്ചോ."

"അന്നെല്ലാവരുംണ്ടാവണം. നീയ്യും."

"ഞാൻ വരാ." അയാൾ എഴുന്നേറ്റു.

"ഗോപ്യേ, എല്ലാരോടും ഇന്നു തന്നെ പോയി പറയണം മധ്യ സ്ഥനേം ഏൽപ്പിക്കണം. നീ തന്നെ ഇതേൽക്കണം." അയാൾ സമ്മ തിച്ചു.

അന്ന് വൈകുന്നേരം വായനശാലയിലേക്ക് പോകുമ്പോളായിരുന്നു അയാൾ ആ വഴക്കിനു മുന്നിൽ ചെന്നുപെട്ടത്. അവിടെ കളപറി പെണ്ണു ങ്ങൾ മാസ്റ്ററെ വട്ടമിട്ടിരുന്നു.

"ഇന്ന് കൂലി തികച്ചും തരില്ല."

"അപ്പം ഞങ്ങൾക്കന്തിക്ക് മുമ്പേ പൊരേലും പോണ്ടേ?" മാധവിയ മ്മയ്ക്ക് ദേഷ്യം വന്നു.

"നാലു മണിക്ക് മുമ്പ് കണ്ടത്തീന്നെണീച്ചാൽ കൂലി തികച്ചും തരി ല്ലെന്നാ പറഞ്ഞത്."

"നേരംപ്പെത്ര്യായീന്ന് നോക്കിൻ." അവർ അസ്തമിച്ച പടിഞ്ഞാറൻ ചക്രവാളത്തിലേക്ക് കൈനീട്ടി.

"നിയ്യ് പറയ് മോനേ?" അവർ ഗോപിയുടെ നേരെ തിരിഞ്ഞു. മാസ്റ്റ റുടെ നെറ്റി ചുളിഞ്ഞു.

"എന്റെ കയ്യിൽ നോട്ടാ, ഞാൻ ചില്ലറ മാറ്റി വരാം." അയാൾ നടന്നു.

"പെണ്ണുങ്ങളേ വിളക്കു കത്തിക്കാനൊന്നും നിക്കണ്ട, അതിന്ന് മുന്നേ പണി നിർത്തി കൂലി വാങ്ങി പോകണം, പാറപ്പണിക്കാരെ കണ്ടില്ലേ?"

"അതന്ന്യാമോനേ ഞങ്ങളും പറയുന്നത്, ഇക്കണ്ടം കുമ്പിട്ട് നെര ങ്ങുന്നേനേക്കാളും നല്ലത് പാറപ്പണിക്ക് പോന്നതാ." അയാൾ പുഞ്ചിരിച്ചു. പെണ്ണുങ്ങൾ നിന്നു വിഷമിച്ചു. അപ്പോഴേക്കും സന്ധ്യയായിരുന്നു.

അറുപത്

"**മോ**ളേ, കല്ല്യാണിവിടെ വന്നീനോ?" രാത്രി ചാരുകസേരയിലി രിക്കുന്നിടത്ത് ചാത്തുക്കുട്ടി നായർക്ക് പെട്ടെന്നൊരു ബോധോദയമു ണ്ടായി.

"ഇല്ലല്ലോ." സരള അയാളുടെ അടുത്തേക്ക് ചെന്നു.

"വിഷുവിന് ശേഷം കണ്ടിട്ടില്ല, എവിടെപ്പോയിവള്?"

"എവ്ടോ പോയിട്ടുണ്ടാവും."

"നാളെയാവട്ടെ ഒന്നന്വേഷിച്ചു നോക്കണം." അയാൾ മൗനത്തിലായി.

പിറ്റേന്ന് കാലത്ത് അയാൾ കല്ല്യാണി താമസിക്കുന്നിടത്ത് ചെന്നു. പുരയുടെ മുൻഭാഗം വാതിലടച്ച് ഓടാമ്പലിട്ടിരിക്കുന്നത് കണ്ട് അയാൾ പുരയുടെ ചുറ്റും നടന്നു. അവിടെ ആൾപ്പെരുമാറ്റമുണ്ടായിട്ട് ദിവസങ്ങളായെന്ന് അയാൾക്ക് തോന്നി. അതോടെ ബജാറിൽ ചെന്ന് കണ്ടക്കുട്ടിയോട് അന്വേഷിച്ചു. കാണാറില്ലെന്നായിരുന്നു അയാളുടെ മറുപടി. മറ്റു പീടികക്കാരോടും അയാൾ അന്വേഷിക്കാതിരുന്നില്ല. എന്നാൽ എല്ലാവരുടേയും മറുപടി ഒന്നുതന്നെയായിരുന്നു. അവസാനം ചോയിക്കുട്ടിയുടെ ചായപ്പീടികയിലേക്ക് കയറിയപ്പോൾ അവിടെ പാത്തുമ്മയെ കണ്ടു.

"വിശേഷിച്ചൊന്നുംല്ലല്ലോ?"

"ഇല്ല."

"ചോയിക്കുട്ട്യേ, നിയ്യ് കല്ല്യാണിയെ ഇപ്പൊഴെങ്ങാനും കണ്ടീനോ?"

"ശെര്യാ, ഓളെ കണ്ടിട്ട് ദിവസം കുറച്ചായീ."

"ഓളെവിടെപ്പോയീ."

"കണ്ട തെക്കോ വടക്കോ പോയിട്ടുണ്ടാവും കമ്മളേ."

"വിഷുപ്പിറ്റേന്ന് ഓളെ ഞമ്മള് കണ്ടിക്ക്ണ്, ന്റെ പുര കത്ത്യേത് കണ്ട് നെഞ്ഞത്തടിച്ച് നിക്കുന്നത്."

"എന്നാലന്നിറങ്ങിയതായിക്കും. പിന്നെ ഓളെ കണ്ടതായി ഓർക്കുന്നില്ല." ചോയിക്കുട്ടി രണ്ടുപേരെയും നോക്കി. "ആളും അർഥോംല്ലാഞ്ഞാൽ മനുഷ്യന്റൊരവസ്ഥ." ചാത്തുക്കുട്ടിനായർ മേൽപ്പോട്ടു നോക്കിപ്പോയി.

അറുപത്തിയൊന്ന്

പാറപ്പണിയോടെ പൊതുവെ കണ്ടിരുന്ന ഉത്സാഹം അതിന്റെ തളർച്ചയോടെ പെട്ടെന്ന് കെട്ടടങ്ങി. ഗ്രാമജീവിതം തുടങ്ങിയിടത്തു തന്നെ വളർച്ചമുട്ടി നിൽക്കയാണെന്ന് പലർക്കും തോന്നി.

ആ പിറകോട്ടടി അവിടെ ഒരു സംസാരവിഷയമായി. ആയിടെ വായനശാലയിൽ വെച്ചു ചേർന്നൊരു യോഗത്തിൽ ഗോപിക്കും അബുവിനും ചന്ദ്രനും പുറമെ പാറപ്പണിയുമായി ബന്ധപ്പെട്ട മറ്റു ചിലരും പങ്കെടുത്തു. അവരുടെ ചർച്ചയിൽ പാറപ്പണി പെട്ടെന്ന് നിർത്താനുള്ള കാരണം എന്താവാമെന്നും വിഷയമായി. ഓർഡറില്ലെന്ന വാദം ശരിയല്ലെന്ന് ഒരാൾ പറഞ്ഞു. വിഷുവിന് അഡ്വാൻസ് ചോദിച്ചത് കരാറുകാരന് പിടിച്ചിട്ടുണ്ടാവില്ലെന്ന് ചന്ദ്രൻ അഭിപ്രായപ്പെട്ടു. ആ അഭിപ്രായത്തോട് ചിലർ യോജിച്ചു. എന്തായാലും പണി വീണ്ടും തുടങ്ങണമെന്ന് ആവശ്യപ്പെടാൻ ഒരുമിച്ചു കരാറുകാരനെ കാണണമെന്ന് പൊതുവെ തീരുമാനമായി.

അത് മഴക്കാലം കഴിഞ്ഞിട്ടുമതി, മഴക്കാലത്ത് പണി നടക്കില്ലെന്ന തനിയൻകുട്ടിയുടെ അഭിപ്രായം ശരിയാണെന്ന് അവർ അംഗീകരിച്ചു.

ആ യോഗം കഴിഞ്ഞപ്പോഴേക്കും രാത്രി കുറെ വൈകി. തിരിച്ചു പോകുമ്പോഴായിരുന്നു ഗോപി ഭ്രാന്തൻ കണാരനെ കണ്ടുമുട്ടിയത്. "എവിടേക്കാ കണാരാ?"

"ഞാനമ്പലത്തിലേക്കാ."

"അവിടെ?"

"ഉറങ്ങാൻ."

"പേട്യാവില്ലേ?"

എന്തിന് പേടിക്കുന്നു. ദൈവംല്ലെ അവിടെ?" അവർ മുന്നിലും പിന്നിലുമായി നടന്നു.

"ത്തീരരുന്നിട്ട് പോയ്ക്കോളിൻ." പാറയിലെത്തിയപ്പോൾ അയാൾ നിന്നു.

"ഇപ്പം നേരംല്ല കണാരാ." അയാൾ നടന്നു. കണാരനായിരുന്നു അയാളുടെ മനസിൽ. "എന്തിന് പേടിക്കുന്നു. ദൈവംല്ലെ അവിടെ?" കണാരന്റെ ആ ചോദ്യം അയാൾക്ക് പിടിച്ചു. ദൈവം സ്നേഹമൂർത്തിയാണെന്നാണല്ലോ വെപ്പ്. അയാൾ വിചാരിച്ചു.

"നിയ്യ് മധ്യസ്ഥനെ ഏൽപ്പിച്ചോ?"

പുരയിലെത്തിയപ്പോൾ ചീരുവമ്മ അന്വേഷിച്ചു.

"ഏൽപ്പിച്ചു"

"എന്നേയ്ക്കാ?"

"വരുന്ന ഞായറാഴ്ചത്തേക്ക്."

"അത് മറ്റന്നാളല്ലേ?"

"അതെ, രാവിലെ അയാളെ കൂട്ടാൻ ചെല്ലണംന്നാ പറഞ്ഞത്."

"അങ്ങനെ ചെയ്തോ. എല്ലാരോടും പറഞ്ഞിട്ടില്ലേ?"

"പറഞ്ഞിട്ടുണ്ട്."

"നാരായണനെന്ത് പറഞ്ഞു?"

"കഴിഞ്ഞെങ്കിൽ വരാന്ന്."

"നല്ല മനസുണ്ടെങ്കിൽ വരട്ടെ, അടയ്ക്കാവുമ്പേ മടിയിൽ വെക്കാൻ പറ്റു."

പിറ്റേന്നായിരുന്നു നഗരത്തിൽ നിന്നൊരുകൂട്ടർ പ്രഭാകരന്റെ കൂടെ ബജാറിലെത്തിയത്.

"ഇവരെവിടേക്കാ?"

"ഇവരിവിടെ താമസിക്കാനാ."

"അതെവിടെ?"

"മാസ്റ്ററുടെ കൈവശമുള്ള വലിയേടത്തുകാരുടെ മലയുടെ ബാക്കി ഭാഗം ഇവരാ ചാർത്തി വാങ്ങിയത്." കണ്ടക്കുട്ടി അവരെ സൂക്ഷിച്ചുനോ

ക്കി. മറ്റൊന്നും പറയാതെ അവർ നടന്നു. സന്ധ്യക്കെത്തിയ മാസ്റ്ററോട് അയാൾ വിവരം പറഞ്ഞു.

"ആരാ കണ്ടക്കുട്ട്യേ?"

"നഗരത്തിൽ നിന്നുള്ള തോട്ടികളാണെന്നാരോ പറഞ്ഞു."

"ഇവരൊന്നും ഗുണം പിടിക്കില്ല" അയാൾ ആലോചനയിലിരുന്നു. ആ ഭാഗവും കൂടി കൈവശപ്പെടുത്താനുള്ള ശ്രമം ഇനി വിജയിക്കില്ലെന്ന് അയാൾക്ക് ബോധ്യമായി. "ഈ നാട് നി നന്നാവില്ല, ശ്രീയായ പോറ്റീന്റെ സ്ഥലല്ലേ അശുദ്ധാവുന്നത്? കഷ്ടം." അയാൾ മൂക്കത്ത് വിരൽ വെച്ചു. പാറ മുമ്പേ അശുദ്ധമായിപ്പോയല്ലോ! കണ്ടക്കുട്ടിയും ചിന്തിച്ചുപോയി.

"എല്ലാറ്റിനും ഒരു വിഘ്നാണിപ്പോൾ." വീട്ടിലെത്തിയപ്പോൾ അയാൾ ഭാര്യയോട് പറഞ്ഞു.

"വിശേഷിച്ചെന്തുണ്ടായീ?" അയാൾ കേട്ട കാര്യം വിശദീകരിച്ചു.

"അപ്പം ഈ തോട്ടികളെന്ന് പറഞ്ഞോലാരാ?"

"നഗരത്തിൽ മലം ചുമക്കുന്നവർ."

"നാരായണ നാരായണാ, കേട്ടത് മതീ." അവർ നെഞ്ഞത്ത് കൈ വെച്ചു.

അറുപത്തിരണ്ട്

ഞായറാഴ്ച അതിരാവിലെ ചീരുവമ്മ ഗോപിയെ വിളിച്ചുണർത്തി കാര്യം പറച്ചിലുകാരനെ കൂട്ടിക്കൊണ്ടുവരാനയച്ചു. "പോറ്റ്യേ, ന്റേട്ടൻ കാരണോന്മാരേ വലയ്ക്കല്ലേ" അവർ കണ്ണടച്ചു മേൽപ്പോട്ടു നോക്കി.

"അമ്മയാരോടാ പറയുന്നത്?" കല്ല്യാണിയമ്മ അടുത്തേക്ക് ചെന്നു.

"ഞാനോലോട് പറയ്യാ" -

"ആരോട്?"

പോറ്റീനോടും മരിച്ചുപോയ ന്റേട്ടൻ കാരണോന്മാരോടും." അവർ ചിരിച്ചു.

"നിയ്യ് ചിരിക്കണ്ട, ഓല് കേൾക്കും. പിന്നെ ചായക്കും ചോറിനും മറ്റും എല്ലാരുംണ്ടാവും, ഒക്കെ നേരത്തിന് കാലാക്കണം"

"അതമ്മയിത്ര പറയണോ, നിക്കറിയില്ലേ?" അവർ ചൊടിച്ചു.

"എവിടേക്കാ?" പുഴ കടന്നെത്തിയ മധ്യസ്ഥനെയും ഗോപിയെയും കണ്ടതോടെ പാത്തുമ്മ താമസിക്കുന്ന പറമ്പ് നോക്കിയിറങ്ങിയ മാസ്റ്റർ അന്വേഷിച്ചു. അയാൾ ഗോപിയെ ചൂണ്ടി. ഗോപി എല്ലാം പറഞ്ഞു. കേട്ടതല്ലാതെ പിന്നീടൊന്നും ചോദിക്കാതെ അയാൾ നിന്നിടത്തു തന്നെ നിന്നുപോയി നിമിഷങ്ങളോളം. സ്വന്തം ഗ്രാമത്തിൽ തഴയപ്പെടുന്നുവെന്ന തോന്നൽ അതയാളിലുണ്ടാക്കി. അതോടെ തന്റെ വ്യക്തിത്വത്തെ വകവെച്ചു കൊടുക്കാത്തവരുടെ നേരെ തീർത്താൽ തീരാത്ത പകയും അയാളിലുണ്ടായി.

നാരായണൻ നായരൊഴിച്ചു ബാക്കിയെല്ലാവരും അന്നവിടെ ഒത്തുകൂടി. കുശലങ്ങൾക്ക് ശേഷം ഒക്കെയൊന്ന് വ്യവസ്ഥയാക്കണമെന്ന് പറഞ്ഞുകൊണ്ട് ചീരുവമ്മ ആധാരക്കെട്ട് മധ്യസ്ഥനെ ഏൽപ്പിച്ചു. "എങ്ങനെയാ വേണ്ടത്?" അയാൾ ആധാരങ്ങളിൽ കണ്ണോടിച്ചു.

"ഇതിൽ തറവാട്ടുവകയും മക്കളുടെ അച്ഛൻ തന്നതുംണ്ട്. തറവാട്ടുവക കുഞ്ഞുകുട്ടികൾക്കടക്കം സമ ഓഹരിയായിട്ടും അച്ഛൻ വക മക്കൾക്ക് മാത്രം സമ ഓഹരിയായിട്ടും"

"നിങ്ങൾക്കോ?"

"ഞാനീ താമസിക്കുന്ന പൊരയും പറമ്പും മരണംവരെ ന്റെ ആവശ്യത്തിന് സ്വന്തമായി. അതിന്ന്ശേഷം മക്കൾക്ക് മാത്രം സമ ഓഹരിയായിട്ടും നിർത്തണം." അയാൾ മറ്റുള്ളവരെ നോക്കി. ആരും എതിര് പറഞ്ഞില്ല.

"പ്രശ്നങ്ങളില്ല, രേഖകൾ നോക്കി ഇതങ്ങ് ഭാഗിക്കയേ വേണ്ടൂ."

ഉച്ചഭക്ഷണത്തിനുശേഷം അയാൾ ഭാഗിക്കാനിരിക്കുന്ന പറമ്പുകൾ നടന്നു കണ്ടു. ചീരുവമ്മയും കണാരുനായരും മറ്റും അയാളെ അനുഗമിച്ചു. ഓരോ പറമ്പ് കയറിയിറങ്ങുമ്പോഴും അവർ പറഞ്ഞു. "ഇത് തറവാട്ടുവക കാരണവന്മാർ ഉണ്ടാക്കിയത്, ഇത് കുട്ട്യേളെ അച്ഛൻ തന്നത്." മധ്യസ്ഥൻ എല്ലാം മൂളിക്കേട്ടു.

"അപ്പം രണ്ടുകണ്ടം വയലോ അമ്മേ?" രണ്ടാമത്തെ മകൻ പ്രശ്നമെടുത്തിട്ടു.

"അത് എന്റെ മരണശേഷം ഓരോ പെൺമക്കൾക്ക്." അയാൾ മറുത്തൊന്നും പറഞ്ഞില്ല.

അറുപത്തിമൂന്ന്

മേടമാസം അവസാന ദിവസങ്ങളിലൊന്ന്. വിങ്ങുന്ന ചൂട് എല്ലാരേയും തളർത്തിക്കൊണ്ടിരുന്നു. അല്ലറ ചില്ലറ പാറപ്പണി പേരിനേ നടന്നുള്ളൂ. "ഇത് തീർന്നാൽ പിന്ന്യെന്ത് ചെയ്യും?" വൈകുന്നേരം പാറയിൽ നിന്നു മടങ്ങുമ്പോൾ മാളുവമ്മ പിറുങ്ങാച്ചിയെ നോക്കി.

"അത് വിചാരിക്കുമ്പേ പേട്യാവുന്നു. കഴിഞ്ഞ കൊല്ലം പായ് കെട്ടാനുള്ള ഓലെങ്കിലുംണ്ടായിനി. ഇക്കൊല്ലതുംല്ല."

"ആകപ്പാടെ കഷ്ടത്തിലാവുന്ന മട്ടാടോ." രണ്ടുപേരും നെടുവീർപ്പിട്ടു.

സന്ധ്യക്ക് കണ്ടക്കുട്ടിയുടെ പീടികമുകളിൽ മാസ്റ്ററുടെ നേതൃത്വത്തിൽ അഞ്ചെട്ടാളുകൾ ഒത്തുകൂടി. മാസ്റ്ററുടെ മകനും അതിലൊരാളായിരുന്നു. അവർ പ്രതീക്ഷിച്ച പലരും എത്തിയില്ല.

"ആ പ്രഭാകരനോട് പറഞ്ഞിരുന്നില്ലേ?" അവസാനം മാസ്റ്റർ മകന്റെ നേരെ തിരിഞ്ഞു.

"പറഞ്ഞീനി"

"അയാളാണല്ലോ മലയിൽ പുതിയ താമസക്കാരെ കൊണ്ടുവന്നത്?"

"ശെര്യാ കണ്ടക്കുട്ട്യേ. ദ്രോഹി, നാടിനെ പറയിപ്പിച്ച കുലദ്രോഹി." മാസ്റ്ററുടെ അട്ടി മറിഞ്ഞു.

"ആ ചായക്കടക്കാരൻ ചോയിക്കുട്ടി ഏടെപ്പോയീ?" അധികാരി കണ്ടക്കുട്ടിയെ നോക്കി.

"വരണംന്ന് പ്രത്യേകം പറഞ്ഞതാ, പാറപ്പണി തളർന്നതിലുള്ള ബേജാറിലാ മൂപ്പർ."

അവസാനം അവർ യോഗനടപടികളാരംഭിച്ചു. മാസ്റ്ററുടെ മകൻ വന്നെത്തിയവർക്ക് സ്വാഗതം പറഞ്ഞശേഷം അധികാരിയെ അധ്യക്ഷ സ്ഥാനത്തേക്ക് ക്ഷണിച്ചു. യോഗത്തിന് മറ്റജണ്ടകളൊന്നുമുണ്ടായിരുന്നില്ല. "പല പ്രശ്നങ്ങളും ഇവിടെ തല പൊക്കിയിരിക്കുന്നു. എന്തെങ്കിലും ചെയ്തേ പറ്റൂ എന്നാണവസ്ഥ. അക്കാര്യങ്ങളെപ്പറ്റിയൊക്കെ മാസ്റ്റർ വിശദീകരിക്കും." അയാൾ നിർത്തി.

"ബഹുമാനപ്പെട്ട അധ്യക്ഷൻ പറഞ്ഞത് അൽപ്പം വിശദീകരിക്കുകയേ ചെയ്യുന്നുള്ളൂ" എന്ന മുഖവുരയോടെ അയാൾ തുടങ്ങി. "ഇവിടെ പലരും നമ്മെ ചോദ്യം ചെയ്യാൻ തുടങ്ങിയിരിക്കുന്നു. ഈ നാടിനോട് കൂറില്ലാത്തവരാണവർ. ബ്രിട്ടീഷുകാരോട് നിശ്ശബ്ദ വിപ്ലവം നടത്തി സ്വാതന്ത്ര്യം നേടിത്തന്ന മഹാത്മാവിന്റെ നാടാണിത്. ആ മഹാത്മാവിനെയാണ് പലരും പഴിക്കുന്നത്, ആ ചാത്തുക്കുട്ടി നായർകൂടി. ഇവിടെ നിലനിൽക്കണമെങ്കിൽ നാമും മഹാത്മാവിന്റെ പാത തുടരുകയേ നിവൃത്തിയുള്ളൂ. അതിന്റെ തുടക്കമായിട്ടിതിനെ കാണണം. "മഹാത്മാ കലാവേദി" എന്ന പേരിൽ ഇന്നു മുതൽ ഇവിടെ ഒരു കലാവേദിക്ക് തുടക്കമിടുകയാണ്. ബഹുമാനപ്പെട്ട അധികാരി അവർകൾ പ്രസിഡണ്ടാകാമെന്ന് സമ്മതിച്ചിട്ടുണ്ട്. മകനായിരിക്കും സെക്രട്ടറി. ഈ യോഗത്തിൽ പങ്കെടുത്ത നിങ്ങളെല്ലാം അംഗങ്ങളായിരിക്കും. ഇങ്ങനെ തുടക്കമിട്ട് കൂടുതൽ അംഗങ്ങളെ ചേർത്തി നമ്മുടെ പ്രവർത്തനം വിപുലീകരിക്കണം. അതിന് എല്ലാവരും യോജിച്ചു പ്രവർത്തിക്കണമെന്ന് അഭ്യർഥിക്കുന്നു." കണ്ടക്കുട്ടിയുടെ നന്ദിപ്രകടനത്തോടെ എല്ലാവരും പിരിഞ്ഞു.

"ഒരു ബീഡിയിങ്ങെടുക്ക്." യോഗം കഴിഞ്ഞിറങ്ങിയ മാസ്റ്റർ ചന്ദ്രന് നേരെ കൈ നീട്ടി.

"എന്തായിനിന്നൊരു പരിപാടി?"

"ഓ, നീയതറിഞ്ഞില്ലെന്നു വേണ്ട, ഞങ്ങളും ഒരു കലാവേദിക്ക് തുടക്കമിട്ടു."

"എന്താ പേര്" "മഹാത്മാ കലാവേദി."

"നല്ല പേരാ."

"നല്ലതെന്നു മാത്രമല്ല, അത് ദേശസ്നേഹത്തേയും സൂചിപ്പിക്കുന്നു."

"ഇത് കേട്ടാൽ തോന്നും നിങ്ങൾക്കൊക്കെയേ ഈ ദേശസ്നേഹം ള്ളുന്ന്."

"അതുകൊണ്ടാണല്ലോ ഞങ്ങളിങ്ങിനൊന്നിന് തുടക്കമിട്ടത്."

"മാസ്റ്ററ് തമ്പുരാനും അധികാരി തമ്പുരാനുമൊക്കെ സ്വാതന്ത്ര്യം കിട്ടുന്നതുവരെ ബ്രിട്ടീഷ് ഭക്തരായിരുന്നൂന്നാ കേട്ടത്. സത്യം സമത്വം സ്വാതന്ത്ര്യം നെറ്റിയിലടിക്കുന്ന ഒരു പത്രംല്ലേ അത് കൂടി വായിച്ചിരുന്നില്ലെന്നും കേട്ടിട്ടുണ്ട്. അന്നില്ലാത്തൊരു ദേശസ്നേഹം?"

"ഓരോ അവസരത്തില് അതിന്ന് വേണ്ടത് ചെയ്യണെടോ." ചന്ദ്രൻ ചിരിച്ചുപോയി.

അറുപത്തിനാല്

"**അ**പ്പേട്ടനെന്താണീ വിളക്കിന്റടുത്തിരുന്ന് കാണിക്കുന്നത്?" സരോജിനിയമ്മ അടുത്തേക്ക് ചെന്നു.

"ഒന്നുംല്ല"

"ന്നാലും നോക്കട്ടെ?" അവർ കുനിഞ്ഞു കൈപ്പത്തിയിലേക്ക് നോക്കി.

"വിരലിലെന്താണ് പറ്റിയതപ്പേട്ടാ?"

"കല്ലുടയ്ക്കുമ്പം ചുറ്റിക പറ്റിയതാ"

"ഇതാകെ പൊട്ടി നീരൊലിക്കുന്നല്ലോ." അവർ കൈ പിടിച്ചു സൂക്ഷിച്ചു നോക്കി.

"വേദനിക്കുന്നുംണ്ട്"

"നാളെത്തൊട്ടപ്പേട്ടൻ പോണ്ട."

"ഒരു നാല് മുക്കാലിന് പിന്നെ ഞാനെന്ത് ചെയ്യും?" അവർ മിഴിച്ചു നിന്നു.

"അപ്പാർക്കെന്തേയ്?" നാരായണൻനായർ നേരിയൊരമലിൽ കോലായിലേക്ക് കയറി.

"നല്ല സുഖംല്ല." അതിന്റെ കാരണങ്ങളും അവർ പറഞ്ഞു.

"നിങ്ങള്നി പാറപ്പണിക്ക് പോണ്ട." അയാളും കൈ പിടിച്ചു നോക്കി.

"പിന്നെ ഞാനെന്ത് ചെയ്യും?" അതിന്ന് മറുപടിയുണ്ടായില്ല. മേട മാസം അവസാനദിവസം. അന്ന് പ്രഭാകരന്റെ കൂടെ മൂന്ന് പറയ കുടുംബങ്ങൾ കൂടി ബജാറിലൂടെ മലയിൽ ചാർത്തി വാങ്ങിയ സ്ഥലത്തേക്ക് നടന്നു. മാസ്റ്റർ വെട്ടി തെളിയിച്ചതിന്റെ താഴെ നിന്നുകൊണ്ട് അവർ തങ്ങളുടെ പച്ചപിടിച്ച ഭൂഭാഗം നോക്കിക്കണ്ടു. "ഒരു പിടിമണ്ണ്!" അവരുടെ മനസ്സ് മന്ത്രിച്ചു.

"ഞങ്ങളിനിം ആളുകളുണ്ട്." അവരിൽ മൂപ്പൻ രാരൻ തുടങ്ങി.

"തരക്കേടില്ല, അതിന്റെ ബാക്കി കൂടി വാങ്ങിച്ചുതരാം."

അവർ അവിടേക്ക് കയറി നാലതിരുകളിൽ കുറ്റിയടിച്ചതിനുള്ളിൽ നിന്നു.

"ഞങ്ങൾ കുടിൽ കെട്ടാൻ പോവ്വാ."

"അത് നിങ്ങളുടെയിഷ്ടം. കഴിയുന്ന സഹായങ്ങൾ ചെയ്തു തരാം." അവർ താഴെയിറങ്ങി.

പിന്നീടുള്ള ദിവസങ്ങളിൽ അവർ അതിരാവിലെയെത്തി സന്ധ്യയോടെ തിരിച്ചുപോയി. അപ്പോഴേക്കും അവിടത്തെ പച്ചപ്പ് തീരെയില്ലാതായി. രണ്ടുമൂന്ന് കുടിലുകൾ അവിടെ തലപൊക്കി. അതിൽ ആളുകൾ താമസമായി.

"നിയ്യും കൂട്ടരും ഇവിടെ താമസായോ?" ഒരു വൈകുന്നേരം ബജാറിൽ അധികാരി രാരനെ കണ്ടുമുട്ടി.

"താമസായേ."

"ഇനിയും താമസക്കാർ വരാനുണ്ടോ."

"ണ്ടേ..."

"മല മുഴുവൻ നിന്റാളുകൾ വാങ്ങിയോ?"

"ഇല്ലേ...." അയാൾ പിന്നീടൊന്നും ചോദിച്ചില്ല. രാരൻ തല കുമ്പിട്ടുകൊണ്ട് നടന്നുപോയി. ആ പോക്ക് കണ്ട് അധികാരി മിഴിച്ചുനിന്നു.

"ഇവർ ധിക്കാരികളാ" അയാൾ കണ്ടക്കുട്ടിയുടെ പീടികയിലേക്ക് കയറി.

"അത് പറയാനേയില്ല, വെറും ധിക്കാരികൾ." കണ്ടക്കുട്ടി അത് ശരിവെച്ചു.

"ഈ നാട്ങ്ങിനെ അധഃപതിച്ചു പോയല്ലോ." അധികാരിക്ക് പതറിപ്പോയി.

അറുപത്തിയഞ്ച്

"**ഗോ**പ്യേ, മാസം തീരാറായില്ലേ, മ്പളെ കാര്യം ഒരു വ്യവസ്ഥം ആയില്ലല്ലോ?"

"വരുന്ന ഞായറാഴ്ച അയാൾ വരും വല്ല്യമ്മേ."

അന്നിത് തീരോ"

"തീരും."

"അന്നെങ്കിലും ഒന്ന് വരാൻ നീ നാരായണനോട് പറയ്."

"പറയാഞ്ഞിട്ടല്ല വരാത്തത്."

"ശെരി, ഇനിയെന്ത് ചെയ്യും?"

ഇഷ്ടംള്ളപ്പോൾ വരട്ടേ."

"നിണക്കങ്ങിനെ പറയാം." അവർ പിതുങ്ങി.

"ഇന്ന് മഴ പെയ്യും."

ഇടവമാസത്തിലെ ആദ്യ ദിവസങ്ങൾ കണ്ടപ്പോൾ പലരും പറഞ്ഞു. എന്നാൽ മഴ ദിവസവും എല്ലാവരേയും പറ്റിച്ചു. അധികാരിയും മാസ്റ്ററും നല്ലമ്പരയും മറ്റും ദിവസവും വയൽവരമ്പിലൂടെ നടന്നു. കളപറി കഴിഞ്ഞ കണ്ടങ്ങളിലെ കൃഷി ചൂടിൽ കരിയാൻ തുടങ്ങി. നല്ലമ്പരയുടേതാണെങ്കിൽ വിത്തിട്ടപടി മുളയ്ക്കാതേയും നിന്നു. "മഴ പറ്റിച്ചു." ദിവസവും അയാൾ വയൽവരമ്പത്ത് നിന്ന് ആകാശത്തേക്ക് നോക്കി.

"നിന്നെ മാത്രമല്ല ഞങ്ങളേയും."

ഒരുദിവസം മാസ്റ്റർ അയാളോട് പറഞ്ഞു. "പെയ്യണ്ട പെയ്യണ്ട ഒരിറ്റും പെയ്യണ്ടാ." മറ്റൊരു ദിവസം സന്ധ്യക്ക് അയാൾ മഴയെ പിരാകി.

അന്ന് കുടിലിലെത്തിയപ്പോൾ അവിടത്തെ ബഹളവും നിലവിളിയും അയാളെ ഞെട്ടിച്ചു. "എന്തായെന്താ?" അയാൾ ഉള്ളിലേക്ക് ചെന്നു.

"ഒന്നുംല്ല." പിറുങ്ങാച്ചി അയാളെ നോക്കി.

മൂത്തമകൾ രായി അപ്പോഴും ഏങ്ങിക്കൊണ്ടിരുന്നു.

"ഓളെന്തിനാ കരയുന്നത്?"

"ഞാനടിച്ചിട്ട്."

"അതെന്തിന്?"

"അതോളോട് ചോദിക്കിൻ" അയാൾ അവളുടെ നേരെ തിരിഞ്ഞു. അടുത്തുണ്ടായിരുന്ന അനുജത്തിമാർ അയാളെ കണ്ട് ഞെട്ടി.

"യ്യെന്തിനാ കരയുന്നു?" അതിന് മറുപടിയുണ്ടായില്ല.

"നല്ലോണൊന്ന് ചോദിക്കിൻ." പിറുങ്ങാച്ചി അടുത്തേക്ക് ചെന്നു. അതോടെ അനുജത്തിമാർ പുറത്തേക്ക് പോയി.

"എന്താണ്ടീണ്ടായത്?"

അയാൾ ചെറുമിയുടെ നേരെ ചാടി.

"രായിക്ക്...."

"രായിക്ക്?"

"ഛർദി." അയാൾക്ക് തലചുറ്റി.

"പറയെടീ ഹെന്ത് ഛർദ്യോ?" അയാളിരുന്നുപോയി. രായിയുടെ ഏങ്ങലല്ലാതെ മറ്റൊരു ശബ്ദവും അവിടെയുണ്ടായില്ല.

"കൊല്ലും ഞാനെല്ലാറ്റിനേം." ഒരു തീരുമാനമെടുത്തെന്നോണം അയാളെഴുന്നേറ്റ് ചെറുമിക്ക് ആഞ്ഞൊരടി കൊടുത്തു. അവൾ വീണുപോയി. അയാൾ മകളുടെ നേരെ തിരിഞ്ഞു. അവളുടെ തലയ്ക്കും ആഞ്ഞൊരടി കൊടുത്തു. അവളിരുന്നിടത്തു വീണുപോയി. അതോടെ അവിടെ കൂട്ടനിലവിളിയായി. അയൽപക്കക്കാർ ഓടിയെത്തി. സമനില തെറ്റിയ അയാൾ കയ്യിൽ കിട്ടിയ ഒരു കനത്ത വടിയുമായെത്തി. വന്നെത്തിയവർ അയാളെ തടഞ്ഞു. "ന്നെ തൊടരുത്" അയാൾ ഗർജിച്ചു. അപ്പോഴേക്കും അതൃമാൻ അയാളെ അടങ്കംപിടിച്ചു. ശക്തമായ ആ പിടുത്തം വിടുവിക്കാൻ അയാൾക്കായില്ല. അയാൾ തളർന്നു. "ന്നെ വിടിൻ,

ന്നെവിടിൻ ഞാൻ പോവ്വാ." പിടുത്തം വിട്ടതോടെ അയാൾ വടിയുമായി ഇരുട്ടിലൂടെ നടന്നു.

അറുപത്തിയാറ്

മഹാത്മാ കലാവേദിയിൽ യോഗം ചേരാൻ തീരുമാനിച്ച ദിവസം. സന്ധ്യക്കെത്തിയ മാസ്റ്ററും അധികാരിയും കണ്ടക്കുട്ടിയുടെ പീടികയിൽ മറ്റുള്ളവരെ കാത്തിരുന്നു. അപ്പോഴായിരുന്നു പ്രഭാകരൻ അവരെ ശ്രദ്ധിക്കാതെ അതിലെ കടന്നുപോയത്. "നിക്കടാവിടെ" കണ്ടപാടെ മാസ്റ്റർ ഒച്ചവെച്ചു. അയാൾ നിന്നു. മാസ്റ്റർ പിന്നേയും ചില അസഭ്യങ്ങൾ പറഞ്ഞു.

"എന്താ വേണ്ടത്, നിങ്ങളെന്തിനാണിങ്ങനെ അസഭ്യങ്ങൾ പറയുന്നത്?" അയാൾ അവിടേക്ക് ചെന്നു.

"എന്താടാ പറഞ്ഞാൽ?" അപ്പോൾ അടുത്ത സ്റ്റേഷനറിക്കടയിൽ നിന്ന് ചന്ദ്രനും അവിടേക്ക് ചെന്നു.

"ഓൻ പോയിക്കോട്ടെ മാസ്റ്റേ" അധികാരി ഇടപെട്ടു.

"ഓനെ അങ്ങനെ വിട്ടാൽ പറ്റില്ല."

"അപ്പം നിങ്ങളെന്റെ തല വെട്ട്വോ?"

വേണ്ടി വന്നാൽ അതും ചെയ്യും."

"എന്നാൽ വെട്ടിൻ" പ്രഭാകരൻ അയാളുടെ മുന്നിലേക്ക് നീങ്ങി നിന്നു.

"എടാ ഹമുക്കേ, നീയല്ലേ പറയരെ കൊണ്ടുവന്നീ നാട് പറയിപ്പിച്ചത്?"

"എന്ത് പറയിപ്പിച്ചു?"

"നല്ലോരു ദേവസ്വം ഭൂമീലല്ലേ അവർ വന്നു കൂടിയത്? അതിന് കൂട്ട്നിന്ന നിന്റെല്ല് തച്ചൊടിക്കണം."

"എല്ല് പോട്ടേ, ഒരു രോമം തൊട്വോ?" മാസ്റ്റർ തല്ലാൻ കയ്യോങ്ങി. അത് തടുക്കാൻ അയാളുടെ വലതു കൈ പൊന്തി. അപ്പോഴേക്കും അധികാരി മാസ്റ്ററെ പിടിച്ചു. "നിങ്ങൾ പോയ്ക്കോളീൻ." നിമിഷങ്ങൾക്ക് ശേഷം ചന്ദ്രൻ പ്രഭാകരന്റെ നേരെ തിരിഞ്ഞു.

കയ്യിലൊരു വടിയുമായി നല്ലമ്പരയുടെ വരവുണ്ടായത് അപ്പോഴായിരുന്നു.

"എന്തിനാടോ വടി?"

"ഇതോണ്ട് ഞാനെല്ലാരീം തല്ലും" അയാൾ വടി പൊന്തിച്ചു. അധികാരി മിഴിച്ചു നിന്നുപോയി. മൂടിക്കെട്ടിയ ആകാശത്ത് ഒരു മിന്നൽ പ്രകാശിച്ചു. നേരിയ ഒരിടി മുഴങ്ങി.

"എല്ലാരീം ടി വെട്ടിപ്പോട്ടേ...." അയാൾ നടന്നു.

"ഓനെന്തോ ഒര് തരക്കേട്ണ്ട്"

മാസ്റ്റർ അയാൾ നടന്നകലുന്നത് നോക്കിനിന്നു.

അറുപത്തിയേഴ്

"ങ്ങളറിഞ്ഞോ?"

"എന്ത്?" രാവിലത്തെ സന്ദർശനത്തിന് പുറപ്പെട്ട മാസ്റ്റർ ഭാര്യയെ നോക്കി.

"ആ നല്ലമ്പരേന്റെ കഥ?"

"അറിഞ്ഞു ഓന്നി ഗുണം പിടിക്കില്ല, മൂരിക്ക് സുക്കേട്, മണ്ണിലിട്ട വിത്ത് മുളച്ചില്ല, പിന്നെ മോക്ക് കള്ളക്കെറുപ്പും."

"അതാ പറയുന്നത് ഈ ചെറുമക്കൾ ഭൂമീം മൂരീം കൈവശം വെക്കാൻ തുടങ്ങിയാൽ ഗുണം പിടിക്കില്ലാന്ന്."

"അതിരിക്കട്ടെ, ഓന്റെ നെലം മ്പളെ നെലത്തിന് തൊട്ടാ, ഇപ്പോഴത്തെ സ്ഥിതിയങ്ങ് തുടരട്ടെ. ന്നാലതും മ്പളെ നെലത്തോട് ചേർക്കാം."

"ശെര്യാ." അവർ രണ്ടു പേരും ചിരിച്ചു.

ചില കണക്കുകൂട്ടലോടെ അയാൾ നല്ലമ്പരയുടെ കുടിലിലേക്ക് നടന്നു. തന്നെ വിഷമത്തിലാക്കിയ എല്ലാറ്റിനോടുമുള്ള വെറുപ്പ് മനസിലടക്കി കൂരയിലൊരിടത്ത് തൂങ്ങിപ്പിടിച്ചിരിക്കയായിരുന്നു അയാൾ.

"എന്തൊക്കെയാ നല്ലമ്പരേ?" അയാൾ കുടിലിന്റെ മുന്നിലെത്തി.

"അടേ്യന്റെ കാര്യം വലിയ കഷ്ടാ." അയാൾ പിടഞ്ഞെഴുന്നേറ്റു.

"ഒന്നിനും ഒരു മട്ടില്ലാ."

"അതൊക്കെ പോട്ടെടോ, നിയ്യ്ങ്ങിന്യായാൽ ആ മൂര്യള് ചത്തുപോവില്ലേ. നിണക്കാണെങ്കിൽ പെട്ടെന്നിതിൽ നിന്നൊരു മോചനം കിട്ടാനും പോണ്ല്ല."

"ഞാനെന്ത് വേണംന്നാ തമ്പ്രാൻ പറേണത്?"

"ആ മൂര്യളെ എനിക്ക് താ, ഞാനൊരു വിലതരാം."

ശരീരത്തിലെവിടെയൊക്കെയോ തുളച്ചു കയറുന്നതായി അയാൾക്ക് തോന്നി. അതോടെ അയാളൊന്നു പുളഞ്ഞു.

"മൂര്യളെ അടിയൻ ചത്തിട്ടേ ഒഴിവാക്കുള്ളൂ." അയാളുടെ തൊണ്ടയിടറി.

"നോട്ടംല്ലാതെ ചത്തുപോകുന്നതിലും നല്ലതല്ലേന്ന് വിചാരിച്ചാ." അയാൾ വികൃതമായൊന്നു ചിരിച്ചു.

"ചത്തുപോയാലും ആരേയും പോതിപ്പിക്കാനില്ല." പിന്നീടവിടെ നിൽക്കാതെ വന്ന വഴിയേ അയാൾ തിരിച്ചുപോയി.

അറുപത്തിയെട്ട്

പാറപ്പണി തീരെ നിലച്ചു. ആർക്കും പണിയില്ലാതായി. ഒരു രാവിലെ പറമ്പ് നോക്കാനെത്തിയ മാസ്റ്റർ അതിനെപ്പറ്റി മാളുവമ്മയോട് അന്വേഷിച്ചു. പുരയ്ക്ക് ചുറ്റും കെട്ടിയ വേലി അത് സംബന്ധിച്ചുണ്ടായ

പ്രശ്നങ്ങളോടെ അയാൾ പൂർണമായും പൊളിച്ചു കഴിഞ്ഞിരുന്നു. പണി തീരെ നിന്നുപോയെന്നറിഞ്ഞപ്പോൾ അയാൾ ദുഃഖം ഭാവിച്ചു. മുറ്റമടിച്ചു കൊണ്ടിരുന്ന അവരെ അയാൾ നോട്ടം കൊണ്ടൊന്നു തൊട്ടുഴിഞ്ഞു. 'ഇവൾ പത്തി താഴും.' തിരിച്ചുപോകുമ്പോൾ അയാൾ വിചാരിച്ചു.

പിന്നീടുള്ള ദിവസങ്ങളിൽ അയാൾ അവരോടുള്ള കടുത്ത ഭാവത്തിന് അൽപ്പാൽപ്പം മാറ്റം വരുത്തി. ഇടയ്ക്കിടയ്ക്ക് അവരോട് ചിലത് ചോദിക്കുകയും പറയുകയും ചെയ്തു.

"കഴിഞ്ഞതൊക്കെ അങ്ങ് മറക്ക് മാള്വോ." ഒരിക്കൽ അയാൾ പറഞ്ഞു.

"എനിക്കങ്ങനെ മറക്കാനൊന്നൂംല്ല"

"എന്നാലിനിമുതൽ നിണക്കെന്തെങ്കിലും പണിക്ക് വന്നുകൂടെ?"

"ആ വിചാരം മനസിൽ വെച്ചാൽ മതി."

"നിയ്യ്ങ്ങനെ ബുദ്ധിമുട്ടുന്നത് കണ്ടിട്ടാ.."

"മുമ്പുംങ്ങിനായിനല്ലോ, ന്റെ സ്ഥിതി. കണ്ട് മനസലിയണ്ട, ന്നെപ്പെട്ടോണം ഞാനെങ്ങിനെങ്കിലും കഴിയും."

"നല്ലത് പറഞ്ഞാൽ കേൾക്കണം"

"അതെനിക്കറിയാം." അയാൾ തന്റെ ശ്രമങ്ങൾ വീണ്ടും മാറ്റിവെച്ചു.

പലയിടത്തും കയറിയിറങ്ങി ഓല ശേഖരിച്ചു തനിയൻകുട്ടിയും കൂട്ടരും അവരവരുടെ കൂരകൾ കെട്ടി. വലിയേടത്തുകാരും അധികാരിയും മാസ്റ്ററും മറ്റും അക്കൊല്ലം ഒരു ചീന്ത് ഓലപോലും ചെറുമക്കൾക്ക് കൊടുത്തില്ല. തങ്ങളോട് കളിച്ചാൽ ഇങ്ങിനിരിക്കും എന്ന ഭാവമായിരുന്നു അവർക്കൊക്കെ. അതിനിടെ ഒരു രാത്രി മഹാത്മാ കലാവേദിയിൽ അവർ യോഗം കൂടി പലതും ചർച്ച ചെയ്തു. മഹാത്മജിയുടെ പുഞ്ചിരിതൂകുന്ന ഒരു ഫോട്ടോ അവർ അന്ന് ചുമരിൽ തൂക്കുകയും ചെയ്തു. പിന്നീടാണ് തനിയൻകുട്ടിയെ കുടി ഒഴിപ്പിക്കണമെന്ന ആവശ്യം അധികാരിയിൽ നിന്നുണ്ടായത്.

"പറ്റിയ സമയമാണിത്." മാസ്റ്റർ അനുകൂലിച്ചു.

"ഒഴിയാൻ പറഞ്ഞാൽ അപ്പടി ഒഴിയുന്ന് വിചാരിക്കണ്ട." വലിയേടത്തു താവഴിയിലെ ഒരു കാരണവർ പ്രതികരിച്ചു.

"അതെന്താ താമസിക്കുന്നത് ഓന്റെ സ്വന്തം സ്ഥലത്താ?"

കണ്ടക്കുട്ടി അയാളെ നോക്കി.

"അങ്ങനെ ചോദിക്ക്, തനിയൻകുട്ടി മാത്രമല്ല മറ്റുപലരും താമസിക്കുന്നതെന്റെ സ്ഥലത്താ, ഞാൻ പറഞ്ഞാലവർ ഒഴിയണം." അധികാരിയുടെ ശബ്ദം പരുത്തു.

"ഞാൻ പറഞ്ഞെന്നേയുള്ളു, മുമ്പത്തെ ചെറുമക്കളല്ലിപ്പോൾ അവരുടെ പിന്നിലും ആളുകളുണ്ട്."

എല്ലാവരും അത് കേട്ടതേയുള്ളു. ആരും പ്രതികരിച്ചില്ല.

അറുപത്തിയൊമ്പത്

മഴ പെയ്യാതെ പ്രകൃതി മൂടിക്കെട്ടിക്കൊണ്ട് ദിവസങ്ങൾ കടന്നു പോയി. നഗരത്തിൽനിന്ന് കൂടുതൽ പറയ കുടുംബങ്ങൾ അവിടെ താമസക്കാരായെത്തി. കുന്നിന്റെ കിഴക്കുഭാഗം മുഴുവൻ അവരുടെ കുടിലുകളായി. എല്ലാം കണ്ട് മാസ്റ്റർ പല്ലു ഞെരിച്ചു. പ്രഭാകരനെ പലവട്ടം അയാൾ മനസിൽ ശപിച്ചു.

പാറപ്പണി നിലച്ചതോടെ തളർച്ചയിൽ പെട്ട ബജാറിനെ പുതിയ താമസക്കാർ അൽപ്പമൊന്നുണർത്തി. റാക്ക് കച്ചവടക്കാർക്കും ചായക്കച്ചവടക്കാർക്കും അതുകൊണ്ടേറെ മെച്ചമുണ്ടായി. ലഹരി കൂടുമ്പോൾ ചിലപ്പോഴെല്ലാം രാരനും മറ്റും ബജാറിൽ വെച്ച് പാട്ടു പാടി താളം ചവിട്ടി. "ഇപ്പഹയർ നാട് മുടിക്കും." അതെല്ലാം കണ്ട് ചിലർ പിറുപിറുത്തു.

"എന്താമ്പളെ നാടിന്റെപ്പൊഴത്തെ സ്ഥിതി?" ഒരുദിവസം രാത്രിയെത്തിയ ഗോപിയോട് അവർ അന്വേഷിച്ചു.

"എന്ത് സ്ഥിതിയാ വല്ല്യമ്മേ?"

"നാടാകെ അലങ്കോലപ്പെട്ടു പോയില്ലേ?."

"മനസിലായില്ലല്ലോ." അവർ കേട്ടറിഞ്ഞ നല്ലമ്പരയുടേയും പറയരുടേയും മറ്റും കഥകൾ അയാളുടെ മുന്നിൽ നിരത്തി.

"അതൊക്കെണ്ടാവും." അയാൾ നഗരവികസനത്തെപ്പറ്റിയും മേൽക്കോയ്മക്കെതിരെയുള്ള ചെറുത്തുനിൽപ്പുകളുടെ പല കഥകളെപ്പറ്റിയും അവർക്ക് പറഞ്ഞുകൊടുത്തു.

"കഷ്ടം" എല്ലാം കേട്ടതോടെ അവർ മൂക്കത്ത് വിരൽ വെച്ചു.

"ആട്ടെ, ന്നെത്ര്യാ തിയ്യതി?" അവർ വിഷയം മാറ്റി.

"ഇടവം പതിമൂന്ന്."

"ആ മധ്യസ്ഥൻ എന്നായിനിയിത് തീർക്കാ?"

"അയാൾ രണ്ട് വരവ് വന്നില്ലേ, സ്ഥലവും അളന്നു. ഇനിയോരോരുത്തരേം സ്ഥലം നിർണയിക്കാനേ ബാക്കിയുള്ളു."

"മഴയ്ക്ക് മുമ്പിത് തീരണംല്ലോ."

"വരുന്ന ഞായറാഴ്ചയോടെ എല്ലാം തീരുംന്നാ പറഞ്ഞത്. പിന്നെ മുദ്രക്കടലാസിന് പണം ഒരുക്കി വെക്കാനും പറഞ്ഞിട്ടുണ്ട്."

"എല്ലാം കൂടി എത്ര വേണ്ടിവരും?."

"അഞ്ഞൂറോളം ഉറുപ്പിക കരുതണംന്നാ പറഞ്ഞത്."

"എവിടുന്നാപ്പണംണ്ടാക്കാനാവ്വാ?"

"പണം ഇല്ലെങ്കിൽ ആധാരം എഴുതി രജിസ്ട്രാക്കാൻ കഴിയില്ല വല്ല്യമ്മേ."

"അതിന്നോ?"

"ഭാഗിച്ചു കിട്ടുന്നവർ കണക്ക് പോലെടുക്കട്ടേ."

"അത് ശെര്യാ, അപ്പം ഇട്ടിച്ചിര്യോ?"

"അതിന്ന് മാർഗം കാണണം."

"ഞാൻ കണാരുനോടൊന്നു ചോദിക്കട്ടെ, കാര്യം നോക്കിയ വകയിലെന്തെങ്കിലും മിച്ചംണ്ടോന്ന്"

"നല്ലത്" അയാൾ ചിരിച്ചു.

എഴുപത്

ഒരുച്ചനേരം. പൂമുഖത്ത് തനിച്ചിരുന്ന ചീരുവമ്മയുടെ മനസിൽ ആ മുടിക്കെട്ടിയ പ്രകൃതി എന്തോ ചില അശുഭചിന്തകളുണർത്തി.

"അമ്മയെന്താണാലോചിക്കുന്നത്?" മകൾ കല്ല്യാണിയമ്മ മുന്നിലെത്തി.

"നാരായണൻ താമസിക്കുന്നിടത്തൊന്ന് പോയാലോന്ന്."

"ഞായറാഴ്ചത്തേടം കഴിയട്ടെ."

"ഓനെക്കണ്ടിട്ട് ഇച്ചിര്യായില്ലേ, എപ്പോഴും ഓൻ മുന്നില്ണ്ട് മുന്നില്ണ്ടെന്ന് തോന്നാ."

"ആ വിചാരം ഓനും വേണ്ടേമ്മേ?"

"ഓനൊന്ന്ന്റെ മുന്നിൽ കിട്ടട്ടേ, എന്നിട്ട് പറയാം ബാക്കി."

"അതിന്ന് ഓൻ വരും. വരാതിരിക്കില്ലമ്മേ."

"പറയുന്നത് കേൾക്കയല്ലാതെ പിന്നെ ഞാനെന്താ ചെയ്യ?" അവരുടെ കണ്ണ് നിറഞ്ഞു.

അന്ന് രാത്രി മഴ പെയ്തു. ഒരു തകർത്ത മഴ! വടക്കൻ കുന്നടിവാരത്തിലെ രാമന്റെയും ചാത്തൻകുട്ടിയുടെയും മറ്റും കുടിലുകളുടെ കാലുകളിളകിപ്പോയി. കെട്ടിക്കഴിഞ്ഞ അവയുടെ കാലുകൾ മാറ്റുന്നതിനായി പിന്നീട് അവരുടെ ശ്രമം.

പിറ്റേന്ന് രാവിലെ തനിയൻകുട്ടിയുടെ കൂരയിൽനിന്ന് ഉച്ചത്തിലുള്ള സംസാരം കേട്ടപ്പോൾ രാമൻ അങ്ങോട്ട് കയറിച്ചെന്നു. അയാളെ കണ്ടതോടെ തനിയൻകുട്ടിക്ക് ആശ്വാസമായി.

"ഇവിടുന്നിറങ്ങില്ല തമ്പ്രാനേ." കേട്ടതോടെ അധികാരിക്ക് വിറച്ചു.

"നീയല്ല, നിന്റെ പ്രേതമിറങ്ങും, വെറുതെ വേണ്ടാത്തതിന് നിക്കണ്ട."

തമ്പ്രാനെന്ത് വേണെങ്കിലും ചെയ്തോളിൻ, ഞാനിറങ്ങില്ല."

"ഉറപ്പിച്ചോ"

"ഒറപ്പിക്കാനൊന്നുംല്ല."

"നിന്റെയൊക്കെ ആ പവറുണ്ടല്ലോ, കാണിച്ചുതരാം." അയാൾ തിരിഞ്ഞു നടന്നു.

കണ്ടക്കുട്ടി പീടിക തുറക്കുന്നേയുണ്ടായിരുന്നുള്ളൂ. അപ്പോഴാണ് അയാൾ അതിലേയെത്തിയത്.

"തമ്പുരാനെന്തുപറ്റീ?" കണ്ടപാടെ അയാൾ അന്വേഷിച്ചു. അയാൾ ഉണ്ടായത് പറഞ്ഞു.

"ഇതങ്ങനെ വിടാൻ പറ്റുന്ന കാര്യാണോ?"

"അല്ല, അവനെയിറക്കിയേ പറ്റൂ."

അയാൾ നടന്നു. ചെറുമക്കളുടെ ഹുങ്ക് കൂടിപ്പോകുന്നുവെന്ന് കണ്ടക്കുട്ടിക്ക് തോന്നി.

ഇനിയെന്താ കണ്ടത്? അന്നുച്ചയായിട്ടും എഴുന്നേൽക്കാതെ ഒരേയിരുപ്പിരുന്നുപോയ തനിയൻകുട്ടിയുടെ മുന്നിൽ ചെറുമി നിന്നു.

"എന്ത് വേണംന്ന് ഒരെത്തുംപിടീം കിട്ടുന്നില്ല."

"ങ്ങളൊന്നിറങ്ങീട്ട് തമ്പ്രാൻ പറഞ്ഞ കാര്യം നാലാളോട് പറയ്യിൻ."

"അതോണ്ട് കാര്യംണ്ടോ?."

"കാര്യംണ്ട്"

"ആരോടാ പറയ്യ?"

"ആ ഗോപിത്തമ്പ്രാനൊക്കെല്ലേ ഓലോട്." അയാൾ എഴുന്നേറ്റു. അവൾ ഒരു കോപ്പയിൽ ചൂടുള്ള കഞ്ഞി കൊണ്ടുവന്നുകൊടുത്തു.

"അരിയെവിടുന്നാ?"

"റേഷനാ"

"എങ്ങനെ വാങ്ങി?"

"ചൂടി പിരിച്ചിട്ട്."

അയാളിറങ്ങി ബീഡി തെരച്ചുകൊണ്ടിരുന്ന ചന്ദ്രന് മുന്നിൽ ചെന്നു നിന്നു.

"എന്താടോ മുഖത്തൊരു വല്ലായ്ക?" അയാൾ എല്ലാം വിസ്തരിച്ചു പറഞ്ഞു.

"ഇനി നിയ്യെന്ത് വിചാരിക്കുന്നു?"

"ഇറങ്ങില്ലാന്ന്."

"ഉറപ്പിച്ചോ."

"ഒറപ്പിച്ചു."

"എന്നാൽ നിന്റെ പിന്നിൽ ഞങ്ങളുണ്ട്."

"ഗോപിത്തമ്പ്രാനുംണ്ടാവില്ലേ?"

"ഗോപിയും അബുവും ഞാനും മറ്റെല്ലാരുംണ്ടാവും പോരേ?"

"മതി."

നിമിഷങ്ങളോളം അയാൾ ചന്ദ്രനെത്തന്നെ നോക്കിനിന്നുപോയി. അയാളുടെ കണ്ണ് നിറഞ്ഞു.

"നീ ബേജാറാവണ്ട, ഉറച്ചു മുന്നിൽ നിന്നാൽ മതി" അയാൾ ഒരു ബീഡിയെടുത്തു നീട്ടി.

"ഇനി ഞാനെന്താ വേണ്ടത്?"

ഇപ്പോൾ നിന്റെ പണിക്ക് പോയ്ക്കോ." അയാൾ നടന്നു.

രാമൻ അന്ന് പലയിടത്തും അലഞ്ഞു. അയാൾക്ക് കുടിലുറപ്പിക്കാൻ പുതിയ കാല് വേണ്ടിയിരുന്നു. അങ്ങനെയാണ് അയാൾ ചീരുവമ്മയുടെ പുരയിലെത്തിയത്.

"എന്തായെന്താ?" കണ്ടപാടേ അവർ മുറ്റത്തിറങ്ങി. രാമൻ തീണ്ടാപ്പാടകലെ നിന്നു.

"എന്താ അങ്ങിനെ വന്നു?" അയാൾ ആവശ്യം പറഞ്ഞു.

"നിയ്യാ കുണ്ടയിൽനിന്ന് നല്ലത് നോക്കി രണ്ടെണ്ണം മുറിച്ചോ." അയാൾക്ക് ആശ്വാസമായി.

രാത്രി ഗോപി വരുന്നതും നോക്കി ചന്ദ്രൻ വായനശാലയിൽ കാത്തിരുന്നു. മഹാത്മാ കലാവേദിയിൽ അപ്പോൾ യോഗം നടക്കുകയായിരുന്നു. നാരായണൻ നായരേയും വേലായുധൻ നായരേയും മറ്റും അധികാരി നിർബന്ധിച്ച് ആ യോഗത്തിൽ പങ്കെടുപ്പിച്ചിരുന്നു. ബജാറിലെത്തിയ പ്രഭാകരനെയും അയാൾ നിർബന്ധിച്ച് അങ്ങോട്ട് കൂട്ടിക്കൊണ്ടു പോയിരുന്നു. ഒഴിപ്പിക്കലിന് കൂട്ടുനിൽക്കാനാവില്ലെന്ന് പറഞ്ഞ് അയാൾ ഇറങ്ങി നടന്നു.

വായനശാലയ്ക്ക് മുന്നിലെത്തിയപ്പോൾ അയാൾ നിന്നു. ഗോപിയും ചന്ദ്രനും അവിടെ അടക്കിപ്പിടിച്ച സംസാരത്തിലായിരുന്നു. അയാൾ അവിടേക്ക് കയറിച്ചെന്നു. "ഇരിക്ക്" ഗോപി നീങ്ങിയിരുന്നു. ചന്ദ്രൻ പുഞ്ചിരിച്ചു. തങ്ങൾ സംസാരിച്ചുകൊണ്ടിരിക്കുന്നത് എന്തിനെപ്പറ്റിയാണെന്ന് ഗോപി അയാൾക്ക് വിശദീകരിച്ചുകൊടുത്തു. അവിടേക്ക് വരാനുണ്ടായ കാരണം അയാളും പറഞ്ഞു. അവർ കൂട്ടായി പിന്നേയും ചിലത് സംസാരിച്ച് ചില തീരുമാനങ്ങളെടുത്തു. ഒഴിപ്പിക്കലിനെതിരെ ഗ്രാമമാകെ പ്രചാരണം നടത്താനും കമ്യൂണിസ്റ്റ് അനുഭാവികളുടെ ഒരു കൂട്ടായ്മ അവിടെ തുടങ്ങാനും അവർ തീരുമാനിച്ചു.

എഴുപത്തിയൊന്ന്

ഇടവപ്പാതിയോടെ ഒരു മഴ പെയ്തതല്ലാതെ പിന്നീട് മഴയേ പെയ്തില്ല. മഴ പെയ്യാനറച്ചുനിന്നു. 'മഴക്കാലാണല്ലോ മഴ പെയ്യാതിരിക്കില്ലെന്ന' ആശ്വാസമായിരുന്നു എല്ലാവർക്കും. എന്നാൽ മഴക്കാറിന്റെ ലാഞ്ഛനപോലുമില്ലാതെ ആകാശം നന്നേ തെളിഞ്ഞുപോയി.

അന്ന് രാവിലെ പൂമുഖത്ത് തനിച്ചിരുന്ന് പിറ്റേന്ന് തീരാനിരിക്കുന്ന ഓഹരിഭാഗത്തെപ്പറ്റിയുള്ള ചിന്തയിലായിരുന്നു ചീരുവമ്മ. അപ്പോൾ ഇളയമകൻ സാവധാനത്തിലെത്തി പിന്നിൽനിന്നത് അവരറിഞ്ഞില്ല. "അമ്മേ...?" അയാൾ മുന്നിലേക്ക് മാറി രണ്ടു കൈകൊണ്ടും അവരുടെ പുറം തലോടി.

കഴിഞ്ഞ ആറേഴുമാസങ്ങളായി കാണാതിരുന്ന മകനെ അങ്ങനെ പെട്ടെന്ന് കാണുമെന്ന് അവർ വിചാരിച്ചതല്ല. അയാളെ ഒരുനോക്ക് കാണാൻ ആർത്തിപിടിച്ച ആശയും വെച്ചിരിക്കയായിരുന്നു അവർ. പെട്ടെന്ന് എന്താണ് പറയേണ്ടത് ചോദിക്കേണ്ടത് എന്നതിനെപ്പറ്റിയൊന്നും ആലോചിക്കാനുള്ള അവസരം അവർക്കുണ്ടായില്ല.

"നിയ്യെവിട്യായിനി മോനേ.......?" അവർ പിതുങ്ങിപ്പോയി.

"ദിവസോം വിചാരിക്കും വരണം വരണം ന്ന്. എന്നാലൊരിക്കലും തരായില്ലമ്മേ."

"കുടിച്ചു തരിബോധംല്ലാതെ നടന്നാൽ എങ്ങിന്യാ തരാവ്വാ?"

"ആരാ അമ്മയോടീ നുണയൊക്കെ പറയുന്നത്?"

"എല്ലാം ഞാനറിയുന്നുണ്ട് മോനേ."

"അതിന് ഞാനിപ്പം കുടിക്കാറില്ലമ്മേ."

"ആരോടാണിതൊക്കെ പറയുന്നത്, നീ കുടി നിർത്ത്യോ?" അയാളുടെ മുഖത്തുനിന്ന് അവർ കണ്ണെടുത്തില്ല.

"നിയ്യ് വല്ലാണ്ടായിപ്പോയല്ലോ." അവർ കണ്ണുകൊണ്ട് അയാളെ ആകെയൊന്നു തൊട്ടുഴിഞ്ഞു.

"ഞാനൽപ്പം നന്നായതാ."

"യ്യങ്ങ് മണ്ടിക്കളല്ലേ, ഞാനൊരു ഗ്ലാസ് ചായണ്ടാക്കുന്നുണ്ട്." കല്ല്യാണിയമ്മ അടുത്തേക്ക് ചെന്നു.

"എന്നാൽ വേഗാക്കിൻ."

അയാൾ പടികയിലിരുന്നു. അവർ അയാൾക്കടുത്തേക്ക് നീങ്ങിയിരുന്നു.

നിശ്ശബ്ദ നിമിഷങ്ങൾ നീങ്ങി. "അമ്മയെന്താ ഒന്നും പറയാത്തത്?" അയാൾ തുടങ്ങി. അവർ ചിലതെല്ലാം പറഞ്ഞു. ആ സംഭാഷണം കുറേ നേരം നീണ്ടുപോയി.

"ഓരിഭാഗത്തെപ്പറ്റി നിന്റെ അഭിപ്രായെന്താ?" അവസാനം അവർ കാര്യത്തിലേക്ക് കടന്നു.

"ഞാനെന്ത് പറയാൻ. ഒക്കെ അമ്മേന്റിഷ്ടംപോലെ." അവർ കണ്ടുവെച്ച രീതി അയാൾക്ക് പറഞ്ഞുകൊടുത്തു. അയാൾ എല്ലാം ശ്രദ്ധിച്ചു കേട്ടു. ചായ കുടിച്ചതിനുശേഷം അയാൾ പോകാനെഴുന്നേറ്റു.

"കഞ്ഞി കുടിച്ചിട്ട് പോയാൽ മതീ" അവർ കൈ പിടിച്ചു.

"വേണ്ടമ്മേ ത്തീര തിരക്കുണ്ട്"

"നിയ്യ് നി കുടിക്കരുത് മോനേ."

"ഇല്ല, ഞാൻ കുടിച്ചിട്ട്നി അമ്മ കാണില്ല." അയാൾ സാവധാനം നടന്നു പടിയിറങ്ങി.

എഴുപത്തിരണ്ട്

"**ഇ**വരൊക്കെന്തിനാ ഗോപ്യേ?" രാത്രി കൂടെയെത്തിയ പ്രഭാകരൻ, ചന്ദ്രൻ, അബു എന്നിവരുടെ മുന്നിലേക്ക് അവർ നീങ്ങിനിന്നു.

"ഞങ്ങൾക്ക് കുറച്ച് പണിണ്ട്."

"എന്ത് പണി?"

"എഴുത്ത് പണി."

"എന്തിനുള്ള എഴുത്താ?"

"എഴുതിയിട്ട് വല്ല്യമ്മയെ വായിച്ചു കേൾപ്പിക്കാം."

"അതു വരെ ഞാനും ഉറക്കൊഴിയണോ?"

"വേണ്ട വല്ല്യമ്മേ."

"അപ്പം ഇവരാരുംന്ന് പൊരേ പോണ്ല്ലേ?"

"എഴുതിയിട്ട് പോകും."

"ങ്ങളെഴുതിക്കോളിൻ." അവർ ഉറങ്ങാൻ പോയി.

അർധരാത്രിവരെ അവരിരുന്നെഴുതി. കല്ല്യാണിയമ്മ അവർക്ക് കട്ടൻ ചായയുണ്ടാക്കി കൊടുത്തു.

"നിണക്കിന്ന് രാത്രിയൊന്നും വേണ്ടേ?"

"വേണം, ഇതെഴുതിക്കഴിഞ്ഞിട്ട് മതി. അമ്മ പോയി കിടന്നോളിൻ."

പിറ്റേന്ന് കാലത്ത് പണിക്ക് പോകുമ്പോൾ ഗോപി എഴുതിയ പോസ്റ്ററുകളിലൊന്ന് വല്ല്യമ്മയുടെ മുന്നിൽ നിവർത്തിയിട്ടു വായിച്ചു.

"തനിയൻകുട്ടിയെ ഒഴിപ്പിക്കരുത്. ഒഴിപ്പിക്കാനുള്ള നടപടി അധികാരി വേണ്ടെന്ന് വെക്കണം. ബലം പ്രയോഗിച്ചുകൊണ്ടുള്ള ഒഴിപ്പിക്കൽ തടയും. അതിന്ന് ഇന്നാട്ടുകാരുടെ മുഴുവൻ പിൻബലമുണ്ട്. കമ്യൂണിസ്റ്റ് പാർട്ടി സിന്ദാബാദ്",

"യ്യെന്തിനാ ഗോപ്യേതിലൊക്കെ ഇടപെടുന്നു, മുന്നീം അധികാരി പലരേയും ഒഴിപ്പിച്ചിട്ടില്ലേ?"

"ണ്ട്, ഇനി അതിന്ന് സമ്മതിക്കില്ല."

"യ്യാരാത് പറയാൻ"

"ഞാനല്ല, നാട്ടുകാരാ പറയുന്നത്."

"അധികാരി ആരാന്നാ നിന്റെ വിചാരം?" അയാൾ അത് കേട്ടതേയുള്ളൂ.

അന്നു വൈകുന്നേരം ആകുമ്പോഴേക്കും ആ പോസ്റ്ററുകൾ ഗ്രാമത്തിന്റെ പല ഭാഗങ്ങളിലും ബജാറിലും പ്രത്യക്ഷപ്പെട്ടു. പലരും അത് വായിച്ചു.

"തനിയൻകുട്ടിയെ ഒഴിപ്പിക്കുന്നതെത്രാമത്തെ പ്രാവശ്യാ?"

ബജാറിലെ പോസ്റ്ററുകളിലൊന്ന് വായിച്ച ചാത്തുക്കുട്ടിനായർ അരികെ നിന്ന കൊമ്പൻമീശ ചോയിക്കുട്ടിയെ നോക്കി.

"ഇതാറാമത്തെ." അയാൾ വിരലുകൾ മടക്കിയെണ്ണി.

"ഇതൊക്കെയാരാ ഒട്ടിച്ചത്?"

സന്ധ്യയോടെ എത്തിയ അധികാരി കണ്ടക്കുട്ടിയെ നോക്കി. അയാളതൊട്ടിച്ചവരുടെ പേരുകൾ പറഞ്ഞു.

"ആ പ്രഭാകരനും അവരോടൊപ്പം കൂടി...?" അയാൾ പല്ല് ഞെരിച്ചു.

"അപ്പോഴ്വ്ടെ കമ്യൂണിസ്റ്റാണെന്ന് പറയാൻ ധൈര്യംള്ളവരും ണ്ട്ല്ലേ?" രാത്രി മഹാത്മാ കലാവേദിയിൽ കൂടിയ യോഗത്തിൽ മാസ്റ്ററുടെ ശബ്ദം മുഴങ്ങി.

"അവരെ അങ്ങനെ വെറുതെ വിട്ടുകൂട, തനിയൻ കുട്ടിയെ ഒഴിപ്പിക്കുന്ന കാര്യത്തിൽ എന്ത് വിചാരിക്കുന്നു?" അയാൾ അധികാരിയുടെ നേരെ തിരിഞ്ഞു.

"ഒഴിപ്പിച്ചേ പറ്റൂ"

"അതത്ര എളുപ്പമല്ല. അതിനല്ലേ നമ്മളും ആളുകളെ സംഘടിപ്പിക്കുന്നത്?"

"ശെരി, ഈ കലാസമിതിയും ഒന്ന് നേരെയാക്കിയെടുക്കണ്ടേ?"

"അതിന്നും നാം രണ്ടുപേരേയുള്ളൂ. ബാക്കിയുള്ളവർ പുസ്തകത്തിലേള്ളൂ." അവർ പരസ്പരം നോക്കി.

എഴുപത്തിമൂന്ന്

"**ഇ**വിടാരുംല്ലേ?"

"ആരായീ രാവിലെ?" സരള ഉള്ളിൽ നിന്നെത്തിനോക്കി.

"ഓ, നിങ്ങളാണ്ല്ലേ?" അവൾ ചിരിച്ചു.

"വല്ല്യച്ഛനെവിടെ?"

"കൊപ്പര വിൽക്കാൻ അങ്ങാടിക്ക് പോയതാ"

"കാത്തുനിന്നിട്ട് കാര്യംല്ലല്ലേ?" അയാൾ തിരിഞ്ഞുനടക്കാൻ ഭാവിച്ചു.

"നിങ്ങൾ വല്ല്യച്ഛനെ മാത്രം കാണാൻ വന്നതാണോ?"

"പിന്നല്ലാതെ?" അയാൾ അവളുടെ കണ്ണിലേക്ക് നോക്കി. അത് ഈർപ്പമാവുന്നത് അയാൾ കണ്ടു. നിമിഷങ്ങളോളം അവരങ്ങനെ നിന്നു.

"കയറിയിരിക്കിൻ" അവൾ ബെഞ്ച് ചൂണ്ടി.

"വല്ല്യമ്മ എവിടെ പോയി?" അയാൾ കോലായിലേക്ക് കയറി.

"പറമ്പിലേക്ക് പോയതാ, വിളിക്കണോ?"

"വേണ്ട." അയാളിരുന്നു.

"ചിലത് പറയാനുണ്ട് അതിന് മുമ്പ് ഒരു ഗ്ലാസ് ചായയുണ്ടാക്കിത്തരാം."

"തരക്കേടില്ല."

"ചൂടുണ്ട്, സാവധാനം കുടിച്ചാൽ മതി, അവിലുണ്ട് വേണോ?"

"വേണ്ട, നീയ്യും ഇരിക്ക്." അയാൾ ബെഞ്ചിൽ അൽപ്പം നീങ്ങിയിരുന്നു.

"എന്താ പറയാനുള്ളത്?"

"തിടുക്കല്ലേ" അവൾ ഇരുന്നിട്ട് തുടർന്നു. "അന്ന് മൂന്നാം ക്ലാസിൽ പഠിക്കുമ്പോൾ ഒരു കൈവേല ക്ലാസിൽ നിങ്ങൾ തക്ലിയിൽ നൂലെടുക്കുന്നതും നോക്കിനിൽക്കെ എന്റെ നീളമുള്ളൊരു മുടി തക്ലിയിൽ കുടുങ്ങി.

"ഇക്കുട്ടി താ ടീച്ചർ..."

പറഞ്ഞു തീരുമ്പോഴേക്കും ഞാൻ രണ്ട് കൈകൊണ്ടും നിങ്ങളുടെ വായ് പൊത്തി. അത് കണ്ട് മറ്റുള്ളവർ ചിരിച്ചു, കൂടെ ടീച്ചറും. പലപ്പോഴും അതെന്റെ മനസിലെത്താറുണ്ട്."

അതോടെ അഞ്ചാം ക്ലാസിൽ പഠിക്കുമ്പോൾ നടന്നൊരു സംഭവം അയാളുടെ ഓർമയിലെത്തി. ഒരു രാവിലെ ക്ലാസ് തുടങ്ങുന്നതിന് മുമ്പ് കുറുക്കൻ ഗംഗാധരനുമായി ശണ്ഠയായി. അത് കണ്ടുകൊണ്ടായിരുന്നു ഗുരുക്കൾ മാസ്റ്ററെത്തിയത്. "ഗോപിയടിച്ചു" കുറുക്കൻ കരഞ്ഞു. രണ്ടു പേരേയും ക്ലാസിലേക്ക് കൂട്ടിക്കൊണ്ടുപോയി അയാൾ മേശയിൽനിന്ന് ചൂരലെടുത്ത് നീട്ടിയ കൈവെള്ളയിൽ അടിക്കാൻ തുടങ്ങി. സഹപാഠികൾ ചുറ്റും നോക്കിനിന്നു. നിർത്താതെ കണ്ടുള്ള അടി കണ്ടിട്ട് സരള തേങ്ങിപ്പോയി. അപ്പോഴേ മാസ്റ്റർ നിർത്തിയുള്ളൂ.

"ഗുരുക്കൾ മാസ്റ്റർ ഒരു ദുഷ്ടനാ" വൈകുന്നേരം സ്കൂൾ വിട്ടു പോകുമ്പോൾ അവൾ കൈ പിടിച്ചു നോക്കി. അപ്പോഴും ചുവന്ന കൈവെള്ള കണ്ട് അവൾ കരഞ്ഞുപോയി. കൂടെ താനും. ആ ഓർമ പൂർണമായും അയവിറക്കുംമുമ്പ് അവൾ ചോദിച്ചു:

"നിങ്ങൾ ഓർക്കാറുണ്ടോ അതൊക്കെ?"

"എല്ലാം ഓർക്കുന്നു." നിമിഷങ്ങൾ കടന്നുപോയി.

"അന്ന് മുതൽക്ക് ഗോപിയെന്നൊരാൾ എന്റെ മനസിലുണ്ട്."

അവളുടെ കണ്ണിലേക്ക് നോക്കിയിട്ട് അയാൾ തുടങ്ങി:

"എന്റെ മനസിലും ഒരു തന്റേടക്കാരി സ്ഥാനംപിടിച്ചിട്ടുണ്ടെന്ന് തോന്നാൻ തുടങ്ങിയിട്ട് കുറച്ചായി. എന്റെ വിചാരവികാരങ്ങൾക്കുപരിയായി പരിശുദ്ധതയിൽ ഒരു പെണ്ണ്."

"ഏതാണാ പെണ്ണ്?."

കൊല്ലങ്ങളോളമായി മനസിനെ നൊമ്പരപ്പെടുത്തിക്കൊണ്ടിരിക്കുന്ന ഒരു കൂട്ടുകാരി."

"ഒരു കൂട്ടുകാരൻ" അവരുടെ കണ്ണുകളിടഞ്ഞു. വീണ്ടും നിശ്ശബ്ദത.

"എന്താ പറയാനുള്ളത്?"

"വല്ല്യച്ഛനും വല്ല്യമ്മയും പ്രായമുള്ളവരാ, അവരുടെ മനസിൽ ഞാൻ കല്ല്യാണപ്രായം കഴിഞ്ഞുനിൽക്കുന്നൊരു പെണ്ണാണ്. കഴിയുന്നതും വേഗം അത് നടത്തണമെന്ന് അവരാഗ്രഹിക്കുന്നു. അന്വേഷണം വരുമ്പോൾ എന്താണഭിപ്രായമെന്ന് വല്ല്യച്ഛൻ ചോദിക്കും. അങ്ങനെ രണ്ടു ദിവസം മുമ്പ് വല്ല്യച്ഛൻ എന്റെ തീരുമാനമെന്താണെന്ന് അറിയിക്കാൻ പറഞ്ഞിട്ടുണ്ട്, ഞാനെന്തേ പറയേണ്ടു?"

"പെട്ടെന്നെങ്ങനെയാണൊരു തീരുമാനമെടുക്കുക?"

"ഒരു തീരുമാനമെടുത്തേ പറ്റൂ."

അൽപ്പസമയത്തെ ആലോചനയ്ക്ക് ശേഷം അയാൾ വലത് കൈ അവളുടെ നേരെ നീട്ടി,

"ഞാൻ തീരുമാനിച്ചിരിക്കുന്നു."

"എന്ത്?"

"കൂട്ടുകാരിയെ കെട്ടാൻ"

"ഒരു കൂട്ടുകാരൻ."

അവൾ അയാൾ നീട്ടിയ കൈപിടിച്ചു. സന്തോഷംകൊണ്ട് രണ്ടു പേരും കരഞ്ഞുപോയി.

"ഞാൻ വല്ല്യച്ഛനോട് പറയും."

"പറഞ്ഞോളൂ."

"ഇനി ഞാൻ പോകട്ടെ?"

"ഒന്നുംകൂടി പറയാന്ണ്ട്."

"അതെന്താ?"

"അടുത്തിടെ തുടങ്ങിയ ഖാദി കമ്പനിയിൽ പോയാൽ തരക്കേടില്ലെന്ന് വടക്കേതിലെ പത്മിനിക്കൊരാശ."

"നല്ലത്."

"അതിന്ന് നിങ്ങൾ വിചാരിച്ചാൽ കഴിയുമെന്നും അവളെ അവിടെ ചേർക്കാൻ നിങ്ങളോട് പറയാനും എന്നെ ഏൽപ്പിച്ചിട്ടുണ്ട്."

"നിന്നോട് പറയാൻ അവൾക്കെങ്ങിനെ തോന്നി?"

"അവളങ്ങനെ വിചാരിക്കുന്നു."

"ശെരി."

"പത്മിനി നൂൽനൂൽപ്പ് കമ്പനിയിൽ പോകുമെന്ന് നീ വിചാരിക്കുന്നോ?"

ചേർത്തിക്കിട്ടിയാൽ പോകുമെന്നാണെന്റെ വിശ്വാസം. അവൾ മാത്രമല്ല വേറേയും ചിലരുണ്ട്, എല്ലാരും തങ്ങളെ വരിഞ്ഞുമുറുക്കിയ കെട്ടുകൾ പൊട്ടിക്കാൻ തെയ്യാറായി നിൽക്കുന്നവരാ."

"അതിന്ന് കരുത്താവശ്യമാണ്."

"ശെരി, ഒന്ന് പറഞ്ഞ് നോക്കൂ."

"പറയാം, പിന്നെ?"

"വല്ല്യമ്മയിനിയും എത്തിയിട്ടില്ല, ഇരുന്നാലിനിയും സംസാരിക്കാം."

"അത് പിന്നെ, ഇപ്പോൾ ഞാൻ പോകട്ടേ?" അയാൾ എഴുന്നേറ്റു.

"ഞാൻ വല്ല്യച്ഛനോട് പറയും" അവൾ കൈനീട്ടി.

"പറഞ്ഞോളൂ" അയാൾ ആ കൈപിടിച്ചു യാത്ര പറഞ്ഞു.

എഴുപത്തിനാല്

"രജിസ്ത്ര് ബുധനാഴ്ചയാണെന്നല്ലേ ഗോപി പറഞ്ഞത്?"

അന്ന് രാവിലെ കണാരുനായരെത്തിയപ്പോൾ അവർ അടുത്തേക്ക് ചെന്നു.

"അതെ."

"ഈ കാര്യം പറച്ചിലിൽ നീയൊന്നും പറഞ്ഞില്ലല്ലോ?"

"ഞാനമ്മയോട് എല്ലാം പറഞ്ഞിട്ടുണ്ട്."

"നിയ്യതിൽ വിഷമം വിചാരിച്ചിട്ട് കാര്യംല്ല മോനേ."

"എനിക്കൊരു വിഷമോംല്ല, ഗോപി പോയോ?"

"പോയി."

"എന്നാൽ ഞാനിറങ്ങുന്നു."

അയാൾ തിരിച്ചുപോയി.

വഴിക്ക് വെച്ച് മാസ്റ്ററേയും അധികാരിയേയും മറ്റു ചിലരേയും ഒരുമിച്ചു കണ്ടപ്പോൾ അയാൾ വിശേഷങ്ങൾ തെരക്കി.

"ഇന്ന് തനിയൻകുട്ടിയെ ഒഴിപ്പിക്കുന്ന ദിവസാ. നിങ്ങൾ കൂടി വരണം."

"അതിന്ന് ഞാനില്ല." അയാൾ നടന്നകന്നു.

"ഒരു നല്ല കോൽക്കാരൻ." മാസ്റ്റർ അധികാരിയെ നോക്കി. അയാൾ പ്രതികരിച്ചില്ല.

രണ്ടു ദിവസംമുമ്പ് ഒരു രാത്രി കമ്യൂണിസ്റ്റനുഭാവികളുടെ യോഗം അവിടെ ഒരു വീട്ടിൽവെച്ച് കൂടിയിരുന്നു. ഗ്രാമത്തിൽ ആദ്യമായിട്ടായിരുന്നു അങ്ങനെ ഒന്ന്. ഗോപിയും ചന്ദ്രനും അബുവുമായിരുന്നു അതിന്റെ പിന്നിൽ പ്രവർത്തിച്ചത്. നഗരത്തിൽനിന്നുള്ള ഒരു നേതാവ് അതിൽ പങ്കെടുത്തിരുന്നു. പൊതുപ്രശ്നങ്ങളിൽ ഇടപെടാനും അന്ധവിശ്വാസങ്ങൾക്കും ജന്മിത്വത്തിനുമെതിരെ പ്രതികരിക്കാനും കമ്യൂണിസ്റ്റനുഭാവികളുടെ ഒരു ഘടകം അവിടെ തുടങ്ങാനും മറ്റുമായിരുന്നു അവർ തീരുമാനിച്ചത്. ദിവസവും പത്രം വായിക്കണമെന്നും കമ്യൂണിസ്റ്റ് സാഹിത്യവുമായി പരിചയപ്പെടണമെന്നും മാർക്സിസത്തെപ്പറ്റി പഠിക്കണമെന്നും പറഞ്ഞുകൊണ്ടായിരുന്നു നേതാവ് ആ യോഗം അവസാനിപ്പിച്ചത്.

ഒഴിപ്പിക്കൽ ദിവസമായതുകൊണ്ട് ഗോപിയും പ്രഭാകരനും ചന്ദ്രനും മറ്റു ചിലരും അന്ന് പണിക്ക് പോയില്ല. അതിരാവിലെ അവർ ബജാറിലെത്തി. ഗ്രാമത്തിൽ അവിടവിടെ നിന്നായി മറ്റു ചിലരും എത്തിയതോടെ അവർ ഒരു ജാഥയായി തനിയൻകുട്ടിയുടെ കൂരയിലേക്ക് പുറപ്പെട്ടു. മുന്നിൽ ചെങ്കൊടിയും പിടിച്ച് അബു നടന്നു. അവർ വിളിച്ച മുദ്രാവാക്യം അവിടമാകെ അലയടിച്ചു. ഗ്രാമത്തിൽ അതൊരു പുതിയ കാഴ്ചയായിരുന്നു. അവരെ സ്വീകരിക്കാനെന്നോണം മലയടിവാരത്തിലെ മറ്റെല്ലാവരും തനിയൻകുട്ടിയുടെ കൂരയ്ക്ക് മുന്നിൽ തടിച്ചുകൂടിയിരുന്നു. അബു കയ്യിലെ കൊടി ആ കൂരയ്ക്ക് മുന്നിൽ കുത്തിയിട്ടു.

"പോലീസിൽ വിവരമറിയിക്കാൻ ഒരാള് പോണം" അധികാരി തന്റെ ആളുകളെ മാറിമാറി നോക്കി. അതിന് പ്രതികരണമൊന്നുമുണ്ടായില്ല.

"ആരൊക്കെയാണങ്ങോട്ട് പോയത്?" അയാൾ കണ്ടക്കുട്ടിയെ നോക്കി.

"ഇന്നാട്ടിലെ എല്ലാ കമ്യൂണിസ്റ്റ്കാരും."

"ഇനിയെന്താക്കുന്നു?" മാസ്റ്റർ ധൃതിയിലെത്തി.

"വിചാരിച്ചത് നടത്തുക തന്നെ."

"എന്നാലിനി താമസിക്കണ്ട." ചോയിക്കുട്ടിയുടെ പീടികയിലിരുന്ന ഗോപാലൻ നായരേയും വേലായുധൻ നായരേയും മറ്റും അയാൾ വിളിച്ചു. അവരെത്തി.

"നിങ്ങൾ ആ രാമുട്ടിയോട് എത്രയാ വേണ്ടതെങ്കിൽ അത് കഴിച്ചു വരിൻ, ഞാൻ പറഞ്ഞേൽപ്പിച്ചിട്ടുണ്ട്."

"ഒക്കെ ഉഷാറല്ലേ?."

അവരെത്തി.

"ഉഷാറ് ഉഷാറ് തന്നെ."

"നല്ല ഉറപ്പുള്ള വടിയും ഇരുമ്പിന്റെ ദണ്ഡും കരുതണം, കണ്ട ക്കുട്ടിയുടെ തേങ്ങ പൊളിക്കുന്ന പാരയും വാങ്ങി കയ്യിൽ വെക്കണം." അവർ അതനുസരിച്ചു.

"പാരയുമായി ഏറ്റവും മുന്നിൽ ഗോപാലൻനായർ നടക്കണം" മാസ്റ്റർ ഇടപെട്ടു. അപ്പോൾ ചില വാക്കുതർക്കങ്ങളുണ്ടായി. നേതൃത്വം കൊടുത്തുകൊണ്ട് അധികാരിയും മാസ്റ്ററും മുന്നിലുണ്ടാവണമെന്ന് അവർ ശഠിച്ചു. തർക്കം നീണ്ടുപോയപ്പോൾ വേലായുധൻനായർ പാരയുമായി മുന്നിൽ നടന്നു. ഏറ്റവും പിന്നിൽ മാസ്റ്ററും അധികാരിയും സ്ഥാനം പിടിച്ചു.

അവർ തനിയൻകുട്ടിയുടെ കുടിലിന് മുന്നിലെത്തി. ആ ആൾക്കൂട്ട ത്തിന് മുന്നിൽ അവർ പതറി. "ഒഴിപ്പിക്കണമെന്ന അധികാരിയുടെ മോഹം നടക്കില്ല" കൂട്ടശബ്ദം അലയടിച്ചു. വേലായുധൻനായർ ചുറ്റുപാടും നോക്കി അൽപ്പം പിന്നോട്ട് മാറി.

"ന്റെ കൂരേന്ന് ഞാനിറങ്ങില്ല" തനിയൻകുട്ടിയുടെ ശബ്ദം.

"എന്റെ സ്ഥലത്താണ്ടാ നിന്റെ കൂര, അത് പൊളിക്കാനാ ഞങ്ങൾ വന്നത്."

"അത് നി നടക്കില്ല" കൂട്ടശബ്ദം.

പൊളിക്കാനെത്തിയവർ ഒരടി മുന്നോട്ട് നീങ്ങിയില്ല. കാര്യം എളുപ്പ മല്ലെന്ന് അവർക്ക് ബോധ്യമായി.

"വേലായുധാ മുന്നോട്ട്." അധികാരിയുടെ ശബ്ദം.

"ഇതെന്റെ കൂരയാണ്."

"വേലായുധാ പൊളിക്ക്." അയാൾ മുന്നോട്ട് നീങ്ങിയില്ലെന്ന് മാത്ര മല്ല പിന്നിലുള്ളവർക്ക് അവസരം കൊടുക്കാൻ അൽപ്പം മാറി നിൽക്കു കയും ചെയ്തു. മാസ്റ്ററും അധികാരിയും വെപ്രാളപ്പെട്ടു. തനിച്ചുതന്നെ കൂര പൊളിച്ചാലോ? നിമിഷനേരം അവർ ആലോചിച്ചുപോയി. എന്തോ ഒന്നിനും മുതിരാതെ അവർ പിന്തിരിഞ്ഞു. തനിയൻകുട്ടിയും കൂട്ടരും അത് നോക്കിനിന്നതേയുള്ളൂ.

"എന്തായീ?"

"പറയാൻ മനസില്ല." അവർ ബജാറും കടന്നുപോയി. കണ്ടക്കുട്ടി മിഴിച്ചു നിന്നു.

"മാനക്കേടായി"

"സാരംല്ല. ഇതിന്നൊക്കെ തിരിച്ചടി കൊടുക്കാൻ കഴിയും." മാസ്റ്റർ അയാളെ സമാധാനിപ്പിച്ചു.

"എപ്പോൾ?"

"ധൃതിപ്പെടല്ലിൻ, സമയം പിടിക്കും."

"കമ്യൂണിസ്റ്റുകളും വായനശാലക്കാരുംണ്ട്."

"ഒക്കെയൊന്നു തന്നെ, അവരേയും പഠിപ്പിക്കണം."

എഴുപത്തിയഞ്ച്

"ഈ വയസു കാലത്തിതും വേണ്ടിവന്നു...." രജിസ്റ്ററിന്ന് പോകാനൊരുങ്ങുമ്പോൾ ചീരുവമ്മയുടെ മനസ്സ് പതറി.

"കൂടാതെ കഴിയ്യോ വല്ല്യമ്മേ?"

"ന്റെ കണ്ണടയ്യോളം ഇതിനൊന്നും ആവില്ലെന്ന് വിചാരിച്ചതായിനി."

"വിചാരിക്കുന്നതുപോലെ കാര്യങ്ങൾ നടക്കോ."

"ഇല്ലെന്നു മനസിലായി."

"ഇപ്പോഴെന്ത് തോന്നുന്നു വല്ല്യമ്മേ?" രാത്രി അത്താഴം കഴിഞ്ഞിരിക്കുമ്പോൾ ഗോപി അടുത്തേക്ക് ചെന്നു.

"തലേന്നൊരു ഭാരം ഒഴിഞ്ഞമാതിരിണ്ട്."

"ഇനിയാരും വല്ല്യമ്മയോട് പരാതിപറയില്ലല്ലോ?"

"ഇല്ലായ്ക്കും." അയാൾ ചിരിച്ചു.

"ആരും പിന്നിങ്ങോട്ട് വന്നില്ലല്ലോ?"

"എല്ലാരും വരാന്ന് പറഞ്ഞീനി"

"സന്തോഷംല്ലെ എല്ലാർക്കും?"

"ണ്ട്",

"എന്നാൽ വല്ല്യമ്മോന്ല്ല."

"അത്ണ്ടാവും, അച്ഛൻ കാരണോന്മാരുടെ മനസ്സ്ണ്ടായിട്ട്ത്ങ്ങിനൊക്ക്യായി, ഇനി മറ്റൊന്നും കാണാതിന്റെ കണ്ണടഞ്ഞാമത്യായ്നി." അവരുടെ കണ്ണ് നിറഞ്ഞു.

അപ്പുനായർ അന്ന് പകൽ പലയിടത്തുനിന്നും പറിച്ചുകൊണ്ടുവെച്ച ഓലക്കണ്ണിയുടെ കെട്ട് രാത്രിയായതോടെ മുറ്റത്ത് കൊണ്ടുവന്നിട്ടു.

"ഇതൊക്കെന്തിനാണപ്പേട്ടാ?" സരോജിനിയമ്മ അടുത്തെത്തി.

"ചൂട്ട് കെട്ടാൻ." "അതൊരു കുറച്ചിലല്ലേ?"

"എന്ത് കുറച്ചിൽ?" പത്ത്നാൽപ്പത് കൊല്ലം മോരിൻപാനി താങ്ങി നടന്നില്ലേ, പിന്നെ ചെറുമികളുടെ കൂടെ കല്ലുടച്ചില്ലേ, പിന്നെയിതാ?"

അവർ പ്രതികരിച്ചില്ല. അയാൾ നാര് ശരിയാക്കി ഓരോ പിടി ഓലക്കണ്ണിയെടുത്ത് ചൂട്ട് കെട്ടാൻ തുടങ്ങി. അനുജത്തിയും സഹായിച്ചു. സമയം കടന്നുപോയി.

"നേരംത്ര്യായിട്ടും രജിസ്ത്രിന് പോയ ആളെത്തീലല്ലോ?"

"അന്തിനേരം കണ്ടക്കുട്ടിയുടെ പീട്യേ കണ്ടിക്കുന്നു."

"അലമ്പെന്തോണ്ടോ?"

"പറയാൻ മാത്രംല്ല."

"എന്നാലിങ്ങോട്ട് കുട്ടിക്കൂടായ് നോ?"

"പറഞ്ഞാൽ കേൾക്കുന്നോനാ"

"ഇന്നും ഇന്നലത്തെ ഗതി തന്ന്യായ്ക്കും"

"എന്ത് ഗതീ?" ഇരുട്ടിലൂടെ അയാൾ മുന്നിലെത്തി.

"എവ്ട്യായിനിതുവരെ?" രണ്ടുപേരും കോലായിലേക്ക് കയറി.

"ത്തീര ചൂടുവെള്ളം താ" അയാൾ ബെഞ്ചിലിരുന്നു.

"രജിസ്ത്ര് കഴിഞ്ഞില്ലേ?"

"കഴിഞ്ഞു."

"നല്ലത്, ഇന്ന് തന്നെയെങ്കിലും ഒന്ന് നേരത്തെ കിടക്കണം. ങ്ങള് കുളിക്ക്യോ, മേക്കഴുകോ എന്താച്ചാൽ ചെയ്യിൻ."

"കുറച്ചിരിക്കട്ടെ."

"എന്നിട്ട് മതി." അവർ താഴെയിറങ്ങി ജ്യേഷ്ഠനെ സഹായിച്ചു.

ഒരു തുടികൊട്ടിന്റെ ശബ്ദം അവിടെയെങ്ങും അലയടിച്ചു.

"ഇതെവിടുന്നാണപ്പോട്ടാ?"

"മലേന്ന് പറയരുടെവിടുന്നാ, അവിടെ ഏതോരുത്തി പെറ്റിട്ടുണ്ട്."

പറയക്കുടിലുകളിലെ ചെറുപ്പക്കാരും ചെറുപ്പക്കാരികളും ഒരുമിച്ച് തുടികൊട്ടി നൃത്തം ചവിട്ടുകയായിരുന്നു അപ്പോൾ. ഒരുകൂട്ടർ തളരുമ്പോൾ മറ്റൊരുകൂട്ടർ അതേറ്റുപിടിച്ചു. ചുറ്റുപാടുമുള്ളവർക്ക് അതശ്രീകരമായി തോന്നിയെങ്കിലും രാത്രിയുടെ അന്ത്യയാമം വരെ അതു തുടർന്നുകൊണ്ടേയിരുന്നു.

എഴുപത്തിയാറ്

ദിവസങ്ങളോളം മഴ പെയ്യാതെ ആകാശം മൂടിക്കെട്ടിക്കൊണ്ടു തന്നെ നിന്നു. ഇടവമാസം ഇരുപത്തിയെട്ടും കഴിഞ്ഞുപോയി. ആയിടെയായിരുന്നു കുമാരൻനായർ പുരയ്ക്കടുത്തുള്ള രണ്ടു കണ്ടം വയൽ തീർ വാങ്ങിയത്. മാസ്റ്ററുടെ വയലായിരുന്നു അതിന് ചുറ്റും. അയാൾക്കും കണ്ടക്കുട്ടിക്കും അതിൽ കണ്ണുണ്ടായിരുന്നു. ആരും അറിയാതെയായിരുന്നു കുമാരൻ നായർ അതൊപ്പിച്ചത്.

മാസ്റ്ററും അധികാരിയും തനിയൻകുട്ടിയെ കുടിയൊഴിപ്പിക്കാനാവാത്ത ജാള്യത കാരണം ദിവസങ്ങളോളം ബജാറിലേക്ക് വന്നില്ല. മഹാത്മാ കലാവേദി അടഞ്ഞുതന്നെ കിടന്നു. കണ്ടക്കുട്ടിക്കത് വിഷമങ്ങളുണ്ടാക്കി. അയാളുടെ പീടികയിൽ ആളൊഴിഞ്ഞൊരു മട്ടായി. അത് കച്ചവടത്തെ അൽപ്പം പ്രതികൂലമായി ബാധിക്കാതെയുമിരുന്നില്ല.

കുമാരൻനായർ വയൽ വാങ്ങിയ വിവരമറിഞ്ഞതോടെ മാസ്റ്റർക്ക് അടങ്ങിയിരിക്കാനായില്ല. അങ്ങനെയാണ് അയാൾ അന്ന് വൈകുന്നേരം ബജാറിലെത്തിയത്. "കുമാരൻകമ്മള് പറ്റിച്ചു." പീടികയിലെത്തിയ അയാളോട് കണ്ടക്കുട്ടി ഒരു രഹസ്യമെന്നോണം തുടങ്ങി.

"ഞാനതറിഞ്ഞു."

"എന്നാലും തമ്പുരാനോടൊരു വാക്ക് ചോദിച്ചിട്ട് മതിയായിനി."

"ആട്ടെ കണ്ടക്കുട്ട്യേ, ഒക്കെ നമ്ക്ക് കാണാ."

"കുമാരൻ കമ്മക്കിപ്പം ത്തീര തലക്കനാ."

"ഞാനതും മനസ്സിലാക്കീട്ടുണ്ട്."

"ഇത് ചോദിക്കാതിരുന്നൂടാ."

"ഇപ്പോൾ സമയമത്ര നല്ലതല്ല, എന്നാലും ചോദിക്കും."

പിറ്റേന്ന് രാവിലെ അയാൾ കുമാരൻനായരുടെ പീടികയിലെത്തി. അവിടെ തിരക്കായിരുന്നു. പലരും ചായയ്ക്ക് വേണ്ടി കാത്തിരിക്കയായിരുന്നു. മാസ്റ്റർക്കിരിക്കാൻ ഒന്നുരണ്ടാളെഴുന്നേറ്റു. കുമാരൻ നായർ പതിവുപോലെ ഒരു മുഴുവൻ ഗ്ലാസിൽ നിറച്ചും ചൂടുള്ള ചായ അയാൾക്ക് കൊണ്ടുവന്നു നീട്ടി.

"എനിക്കിപ്പം ചായ വേണ്ട."

അയാളുടെ ആ കടുത്തഭാവം കണ്ടില്ലെന്ന മട്ടിൽ കുമാരൻനായർ അത് മുറ്റത്തിരുന്ന നല്ലമ്പരക്ക് കൊണ്ടുപോയി കൊടുത്തു. മാസ്റ്റർ അതെല്ലാം ശ്രദ്ധിച്ചു.

"ഒരു നല്ല ചായ" ചാപ്പൻനായർ കയറി വന്ന് അയാളുടെ അടുത്തിരുന്നു.

"ത്തീര താമസംണ്ട്, ഗ്ലാസ്സൊന്നൊഴിയട്ടെ."

"ഓ എന്നിട്ട് മതി, എന്താ ഒന്നും മിണ്ടാതിരിക്കുന്നു, ചായ കുടിച്ചോ?" അയാൾ മാസ്റ്ററെ നോക്കി.

"ചായ വേണ്ട, ഞാനിയ്യാളുടെ തിരക്കൊന്നൊഴിയാൻ കാത്തിരിക്കയാ."

"വിശേഷിച്ച്?"

"ണ്ട്, പറയാം."

പലരും ചായ കുടിച്ചിറങ്ങി. അതിന്നിടെ അയാൾ ഒരു മുഴുവൻ ചായ കൊണ്ടുവന്ന് ചാപ്പൻനായർക്ക് നീട്ടി.

"അവിലും പിട്ടുംണ്ട്."

"കുറച്ചവില് താ."

"എരച്ചാന്റെ പൈസ്സാ?" നല്ലമ്പര വസിയും ഗ്ലാസ്സും മോറി കമിഴ്ത്തി.

"രണ്ടേകാലണ."

"ത്തീര കഴിഞ്ഞിട്ട് തരാ."

"നാളെയാവരുത്."

"ഇല്ല" അയാളിറങ്ങി നടന്നു.

ഒന്നു രണ്ടാൾ ചായ കുടിക്കാൻ വന്നെത്തി. മാസ്റ്റർ ഇറങ്ങിയവരേയും കയറിയവരേയും ശ്രദ്ധിച്ചു. ചാപ്പൻനായർ പോകാനെഴുന്നേറ്റു.

"നിൽക്കിൻ." അയാൾ തടഞ്ഞു. "കുമാരാ, നീയെത്ര കൊല്ലായിവിടെ കച്ചവടം ചെയ്യുന്നു?"

"നാലഞ്ച് കൊല്ലായി"

"ഇതുവരെ ഞാൻ നിന്നോടൊന്നും വാങ്ങീട്ടില്ലല്ലോ?"

"ഇല്ല, പിന്നെ!"

"പിന്നെ?"

"ഇവിടണ്ടാവുന്ന വെണ്ണീരിനും കുടിക്കുന്ന ചായക്കും പൈസ തരാറില്ല."

"ശെരി, ഇനിയങ്ങോട്ട് ചായയും വെണ്ണീരും വേണ്ട. എന്റെ സ്ഥലത്ത് നിന്ന് നിന്റെ പീടിക പൊളിച്ചു സ്ഥലം ഒഴിവാക്കിത്തരണം."

"പെട്ടെന്നാവില്ല" അയാൾ അതെല്ലാം പ്രതീക്ഷിച്ചതായിരുന്നു.

"എന്താ?"

"മഴക്കാലാ വരുന്നത്, ഓണം കഴിഞ്ഞാൽ പീടിക പൊളിച്ച് സ്ഥലം ഒഴിവാക്കിത്തരാം."

"അത് മര്യാദാ" ചാപ്പൻനായർ ഇടപെട്ടു. അയാളെ തടഞ്ഞുനിർത്തേണ്ടിയിരുന്നില്ലെന്ന് മാസ്റ്റർക്ക് തോന്നി.

"ഓണാവാൻ നിക്കണ്ട, കർക്കിടകം കഴിഞ്ഞാൽ പീടിക പൊളിച്ചുമാറ്റണം."

"അങ്ങിനെങ്കിൽ അങ്ങിനെ."

"ഇടവംന്നെത്രയായീന്നറിയ്യോ."

"മുപ്പത്."

"ശെരി."

അയാൾ തിരിച്ചുപോയി. പിന്നാലെ ചാപ്പൻനായരും.

എഴുപത്തിയേഴ്

മിഥുനം പിറന്നു. "ഇന്ന് കാലവർഷം തുടങ്ങും" രാവിലെ പറമ്പ് നോക്കാനിറങ്ങിയ മാസ്റ്റർ ബജാറിൽ വെച്ച് പറഞ്ഞു.

"ന്നാലുംങ്ങിനെ തുങ്ങാൻ തുടങ്ങീട്ട് ദിവസം കുറച്ചായില്ലേ?" കണ്ടക്കുട്ടി അയാളെ നോക്കി.

"ഇനി പെയ്താലും പെയ്തില്ലെങ്കിലും നെല്ലിന്റെ കാര്യം കഷ്ടാ."

"മഴ പെയ്താൽ ഇക്കരിഞ്ഞ് നിൽക്കുന്നത് പൊട്ടിത്തെഴുക്കില്ലേ?"

"അതിന്ന് നെല്ലിന് മൂപ്പായിപ്പോയില്ലേ കണ്ടക്കുട്ട്യേ?" അയാൾ നടന്നു.

അയാളുടെ ചിന്ത എസ്റ്റേറ്റിനെപ്പറ്റിയായി. ആ കുന്ന് മുഴുവൻ സ്വന്തമാക്കാൻ കഴിഞ്ഞില്ല. ഇനിയുള്ളത് തട്ടുതട്ടായി കെട്ടിക്കാൻ കരുതിയ കല്ലും ഇളക്കിമറിച്ച മണ്ണും, മഴ പെട്ടെന്ന് തകർത്താൽ താഴെ വയലിലെത്തിപ്പോകുമല്ലോ. ആ മനോവിഷമത്തിനിടയിലാണ് അയാൾ കുമാരൻ നായരുടെ പീടികയ്ക്ക് മുന്നിലെത്തിയത്. അവിടെ ഗോപാലൻ നായരെ കണ്ടപ്പോൾ കെട്ടിന്റെ കാര്യം പറയാൻ അയാൾ അങ്ങോട്ട് കയറി.

അന്ന് വൈകുന്നേരം മഴ പെയ്തു. ചാറിച്ചാറി തുടങ്ങിയ മഴ കനത്തു. പെട്ടെന്നുണ്ടായ കാറ്റും മിന്നലും ഇടിയുമെല്ലാം ഗ്രാമത്തെയിട്ടൊന്നിളക്കി.

"ഒരു കരിഞ്ഞ കാലമാ." മാസ്റ്റർ അടുത്തുനിന്ന ഭാര്യയെ നോക്കി.

"കാര്യച്ചേതോം മാനക്കേടും ആണല്ലോയിപ്പോൾ."

"മോനെത്തീല്ലല്ലോ?"

"ഇല്ല, കുടയും എടുത്തിട്ടില്ല."

"ഒരു പുതിയ കുട വാങ്ങേണ്ടിവരും."

"അത് മാത്രം പോര."

"പിന്നെ?"

ഓനെവിടെയ്യെങ്കിലും ഒന്ന് കണ്ടുവെക്കീംവേണം."

"വയസ്സും ആയല്ലോ."

"ഇരുപത്തെട്ടു കഴിഞ്ഞു."

മഴ തുടർച്ചയായി പെയ്തു. പെട്ടെന്ന് പൊങ്ങിയ വെള്ളത്തിൽ നെൽകൃഷി നശിച്ചു. മഴ എല്ലാവരേയും വിഷമപ്പിച്ചു. പലർക്കും പുറത്തിറങ്ങാൻ കഴിഞ്ഞില്ല. തനിയൻകുട്ടിക്ക് കുടകെട്ടിന്റെ തിരക്കായിരുന്നു. മഴ പെയ്തതിന്റെ രണ്ടാം ദിവസം മാളുവമ്മ പനയോലയുമായി അവിടെ ചെന്നു. "ഇതുകൊണ്ട് ഒന്നര കുടവേണം."

അവർ പനയോല നീട്ടി. പിറുങ്ങാച്ചി വിശേഷങ്ങൾ ചോദിച്ചു.

"പട്ടിണീം പാടും തന്നെ."

"എല്ലാരീം കഥയൊന്നു തന്നെ."

"കുട വേഗം വേണം. ഒരു മുഴുവൻ കുടയും ഒരരക്കുടയും. കൂലി ഒന്നിച്ചുണ്ടാവില്ല."

"ഉള്ളത് മതി, നാളെ കൊണ്ടുവരാം." പിറുങ്ങാച്ചി ഏറ്റു.

"ഈ മഴേം കൊണ്ട് വരുന്നതാരാ കല്ല്യാണ്യേ?" പൂമുഖത്ത് നിന്ന അവർ പടിക്കലേക്ക് നോക്കി.

"അത് മ്പളെ കണാരനാ." അയാൾ മുറ്റത്തെത്തി ചുമലിലേക്ക് മടക്കിവെച്ച വലതു കൈ താഴ്ത്തി കണ്ണുരുട്ടി ചിറി കോട്ടി.

"തിന്നാനെന്തെങ്കിലും...?" അയാളുടെ ചുണ്ടുകളിളകി.

"മഴ കൊള്ളാതെ എറേച്ചീലേക്ക് കേറി നിക്ക് കണാരാ." അയാൾ അതനുസരിച്ചു.

"ഓന് തോർത്താൻ കീറ്യേത് എന്തെങ്കിലും ഒന്ന് കൊടുക്ക്."

"തല തോർത്തെടോ."

കല്ല്യാണിയമ്മ കീറിയ ഒരു പഴന്തുണിക്കഷ്ണം കൊണ്ടുവന്നു കൊടുത്തു.

"ഇവന് കൊടുക്കാൻ ചൂടുള്ളതെന്തെങ്കിലും ണ്ടോ?"

"ചൂടുള്ളതില്ല, പുഴുങ്ങിയ ചക്കയുണ്ട്."

"എന്നാലത് കൊടുക്ക്, ഒര്ത്തീര ചായേംണ്ടാക്കിക്കൊടുക്ക്."

"കണാരായ്യ്പ്പെവിട്യാ?"

"ഇവിടൊക്കെത്തന്നെ."

"രാത്രി?"

"അമ്പലത്തില്."

"പേട്യാവ്ല്ലെ?"

"ആരെ പേടീ?"

"പോറ്റീനെ."

"പോറ്റീ ന്ര്യാ? പൊട്ടിനിൽക്കുന്ന വിട്ടം കാണുംമ്പം പേട്യാവാറ്ണ്ട്." ചീരുവമ്മ മൂക്കത്ത് വിരൽവെച്ചു. കല്ല്യാണിയമ്മ ചക്കപ്പുഴുക്കും ചൂടുള്ള കരിംചായയും പൂമുഖത്തൊരിടത്ത് കൊണ്ടുവന്നുവെച്ചു. മുന്നിൽ കിട്ടിയ പുഴുക്ക് അയാൾ ആർത്തിയോടെ തിന്നു. ചായ കുടുകുടങ്ങനെ കുടിച്ചു. ആ അമ്മയും മകളും അത് നോക്കിനിന്നു.

"ഇനി ഞാൻ പോട്ടേ.......?"

"ഈ മഴേത്തോ."

കണാരൻ കണ്ണുരുട്ടി ചിറി കോട്ടി നടന്നു. "ഒരു ജീവിതം തന്നെ." നടന്നകലുന്ന അയാളെ അവർ നോക്കി നിന്നു.

"ദൈവത്തിന്റെ കളിയാണമ്മേ.."

"എന്ത് കളീ? മനുഷ്യന്മാരുണ്ടാക്ക്യേത്. നല്ല തറവാട്ടുകാർ, കഴിഞ്ഞുകൂടാൻ വഴിയുള്ളവർ, ഏട്ടന്മാരൊക്കെ നല്ല നിലയിൽ, ഇവന്റേത് പിടിച്ചടക്കി അവരിവനെ പുറത്താക്കി, പോരാഞ്ഞാലിങ്ങന്യാ."

എഴുപത്തിയെട്ട്

മഴ ചാറിച്ചാറി പെയ്യുന്ന ഒരു വൈകുന്നേരം അപ്പുനായർ ചൂട്ടുമായി പുറപ്പെട്ടു.

"ഇതെത്ര ചൂട്ടുണ്ടപ്പേട്ടാ?"

"നൂറ്റിയമ്പതോളംണ്ട്."

"ഇത് വിൽക്കാനെവിട്യെത്തണം."

"ചിലപ്പോൾ ബജാറിൽ, അല്ലെങ്കിൽ കാരപ്പറമ്പിൽ."

"അപ്പോഴേക്കിത് മഴകൊണ്ട് നനഞ്ഞുപോവില്ലേ?"

"അത് ശെരി, നിയ്യാ പഴയ പനയോലയെടുത്തിതിന്റെ മീതെയിട്." അയാൾ നിന്നു.

"ചായപ്പൊടീം കടലക്കീം വേണം." അയാൾ മൂളി.

സന്ധ്യയോടെ മഴയുടെ ശക്തി കൂടി. സരോജിനിയമ്മ വിളക്ക് കത്തിച്ചുതൂക്കി. ഒന്നുരണ്ടില്ലി പൊട്ടിയ ശീലക്കുടയുമായെത്തിയ നാരായണൻനായർ കുട കോലായിലേക്ക് വലിച്ചെറിഞ്ഞ് മുറ്റത്ത് തല കുമ്പിട്ടിരുന്നു. അപ്പോഴേ അവർ കണ്ടുള്ളൂ.

"ആർക്ക് വേണ്ടീട്ടാ ഈ മഴേത്തിരുത്തം?" അയാൾ അത് കേട്ടതായി ഭാവിച്ചില്ല.

"അച്ഛാ....?" ഇളയമകൻ താഴെയിറങ്ങി.

"കോലായിലേക്ക് കേറ്." അവർ കുട്ടിയുടെ നേരെ തിരിഞ്ഞു. നേരിയ കാറ്റടിച്ചു. അതോടെ വിളക്ക് കെട്ടു.

"ആ ചിമ്മിണിവിളക്ക് കത്തിച്ചോണ്ട് വാ." അവർ മൂത്ത മകനെ നോക്കി. വിളക്കുമായി കുട്ടിയെത്തുമ്പോഴേക്കും അവർ അയാളെ കോലായിലെത്തിച്ചു.

"രാവിലെ പോകുമ്പംങ്ങിനായിനോ?"

"യ്യ് പോടീ..."

"നാവി നൊന്നുംല്ല."

"പോടീ..."

അവർ തോർത്തെടുത്തുകൊണ്ട് വന്ന് അയാളുടെ തല തോർത്തിച്ചു.

"ഇട്ടതൊന്ന് മാറ്റിൻ" അകത്തുപോയി മുണ്ടും ബനിയനും കൊണ്ടുവന്ന് അയാളുടെ നനഞ്ഞൊലിക്കുന്ന മുണ്ടും കുപ്പായവും മറ്റും മാറ്റിച്ചു. ഒരു കോപ്പ ചൂടുള്ള കഞ്ഞിവെള്ളം കൊണ്ടുവന്നു കുടിപ്പിച്ചു.

"കിടക്കണം." അയാളെ കൈപിടിച്ച് അകത്തേക്ക് കൂട്ടിക്കൊണ്ടുപോയി. "വീഴാതിവിടെ നിക്കിൻ, വിളക്കെടുക്കട്ടെ." അയാൾ കട്ടിലിന്റെ തലയ്ക്കൽ വാതിൽപ്പൊളിയും പിടിച്ചുനിന്നു. അവർ കിടക്ക തട്ടിവിരിച്ചു. അയാളെ കിടക്കാൻ സഹായിച്ചു.

മഴയുടെ ശക്തി കുറഞ്ഞില്ല. കുട്ടികൾ പഠിച്ചത് ചൊല്ലി ഭക്ഷണം കഴിച്ചുറങ്ങി. അവർ കോലായിലെ ബെഞ്ചിൽ ജ്യേഷ്ഠനേയും നോക്കിയിരുന്നു.

"ഈ മഴേത്തെവിടെപ്പോയീ മനുഷ്യൻ." അവർക്ക് സങ്കടം വന്നു. വളരെ വൈകിയേ തണുത്ത് വിറച്ച് പനയോലയും ചൂടി അയാളെത്തിയുള്ളൂ.

"അപ്പേട്ടനെന്തിത്ര വൈകീ?"

"മഴ പെയ്യുന്നത് കാണുന്നില്ലേ?" അയാൾ കൈയിലെ പൊതികൾ നീട്ടി.

"നേരംച്ചിര്യായി, അപ്പേട്ടൻ മേൽ കഴുകി മുണ്ട് മാറ്റി വരിൻ."

"നാരായണനെത്തീലേ?"

"എത്തി."

അയാളും ഭക്ഷണം കഴിച്ചുറങ്ങാൻ കിടന്നു. അവർ പിന്നേയുമിരുന്നു.

'വിവാഹത്തിനുശേഷം ജീവിതത്തിലെപ്പോഴെങ്കിലും സ്വൈരംണ്ടായിട്ടുണ്ടോ?' അവർ ആലോചിച്ചുപോയി.

എഴുപത്തിയൊമ്പത്

കനത്ത മഴ കാരണം അന്ന് കാലത്ത് മാസ്റ്റർ പുറത്തിറങ്ങിയില്ല.

"ഇന്നെന്ത് പറ്റി?" ഭാര്യ അടുത്തേക്ക് ചെന്നു.

"ഈ മഴേത്തെവിടെ പോകാൻ?" ചാരുകസേരയിലിരുന്ന അയാൾ പ്രതികരിച്ചു.

"വെള്ളം നല്ല കയറ്റാ, വയലിലെ വരമ്പൊന്നും കാണുന്നില്ല."

"വെള്ളം കയറട്ടേ, നെല്ലിന്റെ കഥ കഴിഞ്ഞു."

"പിന്നെ ആലേന്റെ പിന്നിലെ ആ പന മുറിപ്പിച്ചു കൂടേ?"

"ശെരിയാ, നല്ല മൂപ്പായിട്ടുണ്ട്."

"ഇപ്പം മുറിച്ചാൽ മുത്തിന് വിൽക്കാം."

"ഞാനാ മുറിക്കാരനെയൊന്ന് കാണട്ടെ." അയാൾ എഴുന്നേറ്റു.

ബജാറിലെത്തിയപ്പോഴേക്കും അയാളുടെ കുടയുടെ ഒരില്ലി ബന്ധം വിട്ടു. അത് ഘടിപ്പിച്ചുകൊണ്ട് അയാൾ ചായപ്പീടികയിലേക്ക് കയറി.

"ആ മരംമുറിക്കാരനിവിടെ വന്നു പോയോ?"

"ഇല്ലല്ലോ?"

"വന്നാൽ ഞാനന്വേഷിച്ചെന്ന് പറയണം."

മലയിൽനിന്ന് വെള്ളം കുത്തിയൊലിച്ചത് കാരണം റോഡ് ഒന്നു രണ്ടിടത്ത് പൊട്ടി. പൊട്ടിയ സ്ഥലത്ത് വെള്ളം ഓളംവെട്ടി നുരച്ചു. തൊട്ടടുത്ത കണ്ടത്തിലെ നെല്ല് മണ്ണിൽ മുടി. അതും താണ്ടി വേണ്ടിയിരുന്നു കൊമ്പൻമീശ ചോയിക്കുട്ടിക്കെത്താൻ. അയാൾ മരംവെട്ടുകാരനുമായിരുന്നു. മാസ്റ്റർ കണ്ടക്കുട്ടിയുടെ പീടികയിലേക്ക് തിരിഞ്ഞു. അവിലിടിക്കാരി പാത്തുമ്മയ്ക്ക് ചായപ്പൊടി പൊതിയുകയായിരുന്നു കണ്ടക്കുട്ടി. മാസ്റ്ററെ കണ്ട് ഉമ്മ ഒരു ഭാഗത്തേക്കൊതുങ്ങിനിന്നു.

"ഉമ്മോ, രാത്രി തേങ്ങയെങ്ങാനും വീണോ."

"ഞമ്മള് നോക്കീട്ടില്ല."

"അതെന്തേയ്."

"ഞമ്മളത് നോക്കാറില്ല."

"ഓഹോ....." അയാൾ പിന്നീടൊന്നും ചോദിച്ചില്ല. ഉമ്മ സാധനങ്ങൾ വാങ്ങിപ്പോയി.

"ഓള്പ്പം നിലത്തൊന്നും അല്ല."

"അല്ലല്ല."

"ഒന്നും പറയണ്ട അച്ഛനും ചെക്കനുംല്ലാത്ത, ജാതീം മതോംല്ലാത്ത ചില ചണ്ട്യളുണ്ടിവിടെ."

"നേരാ"

"വലിയ വായനശാലക്കാരാന്നാ ഭാവം, ഇപ്പത് നടക്കുന്നുണ്ടോ കണ്ടക്കുട്ട്യേ?"

"അതിന് കൊഴപ്പൊന്നുംല്ല."

"നടക്കട്ടെ, നടക്കട്ടെ."

"മ്പളെ വേദീന്റെ കാര്യാ കഷ്ടം."

"എല്ലാറ്റിനും ഞാൻ തന്നെ വേണ്ടേ?"

"വേണം, തമ്പുരാൻ മുന്നിട്ടിറങ്ങാഞ്ഞാലൊന്നും നേര്യാവില്ല."

"ഒന്ന് സ്വസ്ഥാവട്ടെ."

"ആ പനയൊന്ന് മുറിക്കണം." അയാൾ തലക്കുടയും ചൂടിയെത്തിയ ചോയിക്കുട്ടിയെ നോക്കി.

"മഴനിന്നാലിന്ന് തന്നെ മുറിക്കാം." ഒരു പണിക്ക് വേണ്ടി കാത്തിരുന്ന അയാൾ കേട്ടപാടെ സമ്മതിച്ചു.

"എന്നാൽ വേഗെത്തിക്കോ, ഞാനവിടണ്ടാവും." അയാൾ നടന്നു.

എൺപത്

മഴയും ഇടയ്ക്കിടയ്ക്കുണ്ടാവുന്ന ശക്തിയിലുള്ള കാറ്റും കാരണം മലയടിവാരത്തിലെ ചെറുമക്കളുടെ കൂരകൾ പലതും ചെരിഞ്ഞു നിലം പതിക്കുമെന്ന മട്ടായി. രാമനും കര്യാത്തനും തനിയൻകുട്ടിയുമൊക്കെ പണിയൊന്നുമില്ലാതെ കുത്ത് കൊടുത്തു നിർത്തിയ അവരുടെ കൂരകളിൽ ചടഞ്ഞുകൂടി. രാമന്റെ അമ്മ രായിക്ക് സുഖക്കേടായി. ഒരു വായുഗുളിക വാങ്ങിക്കൊടുക്കാൻപോലും അയാൾ വിഷമിച്ചു.

മാസ്റ്റർ പന മുറിപ്പിച്ചു വിൽക്കുന്നത് എല്ലാവരുമറിഞ്ഞു. പന വാങ്ങാൻ പലരും അവിടെയെത്തി.

"തമ്പുരാനേ നിക്കൊരടി പന തരിൻ." മുറിച്ചതിന്റെ പിറ്റേദിവസം മാണിക്കമെത്തി.

"പൈെസ ണ്ടോ?"

"ഇല്ല."

"ഇതങ്ങിനെ കടം തന്നാലൊക്കില്ല മാണിക്കേ."

"പറയുന്ന അവധിക്ക് തരാം."

"പറ്റില്ല." അവൾ തിരിച്ചുപോയി.

"ഒരുളുപ്പുംല്ലാതെ കടത്തിന് വരും." നടന്നകലുന്ന അവളെ അയാൾ നോക്കിക്കൊണ്ട് നിന്നു. പലരോടും അയാൾക്കങ്ങനെ പറയേണ്ടിവന്നു.

കൈയിൽ ഒരോട്ടുകിണ്ടിയുമായെത്തിയ മാധവിയമ്മ അയാളുടെ മുമ്പിൽ നിന്നു.

"മാധിവ്യേ, നിന്നെ പേടിണ്ടായിട്ടല്ല, ഇത് വാങ്ങിവെച്ചെങ്കിലേ പൈസ തരാൻ നിണക്ക് ചൂടുണ്ടാവൂ." അവർ മിഴിച്ചു നിന്നു. അയാൾ കിണ്ടി വാങ്ങി തിരിച്ചും മറിച്ചും നോക്കി. "നല്ല ഓടല്ലെത്?" അയാൾ അതിൽ വിരൽകൊണ്ട് മുട്ടി.

"ഞാനത് തൂക്കി വാങ്ങിയതാ."

"ഇതാ പറയുന്നത് ഉണ്ടാക്കിക്കുന്നതിന്റെ ഗുണം കിട്ടില്ലാന്ന്. ഏതായാലും നീ പന വാങ്ങ്, ഇത്വ്ടെ നിൽക്കട്ടെ. പിന്നൊരു കാര്യം ഇത് വേഗം വാങ്ങിക്കൊണ്ടു പോകണം."

അങ്ങനെ അവർ ഒരടി ഈറൻപനയ്ക്ക് വിലയായി ഒന്നേകാലുറുപ്പികയ്ക്ക് കിണ്ടി പണയം കൊടുത്തു. ചെത്ത് കൂലിയായി ആശാരിക്ക്

നാലണ റൊക്കമായും കൊടുത്തു പന വാങ്ങി. പന വിറ്റു തീർന്നപ്പോഴേക്കും പലരുടെയും കിണ്ടിയും കിണ്ണവുമെല്ലാം അയാളുടെ പക്കൽ പണയമായി വന്നുചേർന്നു.

"ഒരടി പന കിട്ടിയാൽ?" പിറുങ്ങാച്ചിയും മാളുവമ്മയുമൊക്കെ മനസിൽ വിചാരിച്ചു. എന്നാൽ ഒരുവിധത്തിലും അവർക്ക് ഒന്നരയുറുപ്പിക ഒപ്പിച്ചെടുക്കാനായില്ല. എന്നിട്ടും പിറുങ്ങാച്ചി പോയിനോക്കി.

"നിയ്യെന്തിനാ വന്നത്?" കണ്ടപാടെ മാസ്റ്റർ അടുത്തെത്തി.

"പനയ്ക്ക്."

"അതിന് പന വിറ്റു തീർന്നില്ലേ?" അവൾ തൂമ്പറ്റവും മിരടറ്റവും ചെത്തിയെടുത്ത പനയുടെ അടിപ്പാത്തി നോക്കി നിന്നു. മാസ്റ്ററുടെ ഭാവം ശ്രദ്ധിച്ച അവൾ പിന്നീടവിടെ നിന്നില്ല.

അവൾ നേരെ മാളുവമ്മയുടെ പുരയിലേക്ക് നടന്നു. "ഞ്ഞോട്ട് കേറിരിക്ക്" ഉമ്മറത്തിരുന്ന മാളുവമ്മ അവളെ കണ്ടപാടേ എഴുന്നേറ്റു. അവൾ മടിച്ചു മടിച്ചു കോലായത്തിണ്ടിൽ ചെന്നിരുന്നു. "എവിട്യായിനി പോയത്?" അവൾ എല്ലാം പറഞ്ഞു. അവർ കട്ടൻ ചായയും ചക്കക്കുരു ചുട്ടതും കൊണ്ടുവന്ന് കൊടുത്തു.

"ഇനി ഞാൻ പോട്ടേ?"

"നിൽക്ക്." പനയുടെ രണ്ട് ചെത്തല് അവർ അവൾക്ക് കൊടുത്തു.

"അമ്മൻച്ചം പനയെടുത്തീനോ?"

"ഇല്ല."

"പിന്നെത്?"

"മാധവിയേടത്തി എടുത്തതിൽ നിന്ന് രണ്ടവ തന്നതാ." അവളുടെ കണ്ണുകൾ പ്രകാശിച്ചു.

എൺപത്തിയൊന്ന്

മിഥുനമാസം പകുതി പിന്നിട്ടു. മഴയുടെ ശക്തി കുറഞ്ഞില്ല. ഗ്രാമത്തിന്റെ പല ഭാഗങ്ങളും വെള്ളത്തിനടിയിലായി. തെക്കതിർത്തിയിലെ പുഴ കര കവിഞ്ഞൊഴുകി. പുഴക്കരയിലെ പലരും വീടൊഴിഞ്ഞു. പ്രകൃതിയുടെ ഇരുണ്ട ഭാവത്തിന് കനം കൂടി.

ഓഹരി ഭാഗത്തിന് ശേഷം വല്ലപ്പോഴും മാത്രമേ കണാരുനായർ അമ്മയെ കാണാൻ പോയുള്ളൂ.

"അമ്മയുടെ മൂത്ത മോൻ ഞാനല്ലേ" ഒരിക്കൽ അയാൾ ചോദിച്ചു.

"അല്ലെന്ന് പറഞ്ഞില്ലല്ലോ?"

"അമ്മയുടെ ഈ മട്ടുംമാതിരിയും കാണുമ്പം അങ്ങിനല്ലാന്ന് തോന്ന്വാ."

"എന്താ അങ്ങനെ തോന്നാൻ."

"മൂത്ത മോനെന്ന നിലയ്ക്ക് ഞാൻ ചെയ്യേണ്ടത് ചിലതൊക്കെല്ലേ?"

"അതുകൊണ്ടല്ലേ ഇത് വരേം നീ കാര്യം കൊണ്ടുനടന്നത്?"

"കാര്യം എന്റെ കയ്യിൽ നിന്ന് പോവ്വീം ചെയ്തില്ലേ?"

"കുടുംബം വലുതായിപ്പോയാലങ്ങന്യാ."

"ഇനീം അമ്മേ ന്റെ കാര്യം ഞാനല്ലേ നോക്കേണ്ടത്?"

"എന്ത് കാര്യം?"

"അമ്മേന്റെ ചിലവിന് നിർത്തിയ പറമ്പിന്റെ കാര്യവും മറ്റും."

"നിന്റേത് തന്നില്ലേ? ഇനിയെന്റേത് ഞാൻ തന്നെയാകാം."

"അമ്മയെന്നെ വേറെയാക്കി."

"അങ്ങിന്യാണെങ്കിൽ എല്ലാരേം വേര്യാക്കീലേ?"

"എല്ലാം എന്നെ ഒഴിവാക്കാനുള്ള സൂത്രായിനി."

"അല്ല മോനേ, ഓരോരുത്തരുടേം നിൽക്കക്കള്ളിക്ക് വേണ്ടിയാണത് ചെയ്തത്."

"ഇനി അമ്മയെ നോക്കാനാരാ?"

"നിങ്ങൾ മക്കളായിട്ട് നാലഞ്ചാളില്ലേ?"

"എന്നാൽ അമ്മയെ ഞാൻ നോക്കിക്കോളാം."

"അതൊക്കെ വലിയ ബുദ്ധിമുട്ടാ, നീയീ തരുന്ന അളവുകൊണ്ട് മാത്രം നിക്ക് കഴിഞ്ഞുകൂടാനാവില്ല, ഞാനിനിയെന്തിനാ അങ്ങിനെ ബുദ്ധി മുട്ടുന്നത്."

"അമ്മയ്ക്കെന്നെ വിശ്വാസംല്ല, അമ്മയെന്നെ വേറെയാക്കീ."

"എനിക്കങ്ങനെയൊരു തോന്നലില്ല. പിന്നെ നിണക്കങ്ങിനെ തോന്നി യാൽ എനിക്കെന്ത് ചെയ്യാൻ കഴിയും?"

"ആട്ടെ, ഒക്കെ ത്രേള്ളൂ" അയാൾ തല കുനിച്ചു.

എൺപത്തിരണ്ട്

നല്ലമ്പരയുടെ ചോക്കമൂരിയുടെ ഭേദമായ സുഖക്കേട് വീണ്ടും അധി കരിച്ചു. ഇനിയെന്താ ചെയ്യ എന്ന ഘട്ടമെത്തിയപ്പോളാണ് അയാളും ഭാര്യയും ഒരുദിവസം ഗ്രഹസ്ഥിതിയറിയാൻ ഗ്രാമത്തിലെ ഒരേയൊരു കണിയാൻ അപ്പുപ്പണിക്കരെ സമീപിച്ചത്.

"എന്തിനാ?" ഉമ്മറത്ത് ചടഞ്ഞിരുന്ന അയാൾ അവരെ പരുഷമായി നോക്കി.

"ഒര് രാശി വേണ്ടീനി."

"ഞാനിപ്പം രാശിവെക്കാറില്ല."

"മോള് പോയതിൽ പിന്നിങ്ങന്യാ." അപ്പോഴേക്കും പണിക്കത്തിയാ രെത്തി. അക്കഥയൊന്നും അവരറിഞ്ഞിരുന്നില്ല. പെൺകുട്ടികളിൽ മൂത്ത വൾ കല്ലുകൊത്തുകാരൻ ചെറുമൻ യുവാവിന്റെ കൂടെ ഒളിച്ചോടിയിട്ട് ദിവസങ്ങളേ ആയിട്ടുള്ളുവെന്ന് പണിക്കത്തിയാരിൽനിന്ന് കേട്ടതോടെ അവർ തിരിച്ചുപോയി.

രായിയുടെ സ്ഥിതി കൂടുതൽ വഷളായി. അവളുടെ ഭാവി പരുങ്ങലിലായി. നല്ലമ്പര തന്റെ സ്ഥിതിക്കൊത്ത ഒരു വരനെ അന്വേഷിക്കുന്നതിനിടയ്ക്കായിരുന്നു അത് സംഭവിച്ചത്. പെട്ടെന്നുണ്ടായ ക്ഷോഭം കാരണം അയാൾ അവളെ വല്ലാതെ മർദിക്കയും ചെയ്തുപോയി. മഴ അടച്ചുകെട്ടി പെയ്യാൻ തുടങ്ങിയതോടെ കിടന്നിടത്ത് നിന്നെഴുന്നേൽക്കാനാവാത്ത പരുവത്തിലായിപ്പോയി അവൾ.

"ഇനിയെന്താവ്ളെ കണ്ടത്?" ഒരു സന്ധ്യക്ക് മുരിക്കരികെ തലയും താഴ്ത്തിയിരുന്ന അയാളുടെ അടുത്തേക്ക് അവൾ ചെന്നു. അയാൾ അത് കേട്ടതായി ഭാവിച്ചില്ല. "പറയ്യിൻ, യിനിയെന്താവളെ കണ്ടത്" അവളെ രൂക്ഷമായൊന്ന് നോക്കി ചുവന്നു കലങ്ങിയ കണ്ണുകളോടെ എഴുന്നേറ്റു പെരുംമഴയെ കൂസാതെ അയാൾ നടന്നു.

"യ്യെങ്ങോട്ടാ?" അപ്പോൾ ബജാറിലേക്ക് കുടയും ചൂടിയെത്തിയ അപ്പുനായർ അയാളുടെ മുന്നിൽനിന്നു. അതിന് മറുപടിയുണ്ടായില്ല.

"എടോ നല്ലമ്പരേ, നെണക്കെന്ത് പറ്റീ?"

"തലയ്ക്ക് വല്ലാത്തൊരിത്." അയാൾ തലയിലൂടെ ഒലിച്ചിറങ്ങുന്ന വെള്ളം രണ്ട് കൈകൊണ്ടും വടിച്ചു. അപ്പുനായർ തുറിച്ചുനോക്കി.

"എന്നിട്ട് നിയ്യെങ്ങോട്ടാ?"

"അതറിയില്ല."

"എന്നാൽ മഴ കൊള്ളാതിവിടെവിടെങ്കിലും കയറി നിൽക്ക്."

"ഞാനെവിടേം നിക്കുന്നില്ല" അയാൾ നടന്നു.

പൂട്ടിയിട്ട പീടികക്കോലായിൽ മഴ തോരാൻവേണ്ടി കാത്തുനിന്ന തനിയൻകുട്ടിയോടും രാമനോടും അയാൾ ആ വിവരം പറഞ്ഞു.

"അക്കുടയൊന്ന് തരിൻ ഞങ്ങളൊന്ന് പോയി നോക്കട്ടെ." തനിയൻകുട്ടി കൈനീട്ടി.

"വേഗം വരണം ഞാനിവിടിരിക്കും." അയാൾ തലയിൽനിന്ന് കുടയെടുത്തു നീട്ടി.

എൺപത്തിമൂന്ന്

ശക്തിയിലുള്ള കാറ്റും മഴയോടെയുമായിരുന്നു അന്ന് പുലർന്നത് തന്നെ. "കാര്യം ഇതത്ര നല്ലതിനല്ലല്ലോ." പ്രകൃതിയുടെ ആ മട്ടില്ലാത്ത മാതിരി കണ്ടപ്പോൾ ചീരുവമ്മ പറഞ്ഞുപോയി.

"എന്താണമ്മേ?" മകൾ അടുത്തേക്ക് ചെന്നു.

"നീയ്യീ കാറ്റും മഴേം കാണുന്നില്ലേ?"

"ണ്ട്, ഇതത്ര നല്ലതിനല്ലല്ലോ."

അന്ന് മുഴുവൻ ഇടയ്ക്കിടയ്ക്ക് കനത്ത മഴയോടൊപ്പം ശക്തിയിലുള്ള കാറ്റും അടിച്ചുകൊണ്ടേയിരുന്നു. വൈകുന്നേരമായപ്പോഴേക്കും മഴയുടെയും കാറ്റിന്റെയും ഭാവം മാറി. "കലിയുടൊരു കളി" വൈകുന്നേരമെത്തിയ മാസ്റ്റർക്കിരിക്കാൻ കണ്ടക്കുട്ടി സ്റ്റൂള് നീക്കിയിട്ടു.

"ഇതൊന്ന് പറ്റിക്കുംന്നാ തോന്നുന്നത്."

"പറ്റിക്കും, പറ്റിക്കും, ഇവിടുത്തെ ആളുകൾ മുഴുവൻ പറ്റിക്കാൻ മിനക്കെടുന്നവരാ, ഇനി പ്രകൃതിയും പറ്റിക്കട്ടേ." ഇരിക്കാതെ അയാൾ ധൃതിയിൽ ഇറങ്ങിനടന്നു.

കാറ്റതിന്റെ തനിരൂപം കാണിച്ചു. നിമിഷംതോറും അതിന്റെ ശക്തി കൂടിക്കൂടി വന്നു. ആ ഭാവപ്പകർച്ച കണ്ടു ഗ്രാമമാകെ ഞെട്ടി. എല്ലാവരും ഭയന്നുപോയി. പലയിടത്തും പലതും പൊരിഞ്ഞുവീണു. ശക്തിയിൽ നിന്നത് വീണ്ടും ശക്തിപൂണ്ടു. അതൊരു ചുഴലിയായി മാറി. ഗ്രാമം മുടി യഴിച്ചു തുള്ളുന്ന ഒരു യക്ഷിയുടെ ഭാവത്തിലായി. ഐസിൻകട്ടകൾ വീണു. എങ്ങും അലർച്ചയായിരുന്നു. നിമിഷങ്ങളേ അത് നീണ്ടുനിന്നു ള്ളു. അപ്പോഴേക്കും പറഞ്ഞാൽ തീരാത്ത അനർഥങ്ങൾ അതെല്ലാടവും വരുത്തി.

"എന്താ വല്ല്യമ്മയുറങ്ങിയില്ലേ?" വൈകിയെത്തിയ ഗോപി അവരുടെ മുന്നിൽ നിന്നു.

"എങ്ങിനാ മോനേ ഉറക്കം വരാ, രാവിലെ പോയോനല്ലേയ്, എന്തൊ ക്കെയാണ് വ്ടണ്ടായതെന്നറിയ്യോ?"

"ശെര്യാ, ചുഴലി ഈ ാ വട്ടത്തേയുണ്ടായിട്ടുള്ളു വല്ല്യമ്മേ."

"കാറ്റോ?"

"അതെല്ലാടവുമുണ്ട്."

"നാരായണ, നാരായണ കാറ്റിനും വകഭേദംണ്ടോ?" അവർ ദീർഘ നിശ്വാസത്തോടെ മിഴിച്ചു നിന്നുപോയി.

എൺപത്തിനാല്

കരിമ്പിൻതോട്ടത്തിൽ കടന്ന ആന കണക്കെ ചുഴലി നിമിഷനേ രംകൊണ്ട് ഗ്രാമത്തെ ആകെ ഒന്നിളക്കിമറിച്ചു. അതിന്റെ രൂക്ഷത യേൽക്കാത്ത ഒരിടംപോലും അവിടെയുണ്ടായില്ല. പിറ്റേന്ന് പുലർന്നപ്പോ ഴേക്കും ഭീതിപ്പെടുത്തുന്ന കഥയേ എല്ലാവർക്കും പറയാനുണ്ടായുള്ളു.

മഴ കുറഞ്ഞ തെളിച്ചമുള്ള പകൽ. അതിരാവിലെ കുടയുമായി മാസ്റ്റർ പുറത്തിറങ്ങി. നടത്തത്തിൽ അയാളുടെ നെഞ്ചിടിച്ചു. ബജാറിൽ ആളന ക്കമില്ലായിരുന്നു. ശങ്കരൻ നായർ കിടന്നിടത്ത് ചുരുണ്ട് കിടക്കുന്നത് ആരെന്നറിയാൻ അയാൾ അങ്ങോട്ട് ചെന്നു. ഭ്രാന്തൻ കണാരൻ! അപ്പോ ഴായിരുന്നു ചായക്കാരൻ ചോയിക്കുട്ടിയെത്തിയത്.

"എന്തിത്ര താമസിച്ചു?"

"ഒന്നും പറയണ്ട തമ്പുരാനേ, പറമ്പിലേക്കെണ്ണം പറഞ്ഞ ഏഴെട്ട് തെങ്ങ് നടുപൊട്ടി വീണു."

"വിശേഷംണ്ടോ?" അപ്പോഴേക്കും കുന്നിറങ്ങിയെത്തിയ ചന്തപ്പന് നേരെ അയാൾ തിരിഞ്ഞു.

"കുന്നിന്റിറക്കിൽ ഇനിയൊന്നും ബാക്കീല്ല."

"എന്താ നീ പറയുന്നത്?"

"തെങ്ങായ തെങ്ങൊക്കെ നടുപൊട്ടി കിടക്കാ."

"എന്റെ പറമ്പിലീം."

"കാറ്റിന് ഒരു വ്യത്യാസോം കണ്ടില്ല."

അൽപ്പം കഴിഞ്ഞേ അധികാരിയും ചാത്തുക്കുട്ടിനായരും ചന്ദ്രനും ഗോപിയുമൊക്കെ അവിടേക്കെത്തിയുള്ളു. എന്തൊക്കെയാണ് സംഭവിച്ചതെന്നറിയാനുള്ള വെമ്പലായിരുന്നു എല്ലാവർക്കും. വന്നവർ വന്നവർ അവരവർക്കുണ്ടായിട്ടുള്ള കെടുതികളെപ്പറ്റി പറഞ്ഞു. ഒന്നും പറയാനില്ലാത്തവർ ഇല്ലായിരുന്നു. മാസ്റ്ററും അധികാരിയും ഒന്നിച്ചു കുന്നിറക്കിലേക്ക് പുറപ്പെട്ടു. പിന്നാലെ ചന്ദ്രനും ഗോപിയും കൊമ്പൻമീശ ചോയിക്കുട്ടിയും പ്രഭാകരനും മറ്റും ഒരു സംഘമായി പുറപ്പെട്ടു. ഗ്രാമമൊട്ടാകെയായിരുന്നു അവരുടെ ലക്ഷ്യം. അതിൽ മാസ്റ്ററുടെയും അധികാരിയുടെയും മറ്റും സ്ഥലങ്ങൾ കൂടി പെട്ടു.

സന്ധ്യക്കേ അവർ ബജാറിൽ തിരിച്ചെത്തിയുള്ളൂ.

"എങ്ങിനണ്ട്?" കണ്ടക്കുട്ടി തെരക്കി.

"കനത്ത നഷ്ടാ, ഇരിക്കാക്കൂര പൊളിഞ്ഞു പോയവരുടേതാ വലിയ കഷ്ടം."

ഗോപി പ്രതികരിച്ചു.

"അമ്പലം വീണതറിഞ്ഞില്ലേ?"

"ഇല്ല."

"അധികാരി തമ്പ്രാനും മാസ്റ്റർ തമ്പ്രാനും അങ്ങോട്ട് പോയതാ. ഞാനും അത് കണ്ടെത്തീട്ടേള്ളു, പോറ്റീന്റൊരു കഷ്ടം!"

"ആളുകൾക്കിവിടെ കഷ്ടാ, പിന്നല്ലെ പോറ്റീ?" പ്രഭാകരൻ അയാളെ നോക്കി. എങ്കിലും അവർ സംഘമായിത്തന്നെ അമ്പലത്തിലേക്ക് പോയി. ആർക്കൊക്കെ എങ്ങനെയൊക്കെ സഹായങ്ങളെത്തിക്കാമെന്ന ആലോചനയിലായിരുന്നു അവർ.

"നീയ്യെവിടെയായിരുന്നിത്രേം നേരം?" ചീരുവമ്മ സന്ധ്യക്കെത്തിയ അയാളുടെ മുന്നിലെത്തി. അന്ന് കണ്ട എല്ലാ കാര്യങ്ങളും അയാൾ അവരോട് വിസ്തരിച്ചു.

"ഈ പ്രകൃതീനോടാരാ കൂട്ട്യാക്കുടാ, പോറ്റീംകൂടി തോറ്റില്ലേ?" അവരുടെ ആ ഭാവം അയാൾ നോക്കി നിന്നതേയുള്ളൂ.

എൺപത്തിയഞ്ച്

ആ സംഘത്തിന്റെ പിന്നീടുള്ള പ്രവർത്തനം വായനശാല കേന്ദ്രീകരിച്ചായി. രണ്ടുമൂന്ന് ദിവസങ്ങൾ അവർക്ക് തിരക്കേറിയതായിരുന്നു. അപ്പോഴേക്കും ചുഴലി ഗ്രാമത്തിൽ വരുത്തിവെച്ച കെടുതികളെപ്പറ്റി വേണ്ട

പ്പെട്ടവരൊക്കെ അറിഞ്ഞു. പത്രങ്ങളിൽ അതിന്റെ വാർത്തകളും ഫോട്ടോകളും വന്നു. നഗരത്തിൽ താമസിക്കുന്ന എം എൽ എ ക്ക് ഒഴിഞ്ഞുനിൽക്കാനായില്ല. അയാളും കെടുതികൾ നേരിൽ കാണാനെത്തി. അതിന്റെയൊക്കെ ഫലമായി വേണ്ടപ്പെട്ട ഗവൺമെന്റുദ്യോഗസ്ഥർ സ്ഥലം സന്ദർശിച്ചു. കൂരകൾ തകർന്നുപോയവർക്ക് ചുരുങ്ങിയ തോതിലുള്ള ധനസഹായങ്ങൾ ഉടനെ കിട്ടി. അധികാരിക്കും ചുമതലകളിൽ നിന്ന് ഒഴിഞ്ഞുനിൽക്കാനായില്ല. എന്നാൽ മാസ്റ്ററുടെ ദേഷ്യം കൂടിയതേയുള്ളൂ.

"ഈ എം എൽ എ യും കൂറുമാറിയോ?" ഈർഷ്യകൊണ്ട് അയാൾ ചിലരോടൊക്കെ ചോദിച്ചുപോയി.

അമ്പലത്തിന്റെ തകർച്ച കേന്ദ്രീകരിച്ചായി അയാളുടെ പിന്നീടുള്ള പ്രവർത്തനം. മറ്റു ചിലരും അതിൽ പങ്കുചേർന്നു. തങ്ങളതിന്റെ അവകാശികളല്ലെന്ന് അവർക്കറിയാമായിരുന്നു. അമ്പലം ജീർണോദ്ധാരണം സംബന്ധിച്ച് അവർ മഹാത്മാ കലാവേദിയിൽ ഒരു യോഗം വിളിച്ചുചേർത്തു. ചാത്തുക്കുട്ടി നായരും ഗോപിയും ചന്ദ്രനും പ്രഭാകരനും മറ്റും അതിൽ പങ്കെടുത്തു. അമ്പലത്തിന് വന്നുപെട്ടത് ഒരത്യാപത്താണെന്നും അതിന്റെ ജീർണോദ്ധാരണം ഗ്രാമത്തിന്റെ പുരോഗതിക്കും ശ്രേയസിനും ആവശ്യമാണെന്നും അത്തരം മഹത്തായ കാര്യങ്ങൾ ചെയ്യാൻ ഒരുമിക്കണമെന്നും പറഞ്ഞുകൊണ്ട് മാസ്റ്റർ എല്ലാവരേയും സ്വാഗതം ചെയ്തു. പലരും അഭിപ്രായങ്ങൾ പറഞ്ഞു.

"ഈ അമ്പലം മുമ്പ് ഗ്രാമത്തിലെ നാലോളം ആഢ്യജന്മികുടുംബങ്ങളുടെ അധീനതയിലായിരുന്നു. അവർ ഈ അമ്പലത്തെ മുൻനിർത്തി പല കെടുകാര്യങ്ങളും ചെയ്തിട്ടുണ്ട്, അന്ന് അവർക്ക് വേണ്ടി തുള്ളുന്ന ഒരു പ്രത്യേക വെളിച്ചപ്പാടുണ്ടായിരുന്നു. ആ ജന്മികുടുംബങ്ങൾ ഇപ്പോൾ തകർച്ചയിലാണ്. അതുകൊണ്ട് ഈ അമ്പലത്തിന്റെ തകർച്ചയും അനിവാര്യമാണ്. ചുഴലി വീഴാൻ നിന്ന അമ്പലത്തിന്റെ പതനം പൂർണമാക്കിയെന്നേയുള്ളൂ. വിശ്വാസികൾക്ക് ഇത് നിലനിർത്തണമെങ്കിൽ അങ്ങനെ ചെയ്യാം. ആരും അതിനെതിരല്ല. എന്നാൽ നിരാലംബരായ മനുഷ്യദൈവങ്ങൾ താമസിക്കുന്ന അമ്പലങ്ങളായ കൂരകൾ തകർന്നുപോയിട്ടുണ്ട്. പുനഃരുദ്ധാരണത്തിന് അവയ്ക്ക് മുൻഗണന കൊടുക്കേണ്ടതാണ്." ഗോപി അത്രയും പറഞ്ഞപ്പോഴേക്കും അവിടെ അഭിപ്രായവ്യത്യാസമായി.

"ഇനി ഒരു യോഗം കൂടി ചേർന്നിട്ടു മതി കമ്മിറ്റി രൂപീകരണം." അധ്യക്ഷം വഹിച്ച അധികാരി ഇടപെട്ടു. അതോടെ ആ യോഗം അവസാനിച്ചു.

അന്ന് രാത്രി കിടക്കാനെത്തിയ കണാരൻ തകർന്നു നിലംപറ്റി കിടന്ന അമ്പലത്തിന്റെ മുൻഭാഗം കണ്ടു പരിഭ്രമിച്ചു. അതിന്റെ മുന്നിലൂടെ പലവട്ടം അയാൾ അങ്ങോട്ടുമിങ്ങോട്ടും നടന്നു. "പോറ്റി കാണട്ടെ" അയാൾ പിറുപിറുത്തു. അവസാനം തലയും താഴ്ത്തി അയാൾ ബജാ

റിലേക്ക് മടങ്ങി. അവിടെ പൂട്ടിയിട്ട ആ പീടികക്കോലായ സ്ഥിരമായ ഒര ഭയകേന്ദ്രമായി അയാൾ മനസിൽ കണ്ടു.

എൺപത്തിയാറ്

"ഇന്ന് പോണ്ട" രാവിലെ പുറപ്പെടുമ്പോൾ സരോജിനിയമ്മ മുന്നിൽ നിന്നുകൊണ്ട് ഭർത്താവ് നാരായണൻ നായരോട് പറഞ്ഞു.

"പോണം."

"ത്തീര മുമ്പിങ്ങെത്തീട്ടേള്ളു, ഇന്നലത്തെ അമലിങ്ങക്ക് വിട്ടിട്ടില്ല, ഉറങ്ങാത്ത ക്ഷീണോംണ്ട്."

"അത് ഞാനായിക്കോളാ."

"ഇന്ന് പോണ്ടെന്നാ പറഞ്ഞത്."

"പോയില്ലെങ്കിൽ ആപ്പീസർ ചോദിക്കും" അവിടെ അവർ തോറ്റു. എങ്കിലും അയാളുടെ കുണ്ടിലെത്തിയ ആ ചുവന്നുകലങ്ങിയ കണ്ണുകളിൽ ക്ഷീണവും ഉറക്കച്ചടവും തളംകെട്ടിനിന്നത് അവരെ വല്ലാതെ വിഷമിപ്പിച്ചു. കുടയുമായി നടന്നകലുന്ന അയാളെ നോക്കിനിൽക്കാനേ അവർക്ക് കഴിഞ്ഞുള്ളു.

ഉച്ചയ്ക്ക് ചാറിയ മഴയത്ത് പിമ്പിരിയിൽ നാരായണൻ നായർ ബജാറിലെത്തി. എന്നിട്ടും റാക്കിന് വേണ്ടി അയാൾ അവിടെയൊക്കെ പരതി. ബജാറിൽ അപ്പോൾ ചരക്കെത്തിയിരുന്നില്ല.

"കമ്മള്പ്പം വ്ട നിക്കണ്ട വേഗങ്ങ് പോയ്ക്കോളിൻ." രാമുട്ടി അയാളുടെ മുന്നിൽ താണുകേണു. വഴങ്ങാതെ കുടയും പിടിച്ചു കുണ്ടനിടവഴിയിലൂടെ അയാൾ മാണിക്കത്തിന്റെ പുരയിലേക്ക് നടന്നു. ഒന്നുരണ്ടിടത്തു വീണു, കുടയുടെ ഒന്നുരണ്ടില്ലിയൊടിഞ്ഞു, കാലിന്റെയും കൈയിന്റെയും തൊലിയുരിഞ്ഞു. ഒരുവിധത്തിലയാൾ ആ മുറ്റത്തെത്തി.

"കമ്മളെന്താന്ന്ത്ര നേരത്തെ?" അയാൾ അവിടത്തന്നെ നിന്നു.

"കമ്മള് മഴയത്ത്ങ്ങന നിക്കല്ലിൻ, കോലായിലേക്ക് കേറിരിക്കിൻ, ഇത്പ്പളാവും." റാക്കുണ്ടാക്കുന്ന പണിയിലായിരുന്നു അവൾ. അതനുസരിച്ചെന്നോണം മടങ്ങാതിരുന്ന കുട താഴെയിട്ട് അയാൾ കോലായിലേക്ക് ഇഴഞ്ഞുകയറി പലകമുട്ടിയിൽ ഒരുവിധം ഇരുന്നു.

"കമ്മക്കിന്നെന്തേയ്?" അവൾ അടുത്തു ചെന്നു.

"നിന്റേതിതുവരെയായില്ലേ?"

അവൾ മുറ്റത്തുനിന്നു കുടയെടുത്തു കോലായിൽ ഒരു ഭാഗത്തു വെച്ചു.

അൽപ്പം കഴിഞ്ഞ് ഒരളവിൽ ചൂടുള്ള റാക്ക് അവൾ കൊണ്ടുവന്നു കൊടുത്തു. "ഇനീം" അയാൾ അതപ്പാടെ മോന്തി. അങ്ങനെ ഒന്നുരണ്ടു പ്രാവശ്യംകൂടി ആവർത്തിച്ചപ്പോഴേക്കും അയാൾ ഇരുന്നിടത്ത് മറിഞ്ഞു. അവൾ ഭയന്നു. പായും തലയണയും കൊണ്ടുവന്നു ചുമരോടടുപ്പിച്ചിട്ട്

അയാളെ താങ്ങി അതിലേക്ക് കിടത്തി. പതിവുകാർക്കുവേണ്ടി കാത്തിരിക്കാതെ ബാക്കിയുള്ളത് അവൾ ഒരു ടിന്നിലാക്കി ഇടവഴിയിലൂടെയല്ലാതെ മറ്റൊരു വഴിക്കിറങ്ങി രാമൂട്ടിക്ക് കൊണ്ടുപോയി കൊടുത്തു. ആരേയും അന്നങ്ങോട്ടയക്കേണ്ടെന്ന് പ്രത്യേകം പറഞ്ഞേൽപ്പിച്ചു.

"കമ്മളായിട്ട് കുശാല് തന്നെ!" അയാൾ ചിരിച്ചു.

സന്ധ്യയായിട്ടും അയാൾ ഉണർന്നില്ല. മറ്റു പണിക്കിടയിൽ അവൾ ഇടയ്ക്കിടെ അയാളെ വന്നുനോക്കി. 'ഉണരട്ടെ' ഉറങ്ങുന്ന അയാളെ നോക്കി അവൾ വിചാരിച്ചു. രാത്രിയായപ്പോഴേക്കും മഴയ്ക്ക് ശക്തി കൂടി. കുട്ടികൾക്ക് ഭക്ഷണം കൊടുത്ത് അവർ ഉറങ്ങുന്നതുവരെ അവൾ കാത്തിരുന്നു. പിന്നീട് പായിൽ കാൽക്കൽ ഭാഗത്ത് അവൾ ചെന്നിരുന്നു.

"ഈ കമ്മക്കെന്തുപറ്റീ..?" അവൾ വേവലാതിയിലായി. സമയം കടന്നുപോയി. വളരെ വൈകിയേ അയാൾ ഉണർന്നുള്ളു. ഉണർന്നപാടേ തട്ടിപ്പിടഞ്ഞെഴുന്നേറ്റ് അയാൾ പുറപ്പെട്ടു.

"ഈ പെരുംമഴേത്ത് കുത്തിയൊലിക്കുന്ന കുണ്ടനിടയിലൂടെ കൂരാക്കൂരിരുട്ടത്ത് അങ്ങെത്താനാവില്ല കമ്മളേ..." അവൾ അയാളെ തടഞ്ഞു. പല അനുനയങ്ങളും പറഞ്ഞു പിൻതിരിപ്പിക്കാൻ ആവുന്നത്ര ശ്രമിച്ചു. പോകേണ്ടെന്നു പറഞ്ഞ് അയാളെ അടങ്കംപിടിച്ചു. ഫലമുണ്ടായില്ല. ഇല്ലിയൊടിഞ്ഞ കുടയും പിടിച്ച് അയാൾ ഇറങ്ങി നടന്നു. അത് നോക്കി നിൽക്കാനേ അവൾക്ക് കഴിഞ്ഞുള്ളു.

ഇടവഴിയിൽ കുത്തിയൊലിക്കുന്ന വെള്ളത്തോടൊപ്പം ഉരുളൻകല്ലും മണ്ണും ഒഴുകി. ആ ഒഴുക്കിൽ അയാൾക്ക് കാലിടറാതെ നടക്കാനായില്ല. കല്ലിൽ തടഞ്ഞ് അയാൾ ഇടയ്ക്കിടയ്ക്ക് വീണു. എന്നാൽ ആ വീഴ്ച അവസാനത്തേതായിരുന്നു. എഴുന്നേൽക്കാനാവാതെ അയാൾ ആ മലവെള്ളത്തിൽ പെട്ടുപോയി. വയലിലെ ആ കുണ്ടിൽ അവസാനം അയാൾ ചെന്നടിഞ്ഞു. അപ്പോഴേക്കും മരവിച്ച് അതൊരു ശവമായി കഴിഞ്ഞിരുന്നു.

സരോജിനിയമ്മ അപ്പോഴും കാത്തിരിക്കയായിരുന്നു. തലേന്നു രാത്രിയും അവർ ഉറങ്ങിയിരുന്നില്ല. കൂടിക്കൂടി വരുന്ന മദ്യപാനത്തിൽ ഏതുതരത്തിലുള്ള ആപത്തായിരിക്കും അയാൾക്കു വന്നുപെടുക എന്ന ഭീതി അവരുടെ മനസിൽനിന്നൊഴിഞ്ഞിരുന്നില്ല. ഒരു നേരിയ മയക്കത്തിൽ കൊല്ലങ്ങൾക്കു മുമ്പ് നടന്നൊരു സംഭവം സ്വപ്നത്തിലെന്നോണം അവരുടെ മനസിൽ തെളിഞ്ഞു. അന്നും കാത്തിരിക്കയായിരുന്നു. കർക്കിടക മാസത്തിലെ ഒരു രാത്രി. അർധരാത്രി നേരത്ത് നാലുപേർ അയാളെ എടുത്തുകൊണ്ടുവരുന്നു. മൂത്ത ജ്യേഷ്ഠനായിരുന്നു റാന്തലും പിടിച്ചു മുന്നിൽ. "ഇവന്റെ മനസിലെന്താ, ആ മലയിറക്കിലെ പകുതി നിറഞ്ഞ കിണറ്റിലാണിവൻ വീണത്. അച്ഛൻ കാരണവന്മാരുടെ മനസുണ്ടായിട്ട് മരിക്കാതെ കിട്ടി." ജ്യേഷ്ഠൻ അന്ന് നെടുവീർപ്പിട്ടു. അപ്പോഴേക്കും മയക്കത്തിൽ നിന്നുണർന്ന് അവർ പൊട്ടിക്കരഞ്ഞു.

എൺപത്തിയേഴ്

പുലരുമ്പോഴേക്കും മഴ ശമിച്ചു. പുലർച്ചയ്ക്ക് ബജാറിലേക്ക് പുറപ്പെട്ട കൊമ്പൻമീശ ചോയിക്കുട്ടിയാണ് അത് ആദ്യമായി കണ്ടത്. ഇല്ലിയൊടിഞ്ഞ് തുണി കീറി പകുതിയടഞ്ഞ കുട നടവരമ്പ് തടഞ്ഞുകിടന്നത് കണ്ടപ്പോഴാണ് അയാൾ ശ്രദ്ധിച്ചത്. അതെടുത്ത് തിരിച്ചും മറിച്ചും നോക്കിയപാടേ അതാരുടേതാണെന്ന് അയാൾ തിരിച്ചറിഞ്ഞു. "ഇതെങ്ങിനെവ്ടെത്തീ?" അയാൾ ചുറ്റുപാടും നോക്കി. പെട്ടെന്നായിരുന്നു കുണ്ടിലേക്ക് അയാളുടെ നോട്ടം വീണത്. കലങ്ങിയ വെള്ളത്തിനടിയിൽ കണ്ട ആ രൂപം ആരുടേതാണെന്ന് പെട്ടെന്ന് അയാൾക്ക് തിരിച്ചറിയാനായില്ല. എങ്കിലും അയാളുടെ നെഞ്ച് പിടച്ചു. മനസിലൂടെ പലതും കടന്നുപോയി. ഒറ്റശ്വാസത്തിന് അയാൾ ബജാറിലെത്തി ധൃതിയിൽ ചായപ്പീടികയിലേക്ക് കയറി.

"എന്ത് പറ്റീ?"

"ആ കുണ്ടിലുണ്ടൊരാൾ" അയാൾ ഒരുവിധം പറഞ്ഞൊപ്പിച്ചു.

"ആളോ?"

ചോയിക്കുട്ടി അയാളെ നോക്കി.

"ആള് തന്നെ." അത് കേട്ടുകൊണ്ടായിരുന്നു ഒന്നുരണ്ടുപേർ അവിടേക്ക് കയറിയത്.

"ഏത് കുണ്ടിലാ?"

"അതാ അവിടെ" അയാൾ കൈ ചൂണ്ടി.

"ഒരാപ്പ് കുടിച്ചിട്ട് പോയ്ക്കോളിൻ" ചായക്കാരൻ അവരെ നോക്കി.

അവർ അവിടെയെത്തി. അൽപ്പം തെളിഞ്ഞ വെള്ളത്തിലേക്ക് അവർ ഒരുമിച്ചു നോക്കി.

"ചതിച്ചല്ലോ കമ്മളേ... ന്റെ നാരാണൻ കമ്മളേ...?" ചോയിക്കുട്ടി നെഞ്ഞത്തടിച്ചു കരഞ്ഞു. എല്ലാവർക്കും ആളെ മനസിലായി. ഒരാൾ ബജാറിലേക്ക് തിരിച്ചു. വിവരമറിഞ്ഞപ്പോൾ ചായ കുടിച്ചുകൊണ്ടിരുന്ന അപ്പുനായരുടെ കയ്യിൽ നിന്ന് ഗ്ലാസ് താഴെവീണു പൊട്ടി. അയാൾ കരഞ്ഞുകൊണ്ട് വീട്ടിലേക്ക് ഓടി.

"അപ്പേട്ടനെന്തേയ്?"

"നാരായണൻ....."

"ങേ....." മുറ്റമടിച്ചുകൊണ്ടിരുന്ന അവർ വീണുപോയി. കുട്ടികൾ നിലവിളി കൂട്ടി.

അൽപ്പസമയത്തിനുള്ളിൽ ആ വാർത്തയറിഞ്ഞു ഗ്രാമമാകെ ഞെട്ടി. പലരും അവിടെയെത്തി. എത്തിയപാടേ അധികാരി പൊലീസിൽ വിവരമറിയിക്കാൻ ആളെ അയച്ചു. പത്തുമണിയോടെ പൊലീസെത്തി. കുണ്ടിൽ നിന്ന് ശവമെടുത്തു പായിൽ കിടത്തി. കണാരുനായരും തൊട്ട

ടുത്ത ജ്യേഷ്ഠനും ഗോപിയും മറ്റും ബലംപിടിച്ചു മരവിച്ച ആ ശവം കണ്ടു തളർന്നുപോയി.

"നിക്കൊന്ന് കാണണം" ചീരുവമ്മ വാശി പിടിച്ചു. ഗോപി അവരുടെ കൈപിടിച്ചു കൊണ്ടുവന്നു. "ന്റെ മോനേ...?" കണ്ടപാടെ അവർ നെഞ്ഞത്തടിച്ചു വീണു. "നിക്കിനിയാരും ല്ലേ..." കിതച്ചുകൊണ്ടത്തിയ സരോജിനിയമ്മ അവരുടെ തൊട്ടരികെ വീണു. രണ്ടുപേരേയും വേണ്ടപ്പെട്ടവർ താങ്ങിപ്പിടിച്ചുകൊണ്ടുപോയി. എട്ടും പൊട്ടും തിരിയാത്ത ഇളയമകൻ ശവത്തിന്റെ തലയ്ക്കലിരുന്നു വിതുമ്പി.

പൊലീസുകാർ അവരുടെ പ്രവൃത്തികൾ തിരക്കിട്ടു ചെയ്തു. ശവം കിടത്തിയിരുന്ന പായിൽ തന്നെ പൊതിഞ്ഞു പ്രധാന റോഡിലേക്കെടുത്തു. അവിടെ നിർത്തിയിരുന്ന ടാക്സിയിൽ അത് പോസ്റ്റ്മോർട്ടത്തിന് കൊണ്ടുപോയി. അധികാരിയും ചന്ദ്രനും കൂടെ പോയി. വൈകുന്നേരത്തോടെ കുടുംബംവക ചുടലയിൽ അതു മറവുചെയ്തു. ആളുകൾ പിരിഞ്ഞു.

ആ രാത്രിയും സരോജനിയമ്മ ഉറങ്ങിയില്ല. പരാജയപ്പെട്ട ജന്മത്തെ അവർ ശപിച്ചു. കുട്ടികൾക്കിനിയാരുണ്ട്? ആ ചിന്ത അവരെ വിഷമിപ്പിച്ചു. ഭാവി ഇരുളടഞ്ഞതായി അവർക്ക് തോന്നി. മാണിക്യത്തിനും അന്ന് ഉറങ്ങാനായില്ല. "ന്നലെ തടഞ്ഞിരുന്നെങ്കിൽ?" അവൾ ചിന്തിച്ചുപോയി. കഴിയാഞ്ഞതിൽ അവൾക്ക് സങ്കടം വന്നു. ദിവസങ്ങൾ ചിലതു കഴിഞ്ഞു. ആ കൂട്ടുകുടുംബം പിരിഞ്ഞു. സരോജിനിയമ്മയും കുട്ടികളും അപ്പുനായരും വീണ്ടും തനിച്ചായി.

എൺപത്തിയെട്ട്

"ഗോപ്യേ നീയൊരു കാര്യം ചെയ്യണം." രാവിലെ പുറപ്പെടുമ്പോൾ അവർ അടുത്തേക്ക് ചെന്നു.

"എന്താ വല്ല്യമ്മേ?"

"ന്നെന്റെ മോന്റെ മക്കളട്ത്താക്കി തരണം."

"അതുവേണോ വല്ല്യമ്മേ, ന്നലെങ്ങോട്ടെത്തീട്ടല്ലേള്ളു?"

"വേണം, വേണം!"

"അമ്മയ്ക്കിപ്പം നടക്കാനാവില്ല, പാറയിലാണെങ്കിൽ വഴുക്കലാ, വയലിലാണെങ്കിൽ വെള്ളവും." കല്ല്യാണിയമ്മ അടുത്തെത്തി. "നിക്ക് പോണം, നടക്ക്" അവർ കുത്തിപ്പിടിക്കുന്ന വടിയെടുത്തു. അയാൾക്കതനുസരിക്കാനേ കഴിഞ്ഞുള്ളു.

അവരുടെ ഇടതുകൈ പിടിച്ച് അയാൾ സാവധാനം നടന്നു. അമ്പലത്തിന്റെ മുമ്പിലെത്തിയപ്പോൾ അവർ പാറയുടെ മുകളിൽ നിന്നു. അയാൾ പിടുത്തംവിട്ടു വടി വാങ്ങി. "പോറ്റ്യേ വലയ്ക്കല്ലേ..." അവർ കണ്ണടച്ചു കൈകൂപ്പി. പ്രാർഥന കഴിഞ്ഞതോടെ അയാൾ കൈപിടിച്ചു.

വലതുകൈയിലെ വടി കുത്തിക്കൊണ്ട് പാറയിറങ്ങി ഇടവഴി കഴിഞ്ഞു. നേർത്ത വയൽവരമ്പിലൂടെ അവർ നടന്നു. അവിടെ എത്തിയപ്പോഴേക്കും ക്ഷീണിച്ച് അവർ ബെഞ്ചിലിരുന്നുപോയി.

"ഇവിടാരുംല്ലേ...?" ഗോപി ഒച്ചയുണ്ടാക്കി.

"ണ്ട്" ഉള്ളിൽ നിന്നുള്ള നേർത്ത ശബ്ദം.

കുട്ടികളോടൊപ്പം അവർ പുറത്തേക്ക് വന്നു.

"ന്റേമ്മേ...?" കണ്ടപാടെ അവർ പൊട്ടിക്കരഞ്ഞു.

"ന്റെ മോളേ....?" അവർ എഴുന്നേറ്റു. അവർ പരസ്പരം കെട്ടിപ്പിടിച്ചു. അത് നോക്കിനിൽക്കാനേ ഗോപിക്കായുള്ളൂ.

"ഈ ദുഃഖം നമ്മക്കൊരുമിച്ചാവാ, നിയ്യ് പോയ്ക്കൊ ഗോപ്യേ...."

എൺപത്തിയൊമ്പത്

മിഥുനം അവസാനദിവസം. തെളിഞ്ഞ പകൽ. ആഴ്ചകളോളം അടച്ചുകെട്ടി പെയ്ത മഴ കാരണം പുറത്തിറങ്ങാനാവാതെ പുരകളിൽ തന്നെ കുന്തിച്ചിരുന്നവർക്കെല്ലാവർക്കും അതൊരുന്മേഷമുള്ള ദിവസമായി. മാസങ്ങളോളം പുറത്തിറങ്ങാതിരുന്ന ഉണിച്ചാത്തൻ നായർക്ക് അന്നൊന്ന് പുറത്തിറങ്ങണമെന്ന് തോന്നി. അനുജത്തിയുടെ സമ്മതം വാങ്ങി വൈകുന്നേരത്തോടെ വടിയും കുത്തി അയാൾ അമ്പലപ്പാറയിലെത്തി. കുങ്കുമച്ചോട്ടിൽ തെളിഞ്ഞ ആകാശത്തിൽ വട്ടമിട്ടു പറക്കുന്ന പറവകളെ നോക്കിക്കൊണ്ട് അയാളിരുന്നു. പച്ചക്കറിയുമായി കടപ്പുറത്തുകൂടെ നടക്കുമ്പോഴുണ്ടാകാറുള്ള ഒരനുഭൂതി അയാൾക്കുണ്ടായി.

ഇടിഞ്ഞുപൊളിഞ്ഞ അമ്പലം പറഞ്ഞുകേട്ട എന്നോ കഴിഞ്ഞുപോയ ഗ്രാമത്തിന്റെ പ്രതാപകാലത്തെപ്പറ്റിയുള്ള ചിന്ത അയാളിലുണർത്തി. അതോടെ ഒരുകാലത്ത് ഗ്രാമത്തെയിട്ട് അമ്മാനമാടിയ തകർന്ന തറവാടുകളെപ്പറ്റിയുള്ള ഓർമ അയാളെ വലിയേടത്തുകാരിലെത്തിച്ചു. അവസാനംവരെ പിടിച്ചുനിന്ന അവർ പോലും തകർന്നുപോയി. ഊരായ്മക്കാർ തകർന്നടിഞ്ഞുപോയ അമ്പലത്തിന് പിന്നെയെന്ത് പ്രസക്തി? അയാൾ ചിന്തിച്ചുപോയി.

പേരക്കുട്ടിയുടെ കൈയും പിടിച്ചു വീരാൻകോയ പ്രതീക്ഷിക്കാതെയാണ് അതിലേയെത്തിയത്.

"കോയക്കാ?"

"അല്ല, യിതാര്?"

അയാൾ അടുത്തെത്തി.

"ഇരിക്കിൻ."

"ചെറിയോളടുത്ത്ന്ന് വര്വാ, ഇത് മോളെ മോളാ." അയാളിരുന്നു. പിന്നിട്ട ജീവിതത്തിൽ നേരിട്ട കഴിഞ്ഞുപോയ പലതിനെപ്പറ്റിയും അവർ സംസാരിച്ചു. തങ്ങൾ ചെയ്ത പ്രവൃത്തികൾ അവർ സ്വയം വിലയിരുത്തി.

ചാപ്പൻനായരും അപ്പുനായരും മറ്റും അവരുടെ സംസാരത്തിലേക്ക് കടന്നു വന്നു. നാട്ടുകാർക്ക് ആവുന്നത് ചെയ്തിട്ടുണ്ട്. മാറ്റങ്ങളുടെ കാലമാണിത്. പലതും മാറിമറിഞ്ഞുകൊണ്ടിരിക്കുന്ന ആ അവസ്ഥയിൽ തങ്ങളുടെ കാലം കഴിഞ്ഞുവെന്ന് അവർ തിരിച്ചറിഞ്ഞു.

"ഇനി വയ്യ, ബുദ്ധിമുട്ടാതങ്ങ് പോയാൽ മതി."

"ഞമ്മക്കും അതേ മോഹംള്ളു." അതോടെ വീരാൻകോയ യാത്ര പറഞ്ഞു.

സമയം അസ്തമയത്തോടടുത്തു. പാറയുടെ ചുറ്റുവട്ടത്തുമുള്ള വീട്ടുകാർ "ചേട്ടയേ-കലിച്ചിയെ" പുറത്താക്കി കൈയിൽ ഓട്ടക്കലവും കുറ്റിച്ചൂലും പൊട്ടിയ മുറവും മറ്റുമായി അവിടവിടെയുള്ള പുല്ലാഞ്ഞിക്കാട്ടിലെറിയാനെത്തി. അവരിൽ മാധവിയമ്മ അയാളുടെ അടുത്തേക്ക് ചെന്നു.

"വിശേഷിച്ച്?"

"പശു പ്രസവിച്ചിട്ടുണ്ട്."

"നാളെ കലിയനാണ്."

"കാണാൻ കഴിഞ്ഞതിൽ സന്തോഷംണ്ട്." അയാൾ എഴുന്നേറ്റു.

ചുഴലി സംബന്ധിച്ച പ്രവർത്തനങ്ങളെ വിലയിരുത്താൻ അന്നു രാത്രി വായനശാലയിൽ അവർ യോഗം കൂടി. റാക്ക് കുടിയും അവിടെ ഒരു വിഷയമായിരുന്നു. പങ്കെടുത്തവരിൽ രണ്ടുപേരേ പ്രായമുള്ളവരായുണ്ടായിരുന്നുള്ളു. ചാത്തുക്കുട്ടി നായരും മറ്റൊരാളുമായിരുന്നു അത്. ഒരു പൊതുസ്വഭാവം പ്രവർത്തനങ്ങൾക്കുണ്ടായിട്ടുണ്ടെന്നും കൈവന്ന കൂട്ടായ്മയിൽ ചിലത് ചെയ്യാനായിട്ടുണ്ടെന്നും ചാത്തുക്കുട്ടിനായർ പറഞ്ഞു.

"ഈ കൂട്ടായ്മ നിലനിർത്തി തനി സ്വാർഥരാകാതെ പൊതുനന്മയ്ക്കുവേണ്ടി പ്രവർത്തിച്ചാലേ ഗ്രാമത്തിന് നിലനിൽപ്പുള്ളു. ഞങ്ങളുടെ കാലം ഇവിടെ കഴിയാൻ പോകയാണ്. ചെറുപ്പക്കാർക്ക് ഈ പ്രവർത്തനം തുടരാൻ കഴിയും." അയാൾ കൂടെയിരിക്കുന്ന ഗോപി, ചന്ദ്രൻ, അബുബക്കർ, പ്രഭാകരൻ തുടങ്ങിയവരെ മാറിമാറി നോക്കി. അവർ പുഞ്ചിരിച്ചു.

"കല്യാ...കല്യാ....കൂ.....യ്, ചക്കേം മാങ്ങേം ആളേം അർഥോം ഒക്കെ വിടെ കൊണ്ടിട്ടുട്യേ......കൂ......യ്" വിളിച്ചുകൂവിക്കൊണ്ട് അപ്പോൾ റോഡിലൂടെ ഒരാൾ കടന്നുപോയി. കർക്കിടക പുലരിക്ക് വഴിമാറാൻ മിഥുനത്തിന് പിന്നീട് കുറഞ്ഞ സമയമേ ഉണ്ടായിരുന്നുള്ളൂ.

www.ingramcontent.com/pod-product-compliance
Lightning Source LLC
LaVergne TN
LVHW090416051026
849518LV00006B/2349
* 9 7 8 8 1 2 6 2 0 7 9 8 5 *